പ്രേമ്പായുടെ സുന്ദരനിമിഷങ്ങൾ

ഷാർലെറ്റ് പി. മാത്യു

ISBN 979-8-89363-630-7

ന്യൂ ജനറേഷൻ ചെറുപ്പക്കാർ പരസ്പരം അഭിസംബോധന ചെയ്യുന്ന ഒരു പദമാണ് 'ബ്രോ'. മുതിർന്നവരും ഈ പദം അനുകരിച്ചു തുടങ്ങിയിരിക്കുന്നു. എല്ലാ തലമുറകളിലുമുള്ള 'ബ്രോ'കളും മനസ്സിലാക്കേണ്ടുന്ന ജ്ഞാനസൂക്തങ്ങളാണ്/ പഴഞ്ചൊല്ലുകളാണ്– സുഭാഷിതങ്ങൾ/സദൃശവാക്യങ്ങൾ.

പ്രിയപ്പെട്ട 'ബ്രോ',

ഈ പുസ്തകം വായിക്കുവാൻ തിരഞ്ഞെടുത്തതിനു നന്ദി! എല്ലാ മാസവും ഒന്നാം തീയതി മുതൽ തുടർച്ചയായി ഓരോ ദിവസവും 31 അദ്ധ്യായങ്ങളുള്ള സദൃശവാക്യങ്ങൾ വായിക്കു കയും ധ്യാനിക്കുകയും ചെയ്യുന്ന ശീലം നല്ലതാണ്.

ഈ പുസ്തകത്തിലെ ചില കഥാപാത്രങ്ങൾ

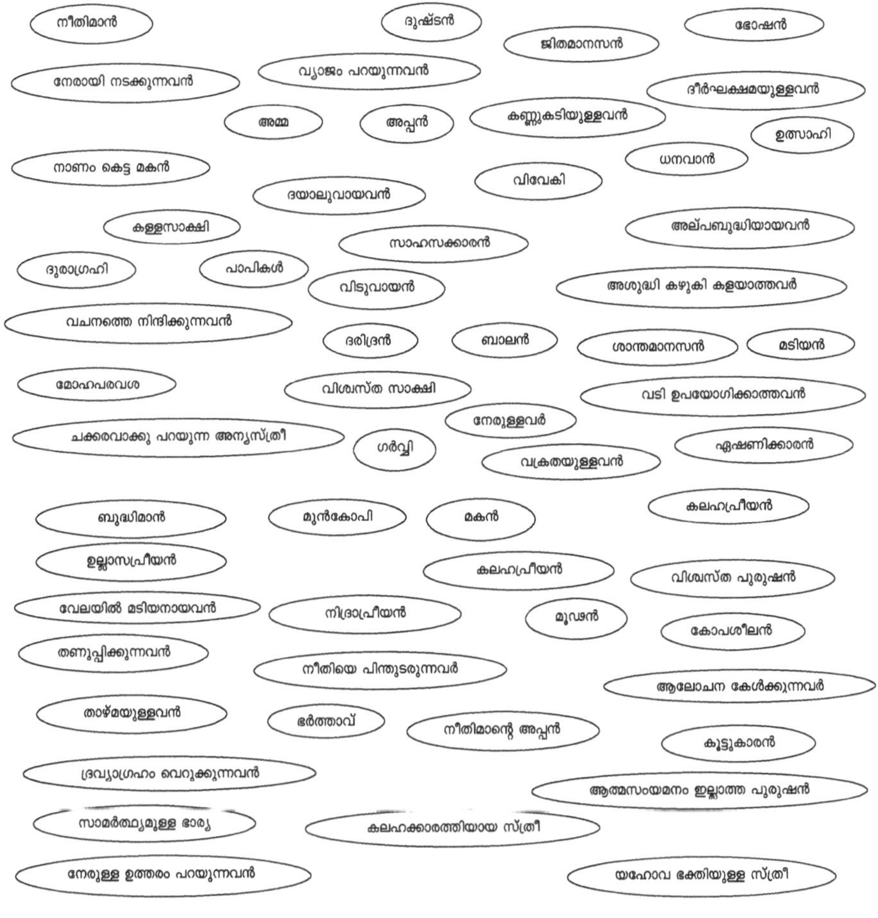

ബ്രോയുടെ

സുഭാഷിതങ്ങൾ

ഷാർലെറ്റ് പി. മാത്യു

ഉള്ളടക്കം

ആമുഖം

പഴഞ്ചൊല്ലുകൾ (proverbs) കൊണ്ടു സമൃദ്ധമാണു മിക്ക ഭാഷകളും. പഴഞ്ചൊല്ലുകൾ അറിഞ്ഞോ അറിയാതെയോ ഉപയോഗിക്കാത്തവർ കുറവാണ്. Proverbs എന്നതിന്റെ അർത്ഥം ഇങ്ങനെ വിവക്ഷിക്കാം. ഒരു കാര്യം വിവരിക്കുന്നതിനു പകരമായി ഉപയോഗിക്കുന്ന ചെറിയ ചൊല്ലുകൾ (brief sayings in place of many words). ഒരു പഴഞ്ചൊല്ലു കേൾക്കുമ്പോൾത്തന്നെ സാധാരണയായി അതിനൊരു verbal impact ഉം visual impact ഉം ഉണ്ട്. നല്ല സ്വഭാവം ആർജ്ജിക്കുന്നതിനും ലക്ഷ്യബോധത്തോടെ ജീവിക്കുന്നതിനും അനുദിനജീവിതത്തിലെ പ്രശ്നങ്ങളെ ജ്ഞാനത്തോടെയും വിവേകത്തോടെയും കൈകാര്യം ചെയ്യുന്നതിനും സഹായിക്കുന്ന, ബൈബിളിലെ ഒരു പുസ്തകമാണു സദൃശവാക്യങ്ങൾ അഥവാ സുഭാഷിതങ്ങൾ. ഈ പുസ്തകത്തിലെ 31 അദ്ധ്യായങ്ങളിൽ നിന്നുള്ള ചില ചിന്തകളാണു ബ്രോയുടെ സുഭാഷിതങ്ങൾ. ഹ്രസ്വവും ഹൃദയത്തിൽ തുളച്ചുകയറുന്നതുമായ ജ്ഞാന സൂക്തങ്ങളാണ് സദൃശ്യവാക്യങ്ങളിലെ ഓരോ വാക്യങ്ങളും.

മാതൃകയുള്ള മാതാപിതാക്കളും അദ്ധ്യാപകരും മെന്റേഴ്സുമെല്ലാം വരും തലമുറകൾക്ക് ഉപദേശിച്ചുകൊടുക്കേതായ മൂല്യമുള്ള ഉപദേശങ്ങളുടെ ആഴക്കടലാണ് ഈ പുസ്തകം. ചില മാതാപിതാക്കൾ കുട്ടികളെ വെറും ഒരു വാണിജ്യവസ്തുവായാണു വളർത്തുന്നത്. ഭാവിയിൽ പണം ഉല്പാദിപ്പിക്കേണ്ടുന്ന ഒരു വസ്തുവിനെപ്പോലെ മാത്രം കരുതുന്നു. രണ്ടു വയസ്സു മുതൽ വളപ്രയോഗം നടത്തുന്ന ഇത്തരം കച്ചവടമനസ്സിനെ (അറിഞ്ഞും അറിയാതെയും) മാറ്റിനിർത്തി, ദൈവികമൂല്യങ്ങൾക്കു പ്രാധാന്യം കൊടുത്തു വളർത്തണം.

സമഗ്രമായ ഒരു പഠനമല്ല; മറിച്ച് എന്റെ ഹൃദയത്തെ ചിന്തിപ്പിച്ചതും സന്തോഷിപ്പിച്ചതും അതുപോലെ ഒരു യഥാർത്ഥ ക്രിസ്തുശിഷ്യനായി അനുനിമിഷം വളരുവാൻ പ്രചോദിപ്പിക്കുന്നതുമായ ലളിതമായ ചിന്തകളാണ് ഈ പുസ്തകത്തിലുള്ളത്.

ആരോ പറഞ്ഞതുപോലെ "ഒരു മനുഷ്യനും ഒറ്റപ്പെട്ട ഒരു ദ്വീപല്ല', ഈ പുസ്തകത്തിലെ പല ചിന്തകൾക്കും ഞാൻ ധാരാളം പേരോടു കടപ്പെട്ടിരിക്കുന്നു. വായിച്ച പുസ്തകങ്ങൾ, മനസ്സിനെ തണുപ്പിച്ച

പ്രസംഗങ്ങൾ, അനുഭവമുള്ള പാട്ടുകൾ, സൗഹൃദസംഭാഷണങ്ങളിൽ കേട്ട ചിന്തിപ്പിക്കുന്ന വാക്കുകൾ, ഫേസ് ബുക്കിലും വാട്സാപിലും കണ്ട ചിന്താശകലങ്ങൾ, പ്രാർത്ഥനകളിൽ കേട്ട ആത്മാർത്ഥതയുള്ള വാക്കുകൾ, ഏറ്റവും ബഹുമാനിക്കുന്ന മെന്റേഴ്സ് പറഞ്ഞ കാര്യങ്ങൾ, സൺഡേ സ്കൂൾ വിദ്യാർത്ഥികൾ പറഞ്ഞ സംഭവങ്ങൾ, യൂത്ത് ക്യാമ്പുകളിൽ പരിചയപ്പെട്ട ചെറുപ്പക്കാർ എല്ലാവരോടും ഞാൻ കടപ്പെട്ടിരിക്കുന്നു.

എന്റെ പ്രിയ ഭാര്യ ലിന്റാ എന്റെ ശുശ്രൂഷയിൽ ഉത്തമപങ്കാളിയും അഭിപ്രായങ്ങളിലും വിമർശനങ്ങളിലും ഉറ്റ സുഹൃത്തുമായി കൂടെയുള്ളത് എന്റെ ചിന്തകളെ കൂടുതൽ മൂർച്ചയുള്ളതാക്കുന്നതിനും ഒരു നല്ല ശിഷ്യനായി മാറുന്നതിനും കൂടുതൽ സഹായിച്ചുകൊണ്ടിരിക്കുന്നു.

ഈ പുസ്തകത്തിലെ ആദ്യത്തെ 16 അധ്യായങ്ങളിലെ ചിന്തകൾ വാട്സാപിലൂടെയും ഫേസ്ബുക്കിലൂടെയും യൂട്യൂബിലൂടെയും രണ്ടു ഭാഗങ്ങളായി പങ്കുവെക്കാൻ 2017-ൽ ദൈവം സഹായിച്ചു. ഓരോ അദ്ധ്യായത്തിന്റെയും അവസാനത്തിൽ യൂറ്റ്യൂബ് ലിങ്കുകൾ രേഖപ്പെടുത്തിയിട്ടുമുണ്ട്.

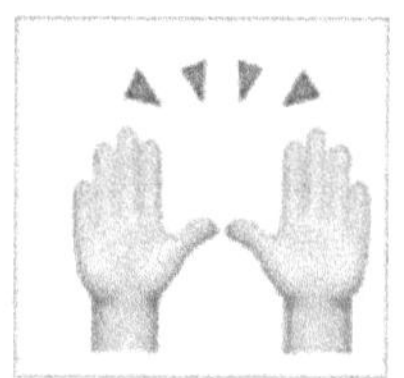

പി.ഐ. ഏബ്രഹാം (കാനം അച്ചൻ)	മനോഹരമായ അവതാരിക എഴുതിത്തന്ന ക്രിസ്തുവിൽ ഏറെ ബഹുമാനിക്കുന്ന കാനം അച്ചനോട് വളരെ നന്ദിയുണ്ട്. അച്ചനോടൊപ്പം ചിലവഴിച്ച ചുരുക്കം സമയങ്ങൾ എന്റെ ജീവിതത്തിലെ ഒരു അമൂല്യനിധിപോലെയാണ്. ഉപദേശ സത്യങ്ങളെക്കുറിച്ചുള്ള ആഴമായ ആവേശവും, വിജ്ഞാന ദാഹവും ജീവിതലാളിത്യവും എന്റെ മുമ്പിൽ ഒരു മാർഗ്ഗരേഖയായി സൂക്ഷിക്കണം എന്ന പ്രാർത്ഥന എന്നെ ഭരിക്കുന്നു.

ഡോ. ബ്ലെസൻ മേമന	ഈ കാലഘട്ടത്തിൽ പാട്ടുകളിലൂടെ ക്രിസ്തുവിൽ എന്നെ ഏറെ സ്വാധീനിച്ച വ്യക്തിയായ ഡോ. ബ്ലെസൻ മേമന എഴുതിത്തന്ന മനോഹരമായ വാക്കുകൾക്കും വളരെ നന്ദിയുണ്ട്. അദ്ദേഹത്തിന്റെ പാട്ടുകളിലെ ഹൃദയം, ക്രൈസ്തവ ദർശനം, ദൈവവചന ത്തോടും പ്രാർത്ഥനയോടുമുള്ള മനസ്സ് എല്ലാം ഈ ചെറിയ കാലഘട്ടത്തിലെ നല്ല സൗഹൃദത്തിന്റെ പുസ്തകത്തിലെ ഒരു പേജായി കണക്കാക്കുന്നു.
ജയ്മോഹൻ അതിരുങ്കൽ	എന്റെ ഭാഷയിലെ പരിമിതികളെ തിരിച്ചറിഞ്ഞ്, ഈ പുസ്തകം മനോ ഹരമായി എഡിറ്റു ചെയ്തും, കാർട്ടൂ ണുകൾ വരച്ചു തന്നതിനും നന്ദി. അദ്ദേഹത്തിന്റെ ഭാഷയിലുള്ള അഗാധ പാണ്ഡിത്യം എന്നെ എപ്പോഴും വിസ്മ യിപ്പിക്കാറുണ്ട്.
സെനോ ബെൻ സണ്ണി (Nothing but to Inspire Media)	ആദ്യത്തെ 16 അദ്ധ്യായങ്ങൾ മനോ ഹരമായ വീഡിയോ ആക്കുന്നതിൽ കാനഡയിലെ തിരക്കിനിടയിലും സമയം ചെലവഴിച്ച് എന്റെ പ്രിയ സുഹൃത്തിന്റെ ക്രീയേറ്റിവിറ്റിയോട് ഞാൻ ഏറെ കടപ്പെട്ടിരിക്കുന്നു.
അഖിൽ കെ. വർഗ്ഗീസ്	പഠനത്തിന്റെയും ജോലിയുടെയും തിരക്കിന്റെ നടുവിൽ ആദ്യത്തെ അദ്ധ്യായങ്ങളിലെ ആശയങ്ങൾ എഡിറ്റു ചെയ്തു തന്ന ഐ.സി.പി. എഫിന്റെ സ്റ്റുഡന്റ് ലീഡറുമായിരുന്ന അഖിലിനും നന്ദി.

നിക്സൺ വർഗ്ഗീസ്	മനോഹരമായ പ്ലേ ബാക്ക് മ്യൂസിക്കിനും ഓഡിയോ റിക്കാർഡിങ്ങിനും എന്റെ സ്പെഷ്യൽ നന്ദി.
സാംസൺ ജോണി	മനോഹരമായ പ്രോമോ വീഡിയോ തയ്യാറാക്കിയതിനു നന്ദി.
ക്രൈസ്തവ എഴുത്തുപുര, മലയാളി പെന്തക്കോസ്ത് യൂത്ത് ഫ്രണ്ട്സ് (എം.പി. വൈ.എഫ്)	ഈ സന്ദേശങ്ങൾ ഷെയർ ചെയ്തതിന്
ഐ. സി. പി. എഫ് ഫിഷർമാൻ മാഗസിൻ, ഇടയൻ	ഇതിലെ അദ്ധ്യായങ്ങൾ പ്രസിദ്ധീകരിച്ചതിന്
വാട്സാപ്പ് – ഫേസ്ബുക്ക് സുഹൃത്തുക്കൾ	ലൈക്കുകൾക്കും ഷെയറുകൾക്കും പ്രാർത്ഥനകൾക്കും ആത്മാർത്ഥ തയ്ക്കും പ്രചോദനത്തിനും പുത്തൻ സുഹൃത്തുക്കൾക്കും
ആനി കെ.എം.	ഡി.റ്റി.പി. വർക്കുകൾ എല്ലായ്പോഴും ഉത്തരവാദിത്വത്തോടെ ചെയ്തു തരുന്നതിന് ഏറെ കടപ്പെട്ടിരിക്കുന്നു.
എബനെസർ പ്രിന്റേഴ്സ്	ഏറ്റവും മികച്ച നിലയിൽ ഈ പുസ്തകത്തിന്റെ ഒന്നാമത്തെ പതിപ്പ് അച്ചടിച്ചതിനു നന്ദി.
ജിതേഷ് വി. എൽദോസ് എം. വി. ഇസബെല്ല ഡേവിസ് എൽബിൻ സാം ബിൻസി ജിഫി ജയരാജ് റ്റി. കെ. സെനോ ബെൻ സണ്ണി ജിംപ്സൺ പി. ടി.	ബ്രോയുടെ സുഭാഷിതങ്ങൾ പ്രസിദ്ധീകരിക്കുന്നതിനു മുൻപുള്ള പ്രൊമോ വീഡിയോയുടെ ഭാഗമായുള്ള നല്ല വാക്കുകൾക്കും നന്ദി.

"വാട്സ്ആപ്പ് ചിന്തകൾ", "സെൽഫി - സുവിശേഷങ്ങളിലൂടെ മത്തായിക്കും മർക്കോസിനുമൊപ്പം" എന്ന ആദ്യത്തെ രണ്ടു ഗ്രന്ഥങ്ങൾ പോലെ 2018 ൽ പ്രസിദ്ധികരിച്ച "ബ്രോയുടെ സുഭാഷിതങ്ങൾ" ധാരാളം പേർക്ക് അനുഗ്രഹമായിരുന്നു. അതുകൊണ്ടു ഈ രണ്ടാമത്തെ പതിപ്പ് ലോകമെമ്പാടുമുള്ള വായനക്കാരിലേക്ക് എത്തിക്കുക എന്ന ലക്ഷ്യത്തോടെ Notion Press ലൂടെ പേപ്പർബാക്കായും ഇ-ബുക്കായും പ്രസിദ്ധികരിക്കുകയാണ്.

ഈ പുസ്തകത്തിലെ ചിന്തകൾ നിങ്ങളുടെ ജീവിതയാത്രയിൽ ഒരു അനുഗ്രഹമാകട്ടെ ! പ്രചോദനമാകട്ടെ!

സ്നേഹപൂർവ്വം

നിങ്ങളുടെ സ്വന്തം ബ്രോ

ഷാർലെറ്റ് പി. മാത്യു

2024 മാർച്ച് 10

അവതാരിക

കോരഹിന് വിട
കോരഹ് പുത്രന്മാർക്ക് അഭിനന്ദനം

ധാരാളം ഒച്ചപ്പാടുകളുണ്ടാക്കിയിട്ട് അനുഭവത്തിന്റെ മേഖലയി ലേക്കു വരുമ്പോൾ പരാജയപ്പെടുന്ന ഒരു അനുഭവം - ഇവിടെയാണ് രാഷ്ട്രങ്ങളും മതങ്ങളും മനുഷ്യന്റെ മറ്റെല്ലാ പ്രയത്നങ്ങളും സമാപിക്കുന്നത്. എന്റെ പ്രഭാഷണങ്ങളിൽ ഒരു നാടൻ ദൃഷ്ടാന്തം എന്റെ കൈമുതലാണ്. പുട്ടു പുഴുങ്ങാൻ രാവിലെ അടുക്കളയിൽ കയറിയ പരിഷ്കൃത വനിത നാഴികയേറെക്കഴിഞ്ഞിട്ടും ലക്ഷ്യം സാധിക്കാതെ പരിഭ്രമിച്ച് നില്ക്കുമ്പോൾ വീട്ടമ്മ ചോദിച്ചു, എത്ര ത്തോളമായിയെന്ന്, വലിയ അളവിൽ പുട്ടുപൊടി വാരിയിട്ടിട്ടും കുറ്റി നിറയുന്നില്ലെന്നു പരാതി. ഒടുവിൽ കൂട്ടത്തിരച്ചിലായി. Something somewhere wrong കാര്യമെല്ലാം ബേലേ ഭേഷ്! ചില്ലു മാത്രം വച്ചിട്ടില്ല. പൊടി മുഴുവൻ വെള്ളത്തിൽ. Set ആകാനുള്ളത് solution ആയി കിടക്കുകയാണ്.

മനുഷ്യൻ ദൈവത്തെ വിട്ട നാൾ മുതൽ പരിശ്രമങ്ങൾക്ക് ഒരു കുറവും ഇല്ല. രാഷ്ട്രങ്ങൾ ഉദിച്ചു മറഞ്ഞു. കൃഷിയും കച്ചവടവും വാണിജ്യവും വ്യവസായവും എന്നു വേണ്ട അധ്വാനങ്ങൾക്ക് ഒരു വിരാമവും ഇല്ല. പക്ഷേ മനുഷ്യൻ നന്നാകുന്നില്ല. മനുഷ്യൻ നന്നാകണമെന്ന് ശ്രീനാരായണ ഗുരുവും ആഗ്രഹിച്ചു. പക്ഷേ, ഇന്നും നന്നാകുന്നില്ല. മദ്യത്തെ അദ്ദേഹവും നമ്മളൊക്കെ അകറ്റി നിറുത്തു വാൻ ശ്രമിക്കുന്നു. പക്ഷേ ബിവറേജസ് കോർപ്പറേഷന്റെ മുൻപിൽ ഹെയർപിൻ മാതിരി ക്യൂ വർദ്ധിക്കുന്നു. ഇനിയും എന്ന്, ആർക്ക്, നന്നാക്കാൻ കഴിയും. വെറുതെ തത്വങ്ങൾ ഉരുവിടുന്നു. പ്രായോഗിക മായി ജീവിച്ചു വിജയിക്കുവാൻ കഴിയുന്ന ഒരു ദൃഷ്ടാന്തം ഇന്നും ചോദ്യചിഹ്നമായി കിടക്കുന്നു.

ന്യായപ്രമാണത്തിന് കഴിയാഞ്ഞതിനെ സാധ്യമാക്കുവാൻ ദൈവ ത്തിൽ നിന്ന് ഒരു രക്ഷകൻ ചരിത്രത്തിൽ വന്നു. അവനെ ജീവിതത്തിൽ ഏറ്റെടുക്കുന്നതിനു പകരം നക്ഷത്രവിളക്കുകളും പുൽക്കൂടുകളും

ഉണ്ടാക്കി അവനെ ഒതുക്കാൻ ശ്രമിക്കുന്നു. കുരിശിന്റെ മർമ്മം മനസ്സിലാക്കി, അനുതപിച്ച കള്ളനെപ്പോലെ രക്ഷപ്പെടുന്നതിനു പകരം, മരക്കുരിശിന്റെ പേരിൽ പൊൻകുരിശുണ്ടാക്കി ദേഹത്തണിയുന്നു. ഇവിടെയാണു ക്രിസ്ത്യാനിത്വം പോലും തോറ്റു കിടക്കുന്നത്. പക്ഷേ, സംശയിക്കുന്ന വ്യക്തിയോട് എന്റെ ബുദ്ധിയുപദേശം പറയാം. അനുതപിച്ച കള്ളൻ തന്റെ ആത്മരക്ഷ ഉറപ്പാക്കുന്ന വിഷയത്തിൽ അനുതപിക്കാത്ത കള്ളനെപ്പോലും മറയാക്കിയില്ല. അവൻ യേശുവിനെ മാത്രം നോക്കി തന്റെ കാര്യം സാധിച്ചു. ആത്മരക്ഷ – സത്യദൈവത്തെ സത്യമായി അന്വേഷിച്ച്, താൻ നിയമിച്ച ഏക രക്ഷകനെ സ്വന്തമാക്കി വ്യക്തിപരമായി സാധിക്കേണ്ടതാണ്. അവിടെ ഒരു ചിന്താക്കുഴപ്പവു മില്ല.

ഈ യുഗാന്ത്യത്തിൽ യുവജനങ്ങളുടെ നടുവിൽ ഒരു പ്രത്യേക ദർശനം ഏറ്റുവാങ്ങിയ പ്രിയ ഷാർലെറ്റിനു വേണ്ടി ദൈവത്തെ സ്തുതിക്കുന്നു. യോസേഫ് തന്റെ സഹോദരന്മാരെ പഴിക്കാതെ അവരെ നേടുവാൻ മാതൃകയായി ജീവിച്ചു. പ്രവാസ കാലത്ത് ദാനിയേൽ തെറ്റുകാരായ യിസ്രായേൽ മക്കളെ പഴിക്കാതെ വിശുദ്ധ ആരാധനയ്ക്ക് അനുഭവക്കാരനായി ബാബിലോണിൽ ജീവിച്ചു. കർമ്മങ്ങൾ വർദ്ധിപ്പിച്ചു കൊണ്ട് തുറമുഖത്ത് അടുക്കാതെ അടിത്തട്ട് നഷ്ടപ്പെട്ട ടൈറ്റാനിക്കിനെപ്പോലെ മനുഷ്യസമൂഹം അലയുമ്പോൾ The Masters minority (ദൈവത്തിന്റെ ന്യൂനപക്ഷം) എന്ന തത്വം കൊടിയായി പിടിച്ചുകൊണ്ട് ചില കോരഹ് പുത്രന്മാരെ ഒരുക്കുവാൻ ഷാർലെറ്റിന് പരിശുദ്ധാത്മാവ് തുണ നില്ക്കട്ടെ എന്നു ഞാൻ പ്രാർത്ഥിക്കുന്നു. ഇറങ്ങിത്തിരിച്ച അനേക കോരഹ്മാർ മാർഗ്ഗമദ്ധ്യേ പട്ടു വീഴുമ്പോൾ ദൈവത്തിനുവേണ്ടി ദാഹിച്ച് അവനെ കണ്ടെത്തിയ (സങ്കീർത്തനം 42) ദൈവത്തിന്റെ വ്യവസ്ഥ പ്രകാരമുള്ള ആരാധന യിൽ പങ്കു ചേർന്ന് (സങ്കീർത്തനം 84) നിലനിന്ന് സംഭവങ്ങളിൽ പതറാതെ ദൈവത്തിന്റെ പ്രവൃത്തികളുടെ സമാപനം കാണുവാൻ കാത്തുനില്ക്കുന്ന, കുറെ വിശുദ്ധരെ ഒരുക്കി നിർത്തുവാൻ (സങ്കീർ ത്തനം 46) ഷാർലെറ്റിനും തന്നോട് സമാനമായി ചിന്തിച്ച് മുന്നേറുന്ന ദൈവമക്കൾക്കും ഇടയാകട്ടെ എന്നു പ്രാർത്ഥിക്കുന്നു.

സത്യം ഒന്നേയുള്ളൂ! സത്യദൈവം ഒന്നേയുള്ളൂ! ത്രിയേകത്വം ഒരു മർമ്മമാണ്! യേശു വേദപ്പൊരുളാണ്! സൂര്യൻ എല്ലാ ഭൂഖണ്ഡ ങ്ങൾക്കും ഒന്നായിരിക്കുന്നതുപോലെ യേശു ലോകത്തിന് പൊതു

രക്ഷകനാണ്. വിശുദ്ധരെ ചേർക്കുവാനുള്ള തന്റെ വരവ് ആസന്ന മായിരിക്കുന്നു. വില പേശി നില്ക്കുവാൻ നേരമില്ല. നമു ക്കൊരുങ്ങാം.

ദൈവത്തിന്റെ വാക്യങ്ങൾ അതേപടി നാം ഏറ്റെടുക്കുമ്പോഴാണ് സദൃശവാക്യങ്ങൾക്ക് പ്രസക്തിയുണ്ടാകുന്നത്. ദൈവം ഒന്നു പറഞ്ഞു നാം മറ്റൊന്നു പറഞ്ഞു, അങ്ങനെ വരാൻ പാടില്ല. മോശെ എറിഞ്ഞു പൊട്ടിച്ച പലകയിലെ അതേ കല്പനകളാണ് രണ്ടാമതും കൊണ്ടു പോയ കല്പനയിലും എഴുതിയത്. ദൈവത്തിന്റെ വചനത്തിന് മാറ്റമില്ല. ഷാർലെറ്റിന്റെ മനനവും കർമ്മവും പ്രയത്നവും എല്ലാം നിത്യതയിൽ പ്രതിഫലം നേടുവാൻ ഉതകട്ടെ. എന്റെ സകല ആശിസ്സുകളും അതിനു വേണ്ടി നേർന്നുകൊള്ളുന്നു.

കോട്ടയം

26.12.2017

ക്രിസ്തുവിൽ
ഏറ്റവും സ്നേഹിക്കുന്ന
കാനം അച്ചൻ (പി.ഐ. ഏബ്രഹാം)

'ബ്രോയുടെ സുഭാഷിതങ്ങൾ' ധ്യാനിക്കുമ്പോൾ എഴുത്തുകാരൻ 'ബ്രോ' നമ്മുടെ തൊട്ടടുത്ത കസേരയിൽ ഇരുന്നു സംസാരിക്കുന്ന പ്രതീതിയാണ്. ബ്രോ നമുക്ക് തരുന്നത് ഒരു ദൈനംദിന മെഡിസിൽ കോഴ്സാണ്. ഒരുമിച്ചു കഴിക്കാതെ, പ്രാർത്ഥനാമുറിയിൽ, ദിനന്തോറു മുള്ള പ്രാർത്ഥനയ്ക്കും വചനധ്യാനത്തിനുമൊപ്പം ഇതു ചേർത്തു വെച്ചാൽ തീർച്ചയായും നല്ല ഫലമുണ്ടാകും. ആർക്കും പിടികൊടു ക്കാതെ വഴുതിക്കറങ്ങി നടക്കുന്ന ചില വലിയ മത്സ്യങ്ങൾ 'ബ്രോ യുടെ' ഈ വലയിൽ ദൈവരാജ്യത്തിനായി പിടിപ്പിക്കപ്പെടുമെന്ന് ഉറപ്പാണ്. എന്റെ വ്യക്തിപരമായ ജീവിതത്തിലും ബലം പ്രദാനം ചെയ്ത നിരവധി ചിന്തകൾ ഈ പുസ്തകത്തിലുണ്ട്, പ്രത്യേകിച്ചും 'ക്രിസ്തീയജീവിതം ഒരു ക്യാരക്ടർ പ്രൊഫഷൻ' എന്ന 24-ാമത്തെ അധ്യായം. ആത്മാവിനു ഉന്മേഷം പകരുന്ന ഈ 'ചങ്കു ബ്രോ' തീർച്ചയായും നിങ്ങൾക്കു ദൈവികസ്പർശനം പ്രദാനം ചെയ്യും.

ഡോ. ബ്ലെസൻ മേമന

അദ്ധ്യായം 1

അപ്ഡേറ്റുകളുടെ ലോകം (The world of updates)

സദൃശവാക്യങ്ങളിലെ ഒന്നാം അധ്യായത്തിലെ 2 മുതൽ 7 വരെയുള്ള വാക്യങ്ങൾ ശ്രദ്ധാപൂർവ്വം വായിക്കുക.

> "ജ്ഞാനവും പ്രബോധനവും പ്രാപിപ്പാനും
> വിവേകവചനങ്ങളെ ഗ്രഹിപ്പാനും
> പരിജ്ഞാനം, നീതി, ന്യായം, നേർ
> എന്നിവയ്ക്കായി പ്രബോധനം ലഭിപ്പാനും
> അല്പബുദ്ധികൾക്ക് സൂക്ഷ്മബുദ്ധിയും
> ബാലനു പരിജ്ഞാനവും വകതിരിവും നല്കുവാനും
> ജ്ഞാനി കേട്ടിട്ടു വിദ്യാഭിവൃദ്ധി പ്രാപിപ്പാനും,
> ബുദ്ധിമാൻ സദുപദേശം സമ്പാദിപ്പാനും
> സദൃശ്യവാക്യങ്ങളും അലങ്കാരവചനങ്ങളും
> ജ്ഞാനികളുടെ മൊഴികളും കടങ്കഥകളും
> മനസ്സിലാക്കുവാനും അവ ഉതകുന്നു.
> യഹോവാഭക്തി ജ്ഞാനത്തിന്റെ ആരംഭമാകുന്നു
> ഭോഷന്മാരോ ജ്ഞാനവും പ്രബോധനവും നിരസിക്കുന്നു.

ഈ വാക്കുകളിൽ ഈ പുസ്തകത്തിന്റെ ഉദ്ദേശ്യവും (purpose) വിഷയവും (theme) വളരെ മനോഹരമായി അവതരിപ്പിച്ചിരിക്കുന്നു. കുട്ടികളും മുതിർന്നവരും അല്പബുദ്ധിയുള്ളവരും ജ്ഞാനികളും അങ്ങനെ എല്ലാവരും സദൃശവാക്യങ്ങൾ മനസ്സിലാക്കേണ്ടതായ target audience ആണ്. സാധാരണക്കാരനായ (Simple) വ്യക്തിക്കും ബുദ്ധിജീവികൾ (intellectuals) എന്നു വിശേഷിക്കപ്പെടുന്നവർക്കും ഇതു ആവശ്യമാണ്. ആരും ഈ ലക്ഷ്യത്തിൽ നിന്ന് ഓടിയൊളി ക്കരുത്. അറിവു വളരെയേറെ വർദ്ധിച്ചിരിക്കുന്ന കാലഘട്ടമാണിത്. മൂന്നു മാസം കൂടുമ്പോൾ അറിവ് ഇരട്ടിയാകുന്നു എന്നതാണ് latest trend (knowledge is doubling on every 3 months) എന്ന് പറയ പ്പെടുന്നു. അങ്ങനെയെങ്കിൽ നാം നമ്മെത്തന്നെ update ചെയ്യുന്നതിൽ മടി കാണിക്കരുത്.

എന്നെ വളരെ ചിന്തിപ്പിച്ച ഒരു കാര്യം God is so concerned with youth (ചെറുപ്പക്കാരെക്കുറിച്ച് ദൈവത്തിന് വളരെ പ്രതീക്ഷയുണ്ട്). നിർദ്ദേശങ്ങളെ അവഗണിക്കുന്ന ചെറുപ്പക്കാർ അപകടത്തിലേക്കാണു പോകുന്നത് (Uninstructed youngs are in danger). ചെറുപ്പക്കാരെ പരാമർശിക്കുന്ന സദൃശവാക്യങ്ങളിലെ ആദ്യത്തെ വാക്യത്തിൽ ത്തന്നെ (4-ാം വാക്യം) പറയുന്നത് പരിജ്ഞാനവും വകതിരിവും ഈ പ്രായത്തിന്റെ അനിവാര്യതയെന്നാണ്.

ആത്മീയതയിൽ ആണെന്നു സ്വയം ധരിക്കുന്ന ജ്ഞാനികളും ബുദ്ധിമാന്മാരും ശ്രദ്ധിക്കേണ്ട അതിപ്രധാനമായ കാര്യമാണ് അഞ്ചാ മത്തെ വാക്യം. ഇവിടെ രണ്ടു category യിലുള്ളവരെക്കുറിച്ച് പറയുന്നു.

"ജ്ഞാനി കേട്ടിട്ടു വിദ്യാഭിവൃദ്ധി പ്രാപിപ്പാനും
ബുദ്ധിമാൻ സദുപദേശം സമ്പാദിപ്പാനും"

നാം യഥാർത്ഥമായി അഭിവൃദ്ധി പ്രാപിക്കേണ്ടുന്ന വിഷയങ്ങളി ലൊന്നാണ് ദൈവികജ്ഞാനം. യഥാർത്ഥമായി സമ്പാദിക്കുവാൻ ആശ വെയ്ക്കേണ്ട കാര്യമാണ് സദുപദേശങ്ങൾ. നല്ല ഉപദേശങ്ങൾ കേൾക്കുവാനും അനുസരിക്കുവാനും നാം തയ്യാറാകണം.

ഇതു കേട്ടപ്പോൾ, വായിച്ചപ്പോൾ ഒരു ആശ്ചര്യം തോന്നുന്നുണ്ടോ? ജ്ഞാനമുള്ളവർ, തങ്ങൾ എല്ലാം തികഞ്ഞവരാണെന്ന ചിന്തയോടെ മടിപിടിക്കരുത്. ഇവിടെപ്പറയുന്നു let the wise listen, and add to their learning. ബുദ്ധിമാൻ താൻ already ബുദ്ധിമാനാണെന്നു പറഞ്ഞ് സദുപദേശങ്ങൾ സമ്പാദിക്കാതിരിക്കരുത് (Let the discerning get guidance).

ഈ രണ്ടു കൂട്ടർക്കും സംഭവിക്കാവുന്ന 2 പ്രശ്നങ്ങൾ തിരിച്ചറി യേണ്ടിയിരിക്കുന്നു. നാം ഒരിക്കലും ഈ അബദ്ധത്തിന്റെ ചതി ക്കുഴിയിൽപെടരുത്.

1. Unwilling to learn (പഠിക്കാനുള്ള, അറിയാനുള്ള, ഗ്രഹിക്കാ നുള്ള മനസ്സില്ലായ്മ)

2. Complacent in their confidence (ഇത്രയൊക്കെ മതി എന്നു ചിന്തിക്കുന്ന ആത്മവിശ്വാസത്തിന്റെ പ്രവണത)

എപ്പോഴോ പഠിച്ച, പ്രാപിച്ച അറിവുകൊണ്ട് ഇരിക്കുന്നവർ, അതിൽ മാത്രം തുടരുന്നവർ. ഇത്രയൊക്കെ മതി, എനിക്കെല്ലാമറിയാം, ഞാൻ അറിവിന്റെ പരമോന്നതിയിലാണ് എന്ന ധാരണ അപകടമാണ്.

അപ്പോ. പ്രവൃത്തികൾ 18:24–28 വരെയുള്ള വാക്യങ്ങൾ വായി ക്കുമ്പോൾ നമുക്കെല്ലാവർക്കും മാതൃകയാക്കാവുന്ന ഒരു അപ്പൊ ല്ലോസിനെ കാണുവാൻ കഴിയും. He was well versed in scripture and a gifted orator, but he was still teachable. വാഗ്വൈഭവവും തിരുവെഴുത്തുകളിൽ സാമർത്ഥ്യവുമുള്ള അപ്പല്ലോസ് തനിക്കറിയാത്ത കാര്യം തന്റെയത്രയും പ്രാവീണ്യമില്ലാത്തവർ പറഞ്ഞുകൊടുത്തപ്പോൾ ഏറ്റെടുത്തതുകൊണ്ട് ദൈവകൃപയിൽ വിശ്വസിച്ച അനേകർക്ക് അവൻ പ്രയോജനമായിത്തീർന്നത് എത്രയോ മനോഹരമായ ഉദാഹരണ മാണ്. പലപ്പോഴും പ്രസിദ്ധരായ പ്രസംഗികരും പാട്ടുകാരും എഴുത്തു കാരും (successful preachers, singers, writers) എല്ലാം teachable ഉം submissive ഉം ആകാതെ വരുന്നതിന്റെ ദുഷ്യം വലുതാണ്. ഈ സ്വഭാവം യഥാർത്ഥ ക്രിസ്തുശിഷ്യനാകാൻ ആഗ്രഹിക്കുന്നവരെ കീഴടക്കരുത്.

7-ാം വാക്യം പറയുന്നു. ഭോഷന്മാർ ജ്ഞാനത്തെയും പ്രബോധന ത്തെയും പുച്ഛിക്കുന്നു. ദൈവം സംസാരിക്കുമ്പോൾ, ഉപദേശങ്ങൾ

കേൾക്കുമ്പോൾ "auto reject" മോഡിൽ ഇട്ടു യാത്ര ചെയ്യുന്നത് അപകടമാണ്.

പ്രിയ സുഹൃത്തേ, ഒരുപക്ഷേ നിങ്ങൾ ഒരു ഡോക്ടറോ, എഞ്ചിനീയറോ, കർഷകനോ, ബിസിനസ്സ് സ്കൂളിൽ പഠിച്ച വ്യക്തിയോ, സിവിൽ സർവ്വീസ് ഉദ്യോഗസ്ഥനോ, രാഷ്ട്രീയക്കാരനോ, സെലിബ്രിറ്റിയോ, ബിസിനസ്സ്മാനോ ആയിരിക്കാം. ഓർക്കുക unwillingness to learn is not at all good. ഇത്രയൊക്കെ മതി (Complacement nature) എന്ന പ്രകൃതം ഒരിക്കലും നല്ലതല്ല. ഒരു പക്ഷേ നിങ്ങൾ ഒരു വിദ്യാർത്ഥി ആയിരിക്കാം. അധികം വിദ്യാഭ്യാസം ഇല്ലാത്ത സാധാരണക്കാരനായിരിക്കാം. എനിക്കു വലിയ കഴിവില്ല, പ്രാപ്തിയില്ല എന്നു കരുതുന്ന വ്യക്തി ആയിരിക്കാം. നല്ല ബുദ്ധിയും പരിജ്ഞാനവും വകതിരിവും നല്കുന്ന ദൈവത്തിന്റെ സന്നിധിയിൽ അടുത്തുവരിക. ദൈവഭക്തിയാണ് അറിവിന്റെ ഉറവിടം. ബൈബിൾ വായിക്കുവാൻ ധ്യാനിക്കുവാൻ ഞാൻ നിങ്ങളെ പ്രോത്സാഹിപ്പിക്കുന്നു. ഈ ആഹ്വാനത്തെ തള്ളിക്കളയരുതേ. കാരണം അത് നിങ്ങളുടെ ജീവിതത്തിൽ ധാരാളം മാറ്റങ്ങൾ വരുത്തും. നിങ്ങൾ എല്ലാവരെയും സ്നേഹിക്കുവാനും ബഹുമാനിക്കുവാനും പഠിക്കും. നിങ്ങളുടെ ഹൃദയത്തിലെ പകയും വിദ്വേഷവും എല്ലാം മാറുവാൻ സഹായിക്കും. നിങ്ങളെ കീഴടക്കിയിരിക്കുന്ന പാപസ്വഭാവങ്ങളിൽ നിന്ന് രക്ഷപ്പെടു വാനുള്ള മാർഗ്ഗങ്ങൾ ധാരാളം ഇതിലുണ്ട്. ദൈവം നിങ്ങളെ ധാരാള മായി അനുഗ്രഹിക്കട്ടെ.

പുതിയ കാര്യങ്ങൾ *update* ചെയ്യുന്നതിനും തങ്ങളുടെ കഴിവുകൾ മികച്ചതാക്കുന്നതിനും *(improve)* സ്വയം പരിശോധനയ്ക്കുമായി *(self-analysis)* മികച്ച കോർപ്പറേറ്റ് സ്ഥാപനങ്ങളിലെ *CEO's*/മാനേജേഴ്സ് എപ്പോഴും ട്രെയിനിങ് പ്രോഗ്രാമുകളിൽ പങ്കെടുക്കുന്നവരാണ്. പേരും പരിഗണനയും വേദിയും മാത്രം ലഭിക്കുന്ന പ്രോഗ്രാമുകളിൽ മാത്രം പങ്കെടുക്കുമെന്ന മനോഭാവം ക്രിസ്തുശിഷ്യനെ ബാധിക്കരുത്.

ഷാർലെറ്റ് പി. മാത്യു

അധ്യായം 2
സാമാന്യബുദ്ധി (Common)sense)

സദൃശവാക്യങ്ങൾ രണ്ടാം അധ്യായത്തിലെ ആദ്യത്തെ നാലു വാക്യങ്ങളിലെ ചില കാര്യങ്ങളാണ് ഈ അധ്യായത്തിൽ പ്രതിപാദി ക്കുന്നത്.

മകനേ, "My son" എന്ന് അഭിസംബോധന ചെയ്തുകൊണ്ടാണ് ഈ അധ്യായം ആരംഭിക്കുന്നത്. 'മകനേ' (41 പ്രാവശ്യം), 'മക്കളേ' എന്ന അഭിസംബോധന ഈ പുസ്തകത്തിൽ ആവർത്തിച്ചു കാണുവാനും കഴിയും. ശലോമോൻ രാജാവിന്റെ കൊട്ടാരത്തിലെ കുട്ടികൾക്കും സ്വന്തം മക്കൾക്കും കൊടുത്ത ഉപദേശങ്ങളിലെ അഭിസംബോധനകളാണ് ഇവയെന്നു വേദപണ്ഡിതന്മാർ പറ യുന്നു.

പലപ്പോഴും ഇത്തരത്തിലുള്ള നല്ല ഉപദേശങ്ങൾ ബോറിങ്ങാ ണെന്നും തങ്ങൾക്കു ഇത് മനസ്സിലാക്കുവാൻ സാധിക്കുന്നില്ലെന്നും പറയുന്ന ആൾക്കാരെ കണ്ടിട്ടുണ്ട്. നിങ്ങൾക്കു മനസ്സിലാകാൻ വേണ്ടി ആൽബർട്ട് ഐൻസ്റ്റീൻ പറഞ്ഞ ഉദാഹരണം ഇവിടെ കൊടുക്കുന്ന തിൽ തെറ്റില്ലെന്നു കരുതുന്നു. ഒരിക്കൽ അദ്ദേഹം ക്ലാസ്സ് എടുത്ത പ്പോൾ വിദ്യാർത്ഥികൾ പരാതി പറഞ്ഞു. സാർ, ആപേക്ഷിക സിദ്ധാന്തം കടുകട്ടിയാണ്, ഒന്നും മനസ്സിലാകുന്നില്ല. അവർക്കു മറുപടിയായി അദ്ദേഹം പറഞ്ഞതിങ്ങനെയാണ്. 'നിങ്ങൾ ഒരു സുന്ദരനായ ആൺകുട്ടിയുമായോ സുന്ദരിയായ പെൺകുട്ടിയുമായോ സംസാരിച്ചിരിക്കുമ്പോൾ ഒരു മണിക്കൂർ ഒരു മിനിറ്റായിത്തോന്നും. അതുപോലെ ചൂടുള്ള അടുപ്പിൽ വിരൽ ഒരു മിനിറ്റു വച്ചാൽ ഒരു മണിക്കൂറായി തോന്നും. ഇതു തന്നെയാണ് e=mc²"

ദൈവികശബ്ദത്തിനു ചെവി കൊടുക്കാൻ പറയുമ്പോൾ, ദൈവത്തെ സ്നേഹിക്കുന്നവരുടെയും എന്നാൽ ഇതു ബോറൻ ഏർപ്പാടാണെന്നു ചിന്തിക്കുന്നവരുടെയും മനോഭാവത്തെയും വേണമെങ്കിൽ ഇതിനു സമാനമായി പറയാൻ കഴിയും.

സാധാരണമായി നാം നമ്മോടു തന്നെയോ മറ്റുള്ളവരോടോ ചോദിക്കുന്ന മൂന്നു ചോദ്യങ്ങൾ ചുവടെ കൊടുത്തിരിക്കുന്നു. അതി നുള്ള എട്ട് ഉത്തരങ്ങളും.

1. Why is it wise to pray passionately for wisdom? (പരിജ്ഞാനം പ്രാപിക്കുവാൻ ഇത്രയധികം ആവേശത്തോടെ പ്രാർത്ഥിക്കേ ണ്ടത് ആവശ്യമുണ്ടോ?)

2. How can I know God's will? (ദൈവഹിതം എനിക്കെങ്ങനെ തിരിച്ചറിയാൻ കഴിയും?)

3. Why should not reject wisdom? (എന്തുകൊണ്ടു പരിജ്ഞാ നത്തെ തള്ളിക്കളയരുത്?)

ഇനി നമുക്ക് ആദ്യത്തെ വാക്യങ്ങളിലുള്ള 8 ഉത്തരങ്ങൾ ഒന്ന് ശ്രദ്ധിക്കാം. സത്യത്തിൽ സാമാന്യബോധമുള്ളവർ തിരിച്ചറിയേണ്ട 8 വസ്തുതകളാണിത്.

1. ജ്ഞാനത്തിനു ചെവികൊടുക്കണം:- (Turning ear to wisdom)

മനുഷ്യന്റെ ചെവിക്ക് 4 ലക്ഷത്തിലധികം വ്യത്യസ്ത ശബ്ദങ്ങൾ തിരിച്ചറിയാനാകുമെന്നു ജീവശാസ്ത്രം പഠിപ്പിക്കുന്നു. ഇതിനിടയിൽ ദൈവശബ്ദം കേൾക്കാൻ ശ്രമിച്ചിട്ടുണ്ടോ? Is it possible to spend time with God without an agenda. (ഒരു കാര്യ പരിപാടിയും കൂടാതെ ദൈവത്തോടൊപ്പം സമയം ചെലവഴിക്കാൻ സാദ്ധ്യമാകുന്നുണ്ടോ?)

2. ബോധത്തിന് ഹൃദയം ചായിക്കണം – (Applying your heart to understanding)

ഒരു ബോധവുമില്ലാത്ത സ്വഭാവത്തിനുടമയാകരുത്. ചിലർക്ക് ചില കാര്യങ്ങളിൽ അനാവശ്യമായ നിർബന്ധം കാണിക്കും. പക്ഷേ ശ്രദ്ധിക്കേണ്ടുന്ന പ്രധാന വിഷയങ്ങൾ ശ്രദ്ധിക്കുകയില്ല. ഉദാഹരണ ത്തിന് ഒരു കാർ മെക്കാനിക്ക്, ബ്രേക്ക് നന്നാക്കാൻ കഴിയാത്തതിനാൽ ഹോണിന്റെ ശബ്ദം കൂട്ടിവച്ചിട്ടുണ്ട് എന്നു പറഞ്ഞാൽ നിങ്ങൾക്ക് എന്തു തോന്നും? അതു പ്രായോഗികമല്ലെന്നു തിരിച്ചറിയുന്നതിന് ഒരു ബുദ്ധിമുട്ടുമില്ല.

3. വചനം കൈക്കൊള്ളണം – (You must accept God's word)

ഇഷ്ടമുള്ള friend request-കൾ accept ചെയ്യാനും ഇഷ്ടമില്ലാത്ത തിനെ reject ചെയ്യാനുമുള്ള സ്വാതന്ത്ര്യം തരുന്ന സോഷ്യൽ മീഡിയ യുടെ യുഗത്തിൽ ബൈബിളിനെ accept ചെയ്യുന്നതിൽ മടി കാട്ടരുത്. ദൈവിക വചനത്തെ കൈക്കൊള്ളുന്ന വ്യക്തിക്ക് ജയജീവിതം നയിക്കാൻ കഴിയും.

4. കല്പനകളെ ഉള്ളിൽ സംഗ്രഹിക്കണം – Store up commands within you.

ഹൃദയമാകുന്ന hard disc-ൽ, നിത്യജീവന്റെ വചനം save ചെയ്യാൻ മറക്കരുത്. എല്ലാവരും ബഹുമാനിക്കുകയും സ്നേഹിക്കുകയും ചെയ്തിരുന്ന, ബൈബിളിൽ അഗാധ പാണ്ഡിത്യം ഉണ്ടായിരുന്ന പ്രസിദ്ധ സുവിശേഷകനായ റോബർട്ട് ലിറ്റിൽ (Robert Little)-നെ ക്കുറിച്ച് വായിച്ചതിങ്ങനെയാണ്. അദ്ദേഹം മൂഡി ബൈബിൾ ഇൻസ്റ്റിറ്റ്യൂട്ടിലെ അദ്ധ്യാപകനും റേഡിയോ പ്രഭാഷകനുമായിരുന്നു. ഒരിക്കൽ വളരെ പ്രായമുള്ള ഒരു മനുഷ്യൻ അദ്ദേഹത്തിന്റെയടുക്കൽ ചെന്നു പറഞ്ഞു, മിസ്റ്റർ ലിറ്റിൽ, എനിക്ക് താങ്കളുടെയത്രയും അറിവ് ബൈബിളിനെക്കുറിച്ചുണ്ടായിരുന്നെങ്കിൽ എന്ന് ഞാൻ ആശിച്ചു പോകുന്നു. അപ്പോൾ റോബർട്ട് ലിറ്റിൽ പറഞ്ഞ മറുപടി ഇങ്ങനെ യാണ്. പ്രിയ സുഹൃത്തേ, നിങ്ങൾ വളരെ വൈകിപ്പോയിരിക്കുന്നു. എന്റെ ചിന്തയിൽ കുറേക്കൂടി വ്യക്തമായിപ്പറഞ്ഞാൽ 50 വർഷത്തോളം പുറകിലാണു താങ്കൾ. എനിക്കു ലഭിച്ച ബൈബിളിലുള്ള അറിവ് താങ്കൾക്ക് സമ്പാദിക്കണമെന്നുണ്ടായിരുന്നെങ്കിൽ 50 വർഷം മുൻപേ തുടങ്ങണമായിരുന്നു. എങ്കിലും നിങ്ങൾ ഗൗരവമായി ഇത് ആഗ്രഹിക്കുന്നുവെങ്കിൽ സമയം കഴിഞ്ഞു പോയിട്ടുമില്ല (My dear friend, you are too late. In fact I would judge you are about fifty years too late. If you wanted my knowledge of the Bible you should have started fifty years ago. But it is never too late to make a serious start). എത്ര അർത്ഥവത്തായ വാക്കുകൾ!

5. ബോധത്തിനായി വിളിക്കണം (You call out for insight)

ആഗ്രഹം മനസ്സിലിരുന്നാൽ പോരാ, അതിനുവേണ്ടി കഠിന പ്രയത്നം ചെയ്യാൻ തയ്യാറാകണം.

6. വിവേകത്തിനായി ശബ്ദം ഉയർത്തണം (Cry aloud for understanding)

നല്ല പരിജ്ഞാനവും വിവേകവും തരേണമേ എന്നു മുട്ടിന്മേ ലിരുന്നു കരഞ്ഞു പ്രാർത്ഥിച്ച നിരവധി ഭക്തന്മാരുടെ അനുഭവങ്ങൾ നാം കേട്ടിരിക്കുന്നു. ജ്ഞാനവും വിവേകവും തരേണമേ എന്ന പ്രാർത്ഥനയോടെയും ആഗ്രഹത്തോടെയും വേണം ദൈവവചനം പഠിക്കുവാൻ. വേദപുസ്തകജ്ഞാനിയാകുവാൻ പഠനം മാത്രം മതി, പ്രാർത്ഥനയോടുകൂടി ദൈവവചനം പഠിക്കുമ്പോൾ, പരിശുദ്ധാത്മാ വിന്റെ പ്രവർത്തനം ഒരുവനെ ആത്മീയമനുഷ്യനാക്കി മാറ്റും.

ഇവിടത്തെ പദങ്ങൾ ഒന്നു ശ്രദ്ധിക്കുക. വിവേകത്തിനായി ശബ്ദം ഉയിർത്തുന്നു എങ്കിൽ. ചുറ്റുപാടും ഉയരുന്ന പല ശബ്ദങ്ങളും, നാം ഉയർത്തുന്ന ശബ്ദങ്ങളും എന്തിനു വേണ്ടിയാണെന്ന് ഓരോരുത്തരും ആത്മപരിശോധന നടത്തേണ്ടുന്ന കാലം അതിക്രമിച്ചിരിക്കുന്നു. ആദർശങ്ങളിൽ വിട്ടുവീഴ്ച ചെയ്യുന്ന രാഷ്ട്രീയക്കാരന്റെയും, അനാത്മീയന്റെയും ഭാഷാപ്രയോഗങ്ങൾ ഒരു ദൈവപൈതലിനെ കീഴടക്കരുത്. വക തിരിവും വിവേകവും ധാരാളം ഹൃദയവേദനകളിൽ നിന്നും തലവേദനകളിൽ നിന്നും ഒരുവനെ രക്ഷിക്കും.വിവേകമില്ലാത്ത കുട്ടികളെ തിരുത്താൻ വിവേകശാലികളായ അദ്ധ്യാപകരും മാതാ പിതാക്കളും ബാദ്ധ്യസ്ഥരാണ്. എന്നാൽ ഇത്തരത്തിലുള്ള ഉപദേശ ങ്ങൾ നൽകാൻ കുട്ടികൾക്ക് ആരുമില്ലാത്ത അവസ്ഥ പലപ്പോഴും സംജാതമാകുന്നു.

7. വെള്ളിയെപ്പോലെ അന്വേഷിച്ച് (Look for it as for Silver)

8. നിക്ഷേപങ്ങളെപ്പോലെ തിരയുന്നു എങ്കിൽ (Search for it as for Hidden treasure)

Treasure കണ്ടെത്താൻ virtual video game-ൽ addicted ആയി ജീവിക്കുന്ന വ്യക്തികളെക്കുറിച്ചുള്ള വാർത്തകൾ ഇപ്പോഴത്തെ trend

ആണ്. Finger tip-കളും Heart beat-കളും search ചെയ്യുന്നത് ദൈവം ആഗ്രഹിക്കുന്നത് മാത്രമായിത്തീരണം.

ഈ എട്ടു കാര്യങ്ങളും ചെയ്താൽ ലഭിക്കുന്നത് 5-ാമത്തെ വാക്യത്തിൽ പറയുന്നു.

Then you will understand the fear of the Lord, and find the knowledge of God (അപ്പോൾ നീ ദൈവഭക്തിയെന്തെന്നു ഗ്രഹിക്കുകയും ദൈവത്തെക്കുറിച്ചുള്ള അറിവു നേടുകയും ചെയ്യും). ഇവിടെയാണ് ആദ്യം പറഞ്ഞ മൂന്നു ചോദ്യങ്ങളുടെ പ്രസക്തി. ദൈവസ്നേഹം, ദൈവത്തോടുള്ള ഭക്തി – ദുഷ്ട സ്വഭാവങ്ങളിൽ നിന്നും അസാന്മാർഗ്ഗികതകളിൽ നിന്നും അസത്യത്തിൽ നിന്നും വഴി മാറി, വിശുദ്ധിയോടെ ജീവിക്കുവാൻ ഒരുവനെ സഹായിക്കും.

 https://youtu.be/c-WZe4g31VA

People are crazy & curious about Fortune 500 company list, Forbes list, Time Magazine, people of the year list etc. Celebrities are trying hard to occupy their space in all these categories. Recently we have heard about people are standing in the queue of getting Padmasree Award after giving money. Hey! Desciple of Christ, What about your status in the "Book of Life". Are you maintaining the position received by Grace in the list.

ടൈം മാഗസിന്റെയും, ഫോബ്സ് മാഗസിന്റെയും, ഫോർച്യൂൺ 500 കമ്പനി ലിസ്റ്റുമൊക്കെ പേരു വരുവാൻ ഭ്രമത്തോടെ പായുന്ന മനുഷ്യരുടെ ലോകത്തിലാണ് നാം ജീവിക്കുന്നത്. പ്രശസ്തരാകട്ടെ, എങ്ങനെയെങ്കിലും ഒരു സ്ഥാനം കരഗതമാക്കാൻ സകലവിധ പരിശ്രമങ്ങളും നടത്തുന്നു. കാശു കൊടുത്ത് "പദ്മശ്രീ" വാങ്ങുവാൻ ആളുകൾ ക്യൂവിൽ നിൽക്കുന്നുവെന്ന വാർത്തകളും നാം കേൾക്കുന്നുണ്ട്. അല്ലയോ ക്രിസ്തുശിഷ്യാ, ജീവന്റെ പുസ്തകത്തിൽ നിങ്ങൾക്കു സ്ഥാനമുണ്ടോ? കൃപയാൽ ലഭിച്ച സ്ഥാനം ഭദ്രതയോടെ സൂക്ഷിക്കുക.

ഷാർലെറ്റ് പി. മാത്യു

അപായസൂചനകൾ (Warning Signs)

സദൃശവാക്യങ്ങളിലെ മൂന്നാം അദ്ധ്യായത്തിലെ ആദ്യത്തെ 12 വാക്യങ്ങളെ Father's Tool Box (പിതാവിന്റെ ഉപകരണങ്ങളുടെ പെട്ടി) എന്നാണ് അറിയപ്പെടുന്നത്. ചരിത്രത്തിൽ രേഖപ്പെടുത്തിയിട്ടുള്ള ഒരു പിതാവും മകനും തമ്മിലുള്ള സംഭാഷണങ്ങളാണു സദൃശവാക്യങ്ങൾ എന്നു രേഖപ്പെടുത്തുന്നതിലും തെറ്റില്ലെന്നു കരുതുന്നു. കുട്ടികൾക്ക് ദിശാബോധം നൽകുന്നതിന് മുതിർന്നവരുടെ സാന്നിദ്ധ്യം വളരെ പ്രധാനപ്പെട്ട കാര്യമാണ്.

ഒരു കഥ വായിച്ചതോർക്കുന്നു. ഒരു ആൺകുട്ടിയോട് അവന്റെ പിതാവ് ഇരിക്കുവാൻ പറഞ്ഞു. എന്നാൽ ആ കുട്ടി ഇരുന്നില്ല. അപ്പോൾ

സ്വരം ഉയർത്തി പിതാവ് അവനോടു പറഞ്ഞു. "ഇരിക്ക്." അവൻ ഇരുന്നു. എന്നിട്ട് അവൻ പറഞ്ഞു. "ഡാഡീ, ഞാൻ ഇപ്പോൾ ഡാഡിയുടെ മുമ്പിൽ ഇരിക്കുകയാണെങ്കിലും മനസ്സുകൊണ്ട് ഞാൻ നിൽക്കുക യാണ്." പിതാവിന്റെ വാക്കിന് മകൻ കീഴടങ്ങിയില്ലെന്നു മനസ്സി ലാക്കാം. മറിച്ച് ആ മകൻ അകമേയും ഇരിക്കുകയായിരുന്നുവെങ്കിൽ, അത് അനുസരണമായിരുന്നേനെ. മറ്റുള്ളവരുടെ മുമ്പിൽ നാം അനുസരണയുള്ളവരായി ഭാവിക്കുകയയും, ഉള്ളിന്റെയുള്ളിൽ മറ്റൊരു ഭാവത്തിൽ ചിന്തിക്കുകയും ചെയ്യരുത്. ദൈവത്തിന്റെ ഹിതത്തിനു കീഴടങ്ങിയിരിക്കുവാൻ എപ്പോഴും നാം തയ്യാറാകണം.

സദൃശവാക്യങ്ങൾ 3-ാമത്തെ അധ്യായം വായിക്കുമ്പോൾ, "അരുത്" എന്ന "sign board" 13 പ്രാവശ്യം കാണുവാൻ കഴിയും. Chapter of "Do not" or Never ആണ് ഈ അദ്ധ്യായം. ദൈനംദിന ജീവിതത്തിൽ "അരുതുകൾ" രേഖപ്പെടുത്തിയിട്ടുള്ള ധാരാളം ബോർഡു കൾ നാം കാണുന്നവരാണ്. അതിന്റെയർത്ഥം അതു നല്ലതല്ല, തെറ്റാണ്, അപകടകരമാണ്, മറ്റുള്ളവർക്കു അരോചകമാണ് എന്നൊക്കെയാണ്. ഉദാഹരണത്തിന്:- പുക വലിക്കരുത്, കൈയും തലയും പുറത്തിടരുത്, മദ്യപിക്കരുത്, അമിതവേഗത്തിൽ വാഹന മോടിക്കരുത് എന്നൊക്കെയുള്ള sign boardകൾ കാണുമ്പോൾത്തന്നെ നമുക്കറിയാം അതിന്റെ ഭവിഷ്യത്തുകൾ.

ഈ മൂന്നാം അധ്യായത്തിലെ 13 അരുതുകൾ ശ്രദ്ധിക്കുക. കുട്ടികൾക്ക് മാർഗ്ഗദർശികളാകേണ്ട മാതാപിതാക്കൾക്കും അദ്ധ്യാപ കർക്കും വംശനാശം സംഭവിക്കുന്ന ഈ കാലത്ത് മേൽപ്പറഞ്ഞ "അരുതുകൾക്ക്" വളരെയേറെ പ്രസക്തിയുണ്ട്.

1	3.1	മകനേ എന്റെ ഉപദേശം മറക്കരുത്	*Do not forget my teaching*
2	3.3	ദയയും വിശ്വസ്തതയും നിന്നെ വിട്ടുപോകരുത്	*Let love and faithfulness never leave you*
3	3.5	സ്വന്ത വിവേകത്തിൽ ഊന്നരുത്	*Lean not on your own understanding*
4	3.7	നിനക്കു തന്നെ നീ ജ്ഞാനിയായി ത്തോന്നരുത്	*Do not be wise in your own eyes*
5	3.11	യഹോവയുടെ ശിക്ഷയെ നിരസി ക്കരുത്	*Do not despise the Lord's discipline*

6	3.11	ദൈവത്തിന്റെ ശാസനയിങ്കൽ മുഷിയുകയും അരുത്	*Do not resent his rebuke*
7	3.21	ജ്ഞാനവും വകതിരിവും കാത്തുകൊള്ളുക, അവ നിന്റെ ദൃഷ്ടിയിൽ നിന്നു മാറിപ്പോകരുത്	*Do not let them (wisdom and understanding) out of your sight*
8	3.27	നന്മ ചെയ്യുവാൻ നിനക്കു പ്രാപ്തി യുള്ളപ്പോൾ അതിനു യോഗ്യന്മാരാ യിരിക്കുന്നവർക്കു ചെയ്യാതിരിക്കരുത്	*Do not withhold good from those who deserve it.*
9	3.28	നിന്റെ കൈയ്യിലുള്ളപ്പോൾ കൂട്ടു കാരനോടു, പോയി വരുക, നാളെ ത്തരാം എന്നു പറയരുത്.	*Do not say to your neighbour, "come back later; I will give it tomorrow"- When you now have it with you*
10	3.29	കൂട്ടുകാരൻ സമീപേ നിർഭയം വസിക്കുമ്പോൾ അവന്റെ നേരെ ദോഷം നിരൂപിക്കരുത്.	*Do not plot harm against your neighbour, who lives trustfully near you*
11	*3.30*	നിനക്ക് ഒരു ദോഷവും ചെയ്യാത്ത മനുഷ്യനോടു നീ വെറുതെ ശണ്ഠയിടരുത്.	*Do not accuse a man for no reason – when he has done you no harm*
12	3.31	സാഹസക്കാരനോടു നീ അസൂയ പ്പെടരുത്.	*Do not envy a violent man*
13	3.31	സാഹസക്കാരന്റെ വഴികൾ ഒന്നും തിരഞ്ഞെടുക്കുകയുമരുത്.	*Do not choose the ways of violent man*

ഈ 13 അരുതുകളിലെ ഏറ്റവും അപകടകരമെന്നു കരുതാവുന്ന രണ്ടു സ്വഭാവങ്ങൾ ശ്രദ്ധിക്കുക.

1. സ്വന്ത വിവേകത്തിൽ ഊന്നരുത് (Lean not on your own understanding) (3.5)

Message Bible പറയുന്നതിങ്ങനെയാണ് - *Do not try to figure out everything your own.*

സ്വന്തമായി വിവേകബുദ്ധി വേണ്ടെന്നല്ല ഇവിടെപ്പറയുന്നത്. നമ്മുടെ അറിവുകൾ പരിമിതവും, തെറ്റുകൾ സംഭവിക്കുന്നതു മാണെന്നും നാം തിരിച്ചറിയണം. ദാനിയേൽ പ്രവചന പുസ്തക ത്തിലെ ബാബിലോന്യ ചക്രവർത്തിയായിരുന്ന നെബുഖദ്നേസ

റിന്റെ ചരിത്രം നോക്കുക. രാജമന്ദിരത്തിൽ ഉലാവിക്കൊണ്ടിരി ക്കുന്ന വേളയിൽ, നെബുഖദ്‌നേസർ സ്വന്ത ഹൃദയത്തിൽ ഒരു സംഭാഷണം നടത്തി. *ഞാൻ എന്റെ ധനമാഹാത്മ്യത്താൽ എന്റെ പ്രതാപമഹത്വത്തിനായ്‌ട്ട് രാജധാനിയായ പണിത മഹതിയാം ബാബിലോൺ അല്ലയോ –* സ്വന്ത വിവേകത്തിലൂന്നിയ നെബുഖദ് നേസരിനു സംഭവിച്ചതു നമുക്കറിയാം. എഫെസ്യർ 4: 17, 18 വാക്യങ്ങൾ ശ്രദ്ധിക്കുക. ജാതികൾ വ്യർത്ഥബുദ്ധി *(futility of their thinking)* അനുസരിച്ചു നടക്കുന്നതുപോലെ നിങ്ങൾ ഇനി നടക്കരുത്. അവർ അന്ധബുദ്ധികളായി *(darkened in their understanding)* അജ്ഞാനം നിമിത്തം *(ignorance)* ഹൃദയ കാഠിന്യം നിമിത്തം ദൈവത്തിന്റെ ജീവനിൽ നിന്നകന്നു *(separated from the life of God)* മനം തഴമ്പിച്ചവരാകുന്നു *(hardening of their hearts).* നമ്മുടെ സ്വന്തം നിഗമനങ്ങളിൽ ഉറച്ചു നില്ക്കുന്ന തിനെക്കാൾ നല്ലത് ദൈവികജ്ഞാനത്തിനായും ദൈവഹിതം നമ്മുടെ ജീവിതത്തിൽ പൂർണ്ണമായും നിറവേറേണ്ടതിനും പ്രാർത്ഥിക്കുകയാണു വേണ്ടത്. 5-ാമത്തെ വാക്യത്തിന്റെ ആദ്യഭാഗമിങ്ങനെയാണ്. പൂർണ്ണഹൃദയത്തോടെ യഹോവയിൽ ആശ്രയിക്കുക. *Trust God from the bottom of your heart.* ദൈവത്തെ കൂടാതെ നമുക്ക് ഒന്നും കഴിയില്ലെന്ന വസ്തുത നാം തിരിച്ചറിയണം (Realise the fact that we are incapable without Him).

2. **നിനക്കുതന്നെ നീ ജ്ഞാനിയായി തോന്നരുത് (Do not be wise in your own eyes) (3:7)**

I know everything (എനിക്കെല്ലാമറിയാം), "I am somebody (ഞാൻ ഒരു സംഭവമാണ്), Mr. Know it all (എല്ലാം അറിയാവുന്ന പുള്ളി) category യിൽപ്പെട്ട വരെ നാം കണ്ടുമുട്ടിയിട്ടുണ്ടാവും.

അയ്യോ, ഞാനൊരു മണ്ടനാണേ എന്നു ചിന്തിക്കണമെന്നല്ല ഇവിടെ ഉദ്ദേശിച്ചിരിക്കുന്നത് (doesn't mean that you should go around thinking you are an idiot). ദൈവത്തെക്കാൾ എല്ലാം അറിയാമെന്ന മനോഭാവം ഒരു വ്യക്തിയെ കീഴടക്കരുത് (It means do not think you know better than God).

എന്താണ് ഒരു നല്ല ശിഷ്യനിൽ നിന്നു പ്രതീക്ഷിക്കുന്ന മൂല്യങ്ങൾ? (Values expecting from a good disciple)

സ്വാതന്ത്ര്യത്തിന്റെ പേരിൽ, തലതിരിഞ്ഞു ചിന്തിക്കുന്ന ലോക ത്തിൽ സാന്മാർഗികപരമായും മാതൃകാപരമായും പ്രയോജനമുള്ളവ രായും ജീവിക്കുകയാണ് ക്രിസ്തുശിഷ്യന്റെ കടമയെന്നു മറക്കരുത്. കൈവീശി നടക്കാനുള്ള സ്വാതന്ത്ര്യമെന്ന അവകാശം കൊള്ളാം. പക്ഷേ മറ്റൊരാളെ സ്പർശിക്കാതെ കൈവീശലിനെ നിയന്ത്രിക്കു വാനും പഠിക്കണം. അനിയന്ത്രിതമായിപ്പോകുന്ന സ്വാതന്ത്ര്യം വലിയ കുഴപ്പങ്ങൾ സൃഷ്ടിക്കും.

സ്വർഗ്ഗം ലഭിക്കുവാൻ വേണ്ടി എന്തു കൊള്ളരുതായ്മകൾ ചെയ്താലും കുഴപ്പമില്ലെന്ന പഠിപ്പിക്കൽ യുവമനസ്സുകളെ വിഴുങ്ങുന്ന കാലഘട്ടത്തിൽ എങ്ങനെയാണു നാം ജീവിക്കേണ്ടത്? നാം ജീവിക്കുന്ന സമൂഹത്തെ ദൈവത്തിന്റെ ഹൃദയത്തോടു ചേർത്തു നിർത്തി ആ വീക്ഷണത്തിൽ കാണുക. സമൂഹത്തിനു പലപ്പോഴും ആ ദർശനം നഷ്ടപ്പെട്ടിരിക്കാം. നമ്മുടെ സമൂഹത്തിന്റെ യഥാർത്ഥ പ്രശ്നം "Trust" (വിശ്വാസം അല്ലെങ്കിൽ ആശ്രയം) ഇല്ല എന്നതാണ്. 3 മുതൽ 5 വരെയുള്ള വാക്യങ്ങളിൽ ഇതിന്റെ മരുന്ന് നിർദ്ദേശിച്ചിരി ക്കുന്നു.

പൂർണ്ണഹൃദയത്തോടെ യഹോവയിൽ ആശ്രയിക്കുക;
സ്വന്ത വിവേകത്തിൽ ഊന്നരുത്
നിന്റെ എല്ലാ വഴികളിലും അവനെ നിനച്ചുകൊള്ളുക
അവൻ നിന്റെ പാതകളെ നേരെയാക്കും.
നിനക്കു തന്നെ നീ ജ്ഞാനിയായി തോന്നരുത്
യഹോവയെ ഭയപ്പെട്ട് ദോഷം വിട്ടുമാറുക.

പലപ്പോഴും യുദ്ധത്തിന്റെ കാരണമെന്താണ്? WAR എന്ന പദം വിപുലീകരിച്ചെഴുതിയാൽ "We Are Right" എന്നാണ്. ഈ ആശയത്തെ പിന്തുടരുന്നതിന്റെ അനന്തരഫലം ആണ് WAR.

D + Anger = Danger എന്ന് ആരോ പറഞ്ഞതും ഇവിടെ കൂട്ടിച്ചേർക്കാവുന്നതാണ്.

റോമർ 12:16 പറയുന്നു. തമ്മിൽ ഐക്യമത്യമുള്ളവരായി വലുപ്പം ഭാവിക്കാതെ എളിയവരോടു ചേർന്നുകൊൾവിൻ. നിങ്ങളെത്തന്നെ ബുദ്ധിമാന്മാർ എന്നു വിചാരിക്കരുത്.

ചെങ്കടലിന്റെ കരയിൽ നിൽക്കുന്ന മോശെയെ ശ്രദ്ധിക്കൂ. സാഹചര്യം തീർത്തും നിരാശപ്പെടുത്തുന്നതാണ് (Situation seemed hopeless). മുന്നിൽ ചെങ്കടലിന്റെ ശബ്ദം. പിന്നിൽ നോക്കിയാലോ-

കൊട്ടാരം മുതൽ കുടിൽ വരെ ആദ്യജാതന്മാർ നഷ്ടപ്പെട്ടതിന്റെയും, അതുപോലെ തന്നെ എല്ലാ ജോലികളും ചെയ്തിരുന്ന അടിമകളായി രുന്ന ഒരു വലിയ കൂട്ടം നഷ്ടപ്പെട്ടുപോയതിന്റെയും ദേഷ്യം മനസ്സിൽ വെച്ച് യിസ്രായേൽ ജനതയെ കീഴടക്കുവാനായി കുതിച്ചുവരുന്ന ഈജിപ്തിലെ സൈന്യം. മോശെ ഇസ്രായേൽ ജനത്തെ നോക്കിയ പ്പോൾ ഭയന്നു നിലവിളിക്കുന്ന ഒരു കൂട്ടരും മോശെയ്ക്ക് എതിരെ സംസാരിക്കുന്ന മറ്റൊരു കൂട്ടരും. എന്തു ചെയ്യണമെന്നറിയില്ല. ഈജിപ്തിലെ മികച്ച യൂണിവേഴ്സിറ്റികളിൽ പഠിച്ച താൻ തന്റെ വിവേകത്തിലോ ജ്ഞാനത്തിലോ ആശ്രയിച്ചില്ല. തന്റെ മുൻഗണനകൾ മാറ്റിവെച്ച് ദൈവത്തെ പൂർണ്ണമായി ആശ്രയിച്ചു (Moses decided not to lean his own understandings. Priorities മാറ്റിവച്ച് he chose to trust God at all costs). ദൈവത്തിന്റെ കല്പനകൾ നമ്മുടെ ഹൃദയ ത്തിലുണ്ടെങ്കിൽ, അതിന്റെ ദിശയെ തിരിക്കുന്നതും നിയന്ത്രിക്കുന്നതും പരിശുദ്ധാത്മാവായിരിക്കും.

ദൈവത്തിൽ നിന്നു കേൾക്കുക. അങ്ങോട്ടു പറയുന്നതിനെക്കാൾ പരിശുദ്ധാത്മാവിന്റെ സ്വരം ശ്രവിക്കുക. നമ്മുടെ ആവശ്യങ്ങൾ ദൈവത്തോടു പറയുക മാത്രമല്ല ദൈവത്തിന് നമ്മോട് എന്താണ് സംസാരിക്കുവാനുള്ളത് എന്നു കേൾക്കുക. സ്വന്തം കാര്യപരിപാടികൾ കൂടാതെ, ദൈവവുമായി സമയം ചെലവഴിക്കുക. (Keep listening from God rather than talking. Keep listening. Spend time with God without an agenda).

ഈ ഭാഗത്തെക്കുറിച്ച് ഒരു കവിതയിങ്ങനെയാണ്.
കുഞ്ഞേ, ഒരിക്കലും നീ നിന്റെ ബുദ്ധിയിൽ
കെങ്കേമനെന്നു പുകഴാതെ നോക്കുക
നിന്നെ വഹിക്കുന്ന ശക്തമാം കൈകളെ
ഉള്ളാൽ ഭജിച്ച് സ്വയം സമർപ്പിക്കുക
ജ്ഞാനം തികഞ്ഞു നിനക്കെന്നെ ചിന്തയാൽ
താനേ തെളിഞ്ഞു പരിഹാസ്യനായിടാം
ദൈവഭയമുള്ളിൽ സൂക്ഷിക്ക നിത്യവും
ദോഷം വെടിഞ്ഞു നടക്കാ സൽപ്പാതയിൽ

(സദൃശവാക്യങ്ങൾ – പ്രഫ. എ.റ്റി. ളാത്തറ)

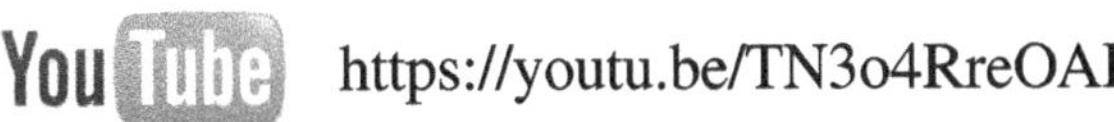

ഈയിടയ്ക്ക് *face book*ലൂടെ കണ്ട ഒരു വീഡിയോയിൽ, ഇൻഡ്യയിൽ ഏറ്റവുമധികം കാഴ്ചക്കാരും, റേറ്റിങ്ങും ഉള്ള വാർത്താ അവതാരകൻ ഇപ്രകാരം പറഞ്ഞു. *Freedom of expression* (അഭിപ്രായ സ്വാതന്ത്ര്യം) ആണ്, ഇൻഡ്യയുടെ ഏറ്റവും വലിയ ആവശ്യം.

സ്വാതന്ത്ര്യത്തിനായി മുറവിളി കൂട്ടുന്ന വിദ്യാർത്ഥി കളുടെയും സ്ത്രീകളുടെയും വാർത്തകളും കോലാഹല ങ്ങളും ഇന്ന് വൈറലാണ്.

പക്ഷേ ഒരു ക്രിസ്തുശിഷ്യനെന്ന നിലയിൽ ഞാൻ മനസ്സിലാക്കുന്നു, *freedom from sin* (പാപത്തിൽ നിന്നുള്ള വിമോചനം) ആണ് ഈ ലോകത്തിന്റെ തന്നെ പരമപ്രധാനമായ പ്രശ്നപരിഹാരം.

ഷാർലെറ്റ് പി. മാത്യു

ഗൂഗിൾ മാപ്പും ഗോഡ്സ് മാപ്പും
(Google Map & God's Map)

ഗൃഹാതുരത്വം (Nostalgia) നിറഞ്ഞ ഓർമ്മകളിലൂടെ സഞ്ചരി ക്കുന്ന ഒരു അപ്പന്റെ ഹൃദയം ഈ അദ്ധ്യായത്തിൽ കാണുവാൻ കഴിയും. സൽബുദ്ധിയുടെ മാർഗ്ഗങ്ങളും ഉപദേശങ്ങളും കേൾക്കുവാൻ ഭാഗ്യം ലഭിച്ച ഓമനപ്പുത്രനുമായിരുന്ന അദ്ദേഹത്തിനു ലഭിച്ച വിവേക വചനങ്ങളാണ് 4 മുതൽ 27 വരെയുള്ള വാക്യങ്ങൾ.

അനുഭവപരിചയമുള്ള മാതൃകാജീവിതം നയിച്ച പിതാക്കന്മാരുടെ ഉപദേശങ്ങളെ നാം തിരസ്കരിക്കരുത്. അങ്ങനെയുള്ള പിതാക്കന്മാരെ പാതിവഴിക്ക് നഷ്ടപ്പെട്ടവർക്ക് അപ്പന്റെ വില തിരിച്ചറിയാൻ കഴിയും.

ഉപദേശങ്ങളും അനുഭവങ്ങളും കോർത്തിണക്കി, ഉത്തരവാദിത്വ ങ്ങളെ എപ്പോഴും ഓർമ്മിപ്പിക്കുന്നത് നല്ല മാതാപിതാക്കളുടെ ലക്ഷണ മാണ്. കാർന്നോർ, പുരാവസ്തു, expiry date കഴിഞ്ഞ ആൾ എന്നൊ ന്നും പറഞ്ഞ് നാം അവരെ വേദനിപ്പിക്കരുത്.

ഉപദേശങ്ങളുടെ മുൻപിൽ വ്യത്യസ്തമായ പ്രതികരണങ്ങളാണ് ചെറുപ്പക്കാരിൽ നിന്നുണ്ടാകാറുള്ളത്.

- ചിലർ കേൾക്കുന്നത് അനുസരിക്കും

- ചിലർ കേൾക്കും; മറന്നുകളയും

- ചിലർ കേൾക്കുകയില്ല, അനുസരിക്കുകയുമില്ല

- ചിലർക്ക് കേൾക്കുന്നതു ദേഷ്യമാണ്

- ചിലർ ആവശ്യസമയത്ത് വില തിരിച്ചറിയുകയില്ല; പിന്നീടതു മനസ്സിലാക്കി പ്രവർത്തിക്കും.

കുറെ സാധനങ്ങൾ മേടിച്ചു തരുന്നതിനും 12-ാം ക്ലാസ് കഴിയു മ്പോഴേക്ക് ഒരു സ്വാശ്രയകോളേജിൽ ക്യാപ്പിറ്റേഷൻ കൊടുത്ത് അഡ്മിഷൻ വാങ്ങിത്തരുന്നതിനും വേണ്ടി മാത്രമായിട്ടാണ് ചെറുപ്പ

ക്കാർ മാതാപിതാക്കളുടെ സ്നേഹം പ്രതീക്ഷിക്കുന്നതെങ്കിൽ, ആ തലമുറയുടെ അന്തം എന്താകും?

അപ്പൻ ഉപദേശിച്ചപ്പോൾ ന്യൂട്ടറിൽ സ്കൂട്ട് ആവാതിരുന്ന മകൻ പറയുന്ന ചില വാക്യങ്ങൾ ശ്രദ്ധിക്കൂ. 7 മുതൽ 10 വരെയുള്ള വാക്യങ്ങൾ.

"ജ്ഞാനം തന്നെ പ്രധാനം; ജ്ഞാനം സമ്പാദിക്കുക;
നിന്റെ സകല സമ്പാദ്യത്തിലും വിവേകം നേടുക.
അതിനെ ഉയർത്തുക; അതു നിന്നെ ഉയർത്തും;
അതിനെ ആലിംഗനം ചെയ്താൽ അതു നിനക്കു മാനം വരുത്തും.
അതു നിന്റെ തലയെ അലങ്കാരമാല അണിയിക്കും;
അതു നിന്നെ ഒരു മഹത്വകിരീടം ചൂടിക്കും.

ജീവിതം എന്നത് നടത്തവും ഓട്ടവുമൊക്കെയുള്ള സമ്മിശ്രമായ അനുഭവങ്ങൾ നിറഞ്ഞതാണ്. ഈ യാത്രയിൽ, ലക്ഷ്യം തെറ്റാതെ, നേരെയുള്ള പാതയിൽ നടക്കുന്നത് ഉത്തരവാദിത്വമുള്ള ഒരു പ്രക്രിയയാണ്. ഭക്തനായ ഒരു മനുഷ്യൻ പറഞ്ഞു: When we forget our responsibility, we become careless. If we forget what God is doing in us, we become joyless (നാം നമ്മുടെ ഉത്തരവാദിത്വം മറക്കുമ്പോൾ, അശ്രദ്ധയുള്ളവരായി മാറുന്നു. ദൈവം നമ്മളിൽ ചെയ്യുന്ന കാര്യങ്ങൾ വിസ്മരിക്കുമ്പോൾ ആനന്ദമില്ലാത്തവരായി ത്തീരുന്നു.)

ഈ ഭാഗം വായിക്കുന്ന പ്രിയ സുഹൃത്തേ, യേശുവിന് താങ്കളെ ക്കുറിച്ച് വലിയ പ്രതീക്ഷയുണ്ട്, സ്വപ്നങ്ങളുണ്ട്. ആ ഹൃദയത്തെ നൊമ്പരപ്പെടുത്തുന്ന, വേദനിപ്പിക്കുന്ന ഒന്നും എന്നിൽ നിന്നു പുറപ്പെടരുതെന്ന ആഗ്രഹം എപ്പോഴും ജീവിതത്തിലുണ്ടാവണം.

മത്തായി സുവിശേഷം 2-ാം അദ്ധ്യായം ശ്രദ്ധിക്കുക.

യഹൂദന്മാരുടെ രാജാവായിപ്പിറന്ന ശിശുവിനെക്കാണുവാൻ, നക്ഷത്രം ലക്ഷ്യമാക്കി കിഴക്കുനിന്നു വന്ന വിദ്വാന്മാരെ, അവരുടെ സാമാന്യബുദ്ധി കൊട്ടാരത്തിലെത്തിച്ചു. അവർ ആ നക്ഷത്രത്തിനു പേരിട്ടിരിക്കുന്നത് "His Star" എന്നാണ്. യുക്തിക്കു മാത്രം വിധേയ പ്പെട്ടതുകൊണ്ട് ഇടയ്ക്കു വഴി മാറി യെരുശലേം കൊട്ടാരത്തിലെത്തി യെങ്കിലും, ദൈവം അവരുടെ ഉദ്ദേശ്യശുദ്ധിക്കു പ്രതിഫലം കൊടുത്തു

(God rewarded their earnestness. He made 'His star' reappear). 10-ാം വാക്യം പറയുന്നു *നക്ഷത്രം കണ്ടതുകൊണ്ട് അവർ അത്യന്തം സന്തോ ഷിച്ചു.*

ജ്ഞാനികളായ ഈ സന്ദർശകർ കൂടുതൽ ജ്ഞാനമുള്ളവരായി ത്തീരുന്നത് തങ്ങളുടെ മടക്കയാത്രയുടെ ഗൂഗിൾ മാപ്പ് മാറ്റി സെറ്റ് ചെയ്തപ്പോഴാണ്. സ്വപ്നത്തിൽ അരുളപ്പാടുണ്ടായപ്പോൾ, "divine warning" ലഭിച്ചപ്പോൾ അവർ സ്വദേശത്തേക്കു മടങ്ങിപ്പോയത് മറ്റൊരു വഴിയിലൂടെയാണ്. വന്ന വഴിയിലൂടെ മടങ്ങിപ്പോകുന്നതാണ് ക്ഷീണം കുറഞ്ഞതും ദുരിതമില്ലാത്തതും (return trip was obviously a much longer and more tedious journey). തിരിച്ചറിയുക obedience costs (അനുസരണം വളരെ വിലയുള്ളതാണ്). സകല സമ്പാദ്യങ്ങളെ ക്കാളും വളരെ വിലയുള്ളതാണ് ഈ വിവേകം.

പ്രബോധനം മുറുകെ പിടിക്കുക, വിട്ടുകളയരുത്. അതിനെ കാത്തുകൊള്ളുക. അതു നിന്റെ ജീവനല്ലോ. Yes, wisdom protects the quality of life. Wisdom is life's Guardian, and Guarantee. (ജ്ഞാനം ജീവിതത്തിന്റെ വിശേഷഗുണത്തെ സംരക്ഷിക്കുന്നു. ജ്ഞാനം ജീവിതത്തിന്റെ സംരക്ഷകനും ഉറപ്പുമാണ്).

Dr. North Cote Deck, എന്ന ദൈവഭക്തനായ മെഡിക്കൽ മിഷനറി ലുക്കീമിയ ബാധിച്ച് മരണക്കിടക്കയിൽ ആയിരുന്നപ്പോൾ, അദ്ദേഹം സ്വന്തം സഭകൾക്കെഴുതിയ ഒരു കത്ത് ഇങ്ങനെയാണ്. "Brethern, David speaks of the valley of the shadow of death. I have now entered the valley" (പ്രിയ സഹോദരങ്ങളേ, മരണനിഴലിൻ താഴ്‌വരയെക്കുറിച്ച് ദാവീദ് പറഞ്ഞിട്ടുണ്ട്. ഞാനിപ്പോൾ ആ താഴ്‌വരയിലേക്കു പ്രവേശിച്ചിരിക്കുന്നു.) But brothers and sisters, I have found no shadow in the valley at all! On the contrary, I have found that path of the just is as the shining light that shineth more and more unto the perfect day (പക്ഷേ പ്രിയ സഹോദരീ സഹോദരന്മാരേ, ഞാൻ ഈ താഴ്‌വരയിൽ ഒരു നിഴലും കാണു ന്നില്ല. എപ്പോഴും പ്രകാശിച്ചുകൊണ്ടിരിക്കുന്ന പാതയാണ് എന്റെ മുൻപിലുള്ളത്. അത് ആ മനോഹര ദിവസത്തിലേക്കു പ്രകാശി ക്കുന്നു)... ജ്ഞാനത്തെ ആലിംഗനം ചെയ്ത ഭക്തന്റെ വാക്കു കൾ....

മഹത്വകിരീടം സ്വപ്നം കണ്ടുകൊണ്ട് സ്വന്തം ഇഷ്ടങ്ങൾക്ക് "അവധി" നൽകി പ്രയാണം ചെയ്യുന്ന ദൈവത്തിന്റെ സ്നേഹിത ന്മാരായി മാറാം.

യോഹന്നാൻ: 8:12-ൽ യേശു പറഞ്ഞു. ഞാൻ ലോകത്തിന്റെ വെളിച്ചമാകുന്നു. എന്നെ അനുഗമിക്കുന്നവൻ ഇരുളിൽ നടക്കാതെ ജീവന്റെ വെളിച്ചമുള്ളവൻ ആകും. അതേ, നീതിമാന്മാരുടെ പാത പ്രഭാതത്തിന്റെ വെളിച്ചം പോലെ, അതു നട്ടുച്ച വരെ അധികമധികം ശോഭിച്ചുവരുന്നു.

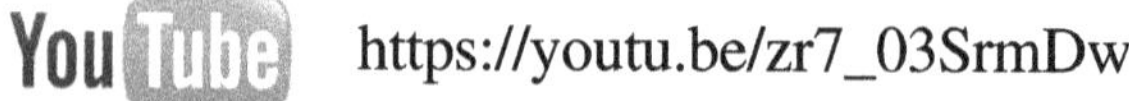

https://youtu.be/zr7_03SrmDw

ഇയ്യോബ് ദൈവത്തിന്റെ മനോഹരമായ ഒരു കാൻവാസാ യിരുന്നു. പിശാച് അത് വികൃതമാക്കുവാൻ ശ്രമിച്ചപ്പോൾ ദൈവം ആ ചിത്രത്തിൽ ചില പണികൾ ചെയ്ത് അതു മേത്തരമാക്കി.

പാസ്റ്റർ. ഡാനി ജോസഫ്

* പ്രസംഗങ്ങളിൽനിന്നു കുറിച്ചെടുത്ത ചിന്തകൾ

വൈ–ഫൈയും: സിൻ – ഫ്രീയും (Wi-Fi & Sin-free)

അത്യന്തം ഗൗരവമേറിയ ഒരു വിഷയമാണ് സദൃശവാക്യങ്ങൾ അഞ്ചാം അദ്ധ്യായത്തിൽ പരാമർശിച്ചിരിക്കുന്നത്. പ്രസംഗകരുടെ ഭാഷയിൽ പറഞ്ഞാൽ 'വിസ്താരഭയം' നിമിത്തം വളരെ ശ്രദ്ധിച്ചു പരിജ്ഞാനത്തോടെ പ്രതിപാദിക്കേണ്ട ഒരു വിഷയമാണിത്. വൃഭിചാരത്തിനെതിരെയുള്ള താക്കീതാണ് (warning against adultery) ഇവിടുത്തെ വിഷയം.

2017 മാർച്ച് 20-ാം തീയതിയിലെ ഇന്ത്യാ റ്റുഡേ മാഗസിനിലെ പ്രതിപാദ്യവിഷയം 2003 മുതൽ 2017 വരെയുള്ള സെക്സ് സർവ്വേകളാണ്. 2003-ൽ ആദ്യമായി ഇപ്രകാരമുള്ള ഒരു സർവ്വേ റിസൽറ്റ് പ്രസിദ്ധീകരിച്ചപ്പോൾ, അവർ നേരിട്ട പ്രശ്നങ്ങൾ ഇങ്ങനെയാണ് എഡിറ്റോറിയൽ പേജിൽ രേഖപ്പെടുത്തിയിരിക്കുന്നത്. It took the nation by storm, with the team being bombarded by letters, threats and calls (രാജ്യത്ത് അന്നത് ഒരു കൊടുങ്കാറ്റു പോലെയായിരുന്നു. ഭീഷണികളും കത്തുകളും ഫോൺകോളുകളും ആയിരുന്നു പരിണിത ഫലം). ആ കാലത്ത് ലൈംഗികത (Sex) എന്ന വാക്ക് പരസ്യമായി ഉപയോഗിക്കുന്നത് ചിന്തിക്കാൻ കൂടി പറ്റില്ലായി രുന്നു. പക്ഷേ ഇന്ന് പ്രായഭേദമില്ലാതെ, ലിംഗവ്യത്യാസമില്ലാതെ, സർവ്വസാധാരണമായി നിർലജ്ജം അത് ഉപയോഗിക്കുന്നു.

ഡേറ്റിങ് സൈറ്റുകളും, Casual sex-ഉം, safe sex-ഉം, one night stand-കളും promote ചെയ്യുന്ന കമ്പോളത്തിലാണു നാം ജീവിക്കുന്നത് ഭക്തനായ ഒരു മനുഷ്യന്റെ വാക്കുകൾ ശ്രദ്ധിക്കുക. "ഒരു രക്തസാക്ഷി യായി മരിക്കുന്നതിനെക്കാൾ വളരെ കഠിനമായ പ്രയത്നം നിറഞ്ഞ താണ് ജീവനുള്ള സാക്ഷിയായി ജീവിക്കുന്നത്."

ഒരു വിദഗ്ധനായ സർജൻ ചെയ്യുന്നതുപോലെ, പാപത്തെ മുറിച്ചുകളയുവാൻ സഹായിക്കുന്ന മൂർച്ചയേറിയ ഒരു ആയുധമാണു ബൈബിൾ. സദൃശവാക്യങ്ങളുടെ പുസ്തകം ലൈംഗിക പാപം മൂലമുള്ള നാശത്തെക്കുറിച്ച് ആവർത്തിച്ചു മുന്നറിയിപ്പു നൽകുന്നു.

പരസ്ത്രീയുടെ (പരപുരുഷന്റെ) തന്ത്രങ്ങളും അതിനെ അതിജീവി ക്കേണ്ട മാർഗ്ഗങ്ങളുമാണ് ഇവിടുത്തെ വിഷയം. ഈ അദ്ധ്യായത്തിലെ 8-ഉം, 15-ഉം വാക്യങ്ങൾ ശ്രദ്ധിക്കുക.

(5:8)   നിന്റെ വഴിയെ അവളോട് അകറ്റുക
*   അവളുടെ വീടിന്റെ മതിലിനോട് അടുക്കരുത്*
(5:15)   നിന്റെ സ്വന്തജലാശയത്തിലെ തണ്ണീരും
*   സ്വന്ത കിണറ്റിൽനിന്നൊഴുകുന്ന വെള്ളവും കുടിക്ക*

"Dignified Good byes" എന്ന കാറ്റഗറിയിൽ വിവാഹമോച നത്തെ മാഹാത്മ്യത്തോടെ പറയുന്ന ഹോളിവുഡ്, ബോളിവുഡ് സംഭവങ്ങളുടെ ലോകത്താണ് നാം ജീവിക്കുന്നത്. വിവാഹപൂർവ്വ ലൈംഗിക ബന്ധത്തേയും വിവാഹ ഇതര ലൈംഗിക ബന്ധത്തേയും സംശയരഹിതമായി ഒരു വളച്ചുകെട്ടലില്ലാതെ വിലക്കുന്നു. (Bible categorically and unbendingly prohibits pre-marital and extra-marital sex).

പരസ്ത്രീയുടെ (പരപുരുഷന്റെ) ചില സ്വഭാവങ്ങൾ ശ്രദ്ധിക്കൂ.

♦ അധരത്തിൽ നിന്ന് തേൻ ഇറ്റിറ്റു വീഴുന്നു (she is well versed in what to say to seduce careless man)

♦ അണ്ണാക്ക് - എണ്ണയെക്കാൾ മൃദുലം (Her mouth/speech is smoother than oil.)

♦ കാലുകൾ - മരണത്തിലേക്ക് ഇറങ്ങിച്ചെല്ലുന്നു (She headed straight for hell and taking you with her.
She is dancing down the primrose path to death) (Message)

♦ തേൻ ഇറ്റിറ്റു വീഴുന്ന വാക്കുകൾ. പിന്നീടു കാഞ്ഞിരം പോലെ കയ്ക്കുന്ന - (For the lips of the adulterous woman drip honey but in the end she is bitter as gall) ഇത്തരം വാർത്തകൾ ദിനംതോറും പ്രത്യക്ഷപ്പെടുന്നു

♦ ഇരുവായ്ത്തലവാൾ പോലെ മൂർച്ചയുള്ള (sharp as double – edged sword) ദുരന്തങ്ങൾ തലക്കെട്ടുകളാകുന്നു.

♦ ജീവന്റെ മാർഗ്ഗത്തിൽ ചെല്ലാതെവണ്ണം (she has not a clue about real life- MSG). പാതകൾ അസ്ഥിരമായിപ്പോയ "Live" വാർത്ത കൾ ഏറിവരുന്നു.

8-ാം വാക്യം പറയുന്നത് best solution ആണ്. *നിന്റെ വഴിയെ അവളോട് അകറ്റുക. അവളുടെ വീട്ടിന്റെ വാതിലിനോട് അടുക്കരുത്.*

നിങ്ങളെ കീഴടക്കുന്നത് വ്യക്തിയാണെങ്കിലും, മീഡിയ ആണെങ്കിലും Stop, say Good bye and run away (നിർത്തുക, വിട ചൊല്ലുക, ഓടി രക്ഷപ്പെടുക).

പലതരത്തിലുള്ള പരിണിതഫലങ്ങളാണ് പരാജയപ്പെട്ടവർക്കു സംഭവിക്കുന്നത്.

♦ Personal loss – വ്യക്തിപരമായ നഷ്ടങ്ങൾ – പണം, കുടുംബം, മക്കൾ, മാന്യത തുടങ്ങിയവ

♦ Moral loss – സന്മാർഗ്ഗികമായ നഷ്ടങ്ങൾ – ബഹുമാനം, പദവി

♦ Spiritual loss – ആത്മീയപരമായ നഷ്ടങ്ങൾ – കുറ്റബോധം, ദൈവത്തോടുള്ള സഹവാസം തുടങ്ങിയവ നഷ്ടപ്പെടുന്നു.

ഒരു പുരുഷന്റെ, വാൽസല്യത്തോടെയുള്ള സ്നേഹം സ്വന്തം ഭാര്യയോടു മാത്രമായിരിക്കണം. വിവാഹജീവിതത്തിലെ ലൈംഗീക മായ ആനന്ദം ദൈവം തന്നതാണെന്ന് ഓർക്കുക. ഭാര്യാഭർത്താക്ക ന്മാരായത് ദൈവത്തിന്റെ പ്രത്യേക ദാനമാണെന്ന് കരുതി സന്തോഷ ത്തോടും ഉല്ലാസത്തോടും വിശുദ്ധിയോടും ജീവിക്കുക.

R. Stanlyയുടെ ചില വാക്കുകൾ ഉദ്ധരിക്കട്ടെ. For every sin we commit, satan is ready to provide us with an excuse. But excuse is the most unprofitable item ever manufactured, especially in Christian life (നാം ചെയ്യുന്ന തെറ്റുകൾക്കെല്ലാം സാത്താന്റെ പക്കൽ ന്യായീ കരണമുണ്ട്. തിരിച്ചറിയുക, ഇങ്ങനെയുള്ള സാത്താന്റെ "ഒഴികഴിവു തന്ത്രങ്ങൾ" ക്രിസ്തീയജീവിതത്തിൽ വലിയ നഷ്ടങ്ങൾ സൃഷ്ടിക്കും).

സങ്കീർത്തനങ്ങൾ 24:3-ൽ പറയുന്നു. *യഹോവയുടെ പർവ്വതത്തിൽ ആര് കയറും? അവന്റെ വിശുദ്ധ സ്ഥലത്ത് ആര് നിൽക്കും?* ക്രിസ്തീയ ജീവിതമെന്നു പറയുന്നത് വിശുദ്ധ പർവ്വതത്തിലേക്കു ചവിട്ടിക്കയറുന്ന താണ് (Christian life means climbing God's holy hill).

മനുഷ്യൻ വികാര ജീവിയാണ്. വികാരങ്ങൾ പുറപ്പെടുന്നതു തന്നെ ഒരാൾ normal ആയതുകൊണ്ടാണ്. വിവേകം നഷ്ടപ്പെട്ട ധാർമ്മികത യില്ലാത്ത ജീവിതശൈലിക്ക് അടിമപ്പെടരുത്. തലയ്ക്കുമുകളിലൂടെ ഒരു പക്ഷി പറക്കരുതെന്ന് പറയാൻ നമുക്ക് അവകാശമില്ല. പക്ഷേ ആ പക്ഷി നമ്മുടെ തലയിൽ കൂടുവെയ്ക്കാതെ നോക്കാൻ നമുക്ക് കഴിയും. Cyber discipline (കംപ്യൂട്ടറും ഇന്റർനെറ്റും ഫോണും ഉപ യോഗിക്കുന്നതിനുള്ള അച്ചടക്കം) കുഞ്ഞുപ്രായം മുതൽ ശീലിക്കേണ്ടി യിരിക്കുന്നു.

ചെറിയ പാപം കുഴപ്പമില്ലെന്നു പറഞ്ഞ് പലതിനെയും നാം പോറ്റിപ്പുലർത്താറുണ്ട്. അത് അപകടകരമാണെന്നു മനസ്സിലാക്കാ നായി ഫിലിപ്പ് ചെറിയാൻ യൂത്ത് ക്യാമ്പുകളിൽ പറയാറുള്ള ഒരു കഥയുണ്ട്. നിങ്ങളെ ഒരു വീട്ടിലേക്ക് വിഭവസമൃദ്ധമായ ഒരു ഡിന്നറിനു ക്ഷണിച്ചു എന്നിരിക്കട്ടെ. അവസാനമായി നിങ്ങൾക്കേറ്റവും ഇഷ്ടപ്പെട്ട flavour ഉള്ള ഒരു കേക്ക് കഴിക്കാൻ തരുന്നു. കഴിക്കുന്നതിനു മുൻപ്, അതിഥിയായ നമ്മളോട് ആതിഥേയൻ പറയുകയാണ്. ഇത് വളരെ വിലപിടിപ്പുള്ള, rare ആയ കേക്കാണ്. എല്ലാവരും കഴിക്കാനായി കൊതിക്കുന്ന കേക്കാണ്. ഞാൻ പ്രത്യേകം ഓർഡർ കൊടുത്ത് ഉണ്ടാക്കിയതാണ്. പക്ഷേ അതിന്റെ മുകളിൽ കുറച്ചു "dog shit" ഇട്ടിട്ടുണ്ട്. അധികമൊന്നുമില്ല, ചെറുതായിട്ട് കുറച്ചു പൗഡർ, ചെറുതായിട്ട് sprinkle ചെയ്തിട്ടേ ഉള്ളൂ. പക്ഷേ രുചിക്ക് ഒരു കുറവും വന്നിട്ടില്ല. ഇങ്ങനെ ഒരു കേക്ക് തന്നാൽ, will you eat it?... ഛീ.... ഇല്ലേയില്ല. കാരണം എത്ര മനോഹരമാണെങ്കിലും അതിൽ അഴു ക്കുണ്ട്, അറപ്പാണ്. പാപത്തിന്റെ യഥാർത്ഥ ചിത്രവും ഇങ്ങനെ തന്നെയാണ്.

പലപ്പോഴും ലോകം promote ചെയ്യുന്ന പല സിനിമകളുടെയും കഥകളുടെയും പിന്നാമ്പുറത്തിൽ ഇപ്രകാരമുള്ള "dog shit" ഉണ്ടെന്നുള്ള വസ്തുത മറക്കരുത്. എത്ര മനോഹരമായി അലങ്കരിച്ചു വച്ചിട്ടുള്ളതാണെങ്കിലും മാലിന്യം കഴിക്കില്ല എന്ന തീരുമാനം കൈക്കൊള്ളുക. ദൈവകൃപക്കായി പ്രാർത്ഥിക്കുക.

"Adrian Rogers" പറഞ്ഞു. Holiness is not the way to Christ, Christ is the way to holiness" (വിശുദ്ധിയെന്നു പറയുന്നത് ക്രിസ്തുവിലേക്കുള്ള മാർഗ്ഗമല്ല. ക്രിസ്തുവാണു വിശുദ്ധിയിലേക്കുള്ള മാർഗ്ഗം). ക്രിസ്തുവിൽ വസിക്കുന്നവന് അതു സാധിക്കും.

യോശുവയുടെ പുസ്തകത്തിൽ യെരിഹോ ഒറ്റുനോക്കാൻ വന്ന ചാരന്മാർ ഒരു രാത്രി അതിഥികളായിക്കഴിഞ്ഞത് ഒരു വേശ്യയുടെ വീട്ടിലാണ്. എന്നാൽ അവർ അവരുടെ വിശുദ്ധി സൂക്ഷിച്ചു (they have maintained their purity). തിരിച്ചറിയുക, പാപം ഇല്ലാത്ത ഒരു സ്ഥലം ലോകത്തിലില്ല (No spot on earth is sin-free) 1 കൊരിന്ത്യർ 10:13-ൽ പറയുന്നു പരീക്ഷയുടെ നടുവിൽ ഒരു (exit door) പോക്കുവഴിയുണ്ടാക്കുന്ന ദൈവത്തെ ഹൃദയപൂർവ്വം സ്നേഹിക്കുക.

https://youtu.be/XBFZbppBMl4

ദൈവവും മാതാപിതാക്കളും സഹോദരീസഹോദരന്മാരും ജീവിത പങ്കാളിയുമല്ലാതെ പരിധിക്കു പുറത്തുനിന്നുള്ള ബന്ധങ്ങളിലൂടെ മൂന്നാമതൊരാൾ ജീവിതത്തിൽ പ്രവേശിക്കുന്നതും നിയന്ത്രണമേറ്റെടുക്കുന്നതും പരാ ജയത്തിലേക്ക് നയിക്കും. *Relationship* നിലനിറുത്താൻ *feelings*-ഉം *attraction*-ഉം മാത്രമല്ല വേണ്ടത്. അതു തുടക്കത്തിലെ കാണുകയുള്ളൂ. വേണ്ടത് ഉത്തമസ്വഭാ വവും അറിവും പരിജ്ഞാനവും വിവേചകബുദ്ധിയുമാണ് *(You need character, knowledge, wisdom and under-standing).*

ലിന്റാ ഷാർലെറ്റ് മാത്യു

* *പ്രസംഗങ്ങളിൽനിന്നു കുറിച്ചെടുത്ത ചിന്തകൾ*

വെറുപ്പും അറപ്പും (Hate & Disgust)

സദൃശവാക്യങ്ങൾ 6-ാം അധ്യായത്തിലെ 16 മുതൽ 19 വരെയുള്ള വാക്യങ്ങൾ ശ്രദ്ധിക്കുക.

ആറു കാര്യം യഹോവ വെറുക്കുന്നു; ഏഴു കാര്യം അവന് അറപ്പാകുന്നു. ഇനി എന്തൊക്കെയാണ് ഈ ഏഴു കാര്യങ്ങൾ.

1. ഗർവ്വമുള്ള കണ്ണ് (haughty eyes - NIV, proud look - KJV, eyes that arrogant -MSJ)

2. വ്യാജമുള്ള നാവ് (lying tongue)

3. കുറ്റമില്ലാത്ത രക്തം ചൊരിയുന്ന കൈകൾ (hands that shed innocent blood)

4. ദുരുപായം നിരൂപിക്കുന്ന ഹൃദയം (A heart that devises wicked schemes)

5. ദോഷത്തിന് ബന്ധപ്പെട്ടോടുന്ന കാൽ (feet that are quick to rush into evil, feet that race down a wicked track -MSG)

6. ഭോഷ്ക്കു പറയുന്ന കള്ളസാക്ഷി (a false witness who pours out lies)

7. സഹോദരന്മാരുടെയിടയിൽ വഴക്കുണ്ടാക്കുന്നവൻ തന്നെ (a person who stirs up conflict in the community, a trouble maker in the family - MSG)

അതീവ ഗൗരവത്തോടെ പറഞ്ഞിരിക്കുന്ന ഏഴു കാര്യങ്ങളാണിത്. ഈ ഏഴു കാര്യങ്ങൾ വായിച്ചപ്പോൾ രണ്ടു വസ്തുതകളാണ് എന്റെ മനസ്സിൽ കടന്നുവരുന്നത്.

1. **God's absolute morality.** ദൈവം വിശുദ്ധിയിൽ അധിവസി ക്കുന്നവനും, 100% ന്യായതല്പരനും സമാധാനപ്രഭുവുമാണ്. ദൈവം തെറ്റിനെ വെറുക്കുന്നു. അന്യായത്തോട് ഒരു വിട്ടു വീഴ്ചയുമില്ല.

ചിലർ പറയാറുണ്ട്. ഇത്ര വിശുദ്ധിയുള്ള ദൈവത്തെ ആവശ്യമില്ല. എത്രയോ ദു:ഖകരമായ വാക്കുകളാണിത്. ആർക്കും കണക്കു കൊടുക്കാൻ താല്പര്യമില്ലാത്ത ഇങ്ങനെയുള്ള തലമുറകളുടെ ക്ലൈമാക്സ് എന്തായിരിക്കും? തെറ്റുകളുടെ ഉത്തരവാദിത്വം ഏറ്റെ ടുക്കുകയോ അംഗീകരിക്കുകയോ ചെയ്യുവാൻ മനസ്സില്ലാത്ത സമൂഹം അധ:പതിക്കും. ഭ്രൂണഹത്യകൾ നിയമപരമായി അംഗീ കരിക്കപ്പെടുമ്പോൾ, വിവാഹമോചനങ്ങൾ ആഘോഷിക്കപ്പെടു മ്പോൾ, കുറ്റകൃത്യങ്ങൾ പ്രശസ്തിക്കുവേണ്ടി ചെയ്യുമ്പോൾ, മയക്കു മരുന്നു കേസിലെ പ്രതി സെലിബ്രിറ്റിയാകുമ്പോൾ തിരിച്ചറിയുക പാപം അർബുദവ്യാധി പോലെ സമൂഹത്തെ കീഴടക്കിയിരി ക്കുന്നു.

സ്വർഗ്ഗമെന്ന പ്രതിഫലത്തെ അവഗണിച്ചുകൊണ്ട് മൂഢന്മാരെ പ്പോലെ ഉത്തരവാദിത്വം മറന്നു ജീവിക്കരുത്.

2. മേല്പറഞ്ഞ ലിസ്റ്റുകൾ കാണുമ്പോൾ ചുറ്റുപാടുമുള്ള പല സഭകളിലും കണ്ടുവരുന്ന പ്രവണതകൾ ഇതു തന്നെയല്ലേ എന്നു തോന്നിപ്പോകുന്നു.

1. ഗർവ്വമുള്ള നോട്ടം (Proud look)

അഹങ്കാരം എല്ലാ വിപത്തിന്റെയും പിതാവാണ്. Pride is the father of all sin. സ്വർഗ്ഗോന്നതങ്ങളിൽ വസിച്ച ലൂസിഫർ വെട്ടേറ്റു വീണ തിന്റെ കാരണം, ഗർവ്വം ആയിരുന്നു. പലപ്പോഴും "BMW -BMW" നോട് മാത്രമെ മിണ്ടുകയുള്ളൂ. "Honda City-Honda City" യെ മാത്രമേ ചിരിച്ചു കാണിക്കൂ. വിദ്യാഭ്യാസത്തിന്റെ ഗർവ്വ്, വാഹന ങ്ങളുടെ ഗർവ്വ്, സൗന്ദര്യത്തിന്റെ ഗർവ്വ്... ലിസ്റ്റുകളുടെ നിര വളരെ വലുതാണ്.

2. വ്യാജമുള്ള നാവ് (Deceitful tongue)

യോഹന്നാൻ 8:44-ൽ പറയുന്നു. *സാത്താൻ ഭോഷ്കു പറയുന്ന വനും, അതിന്റെ അപ്പനും ആകുന്നു. ആ വാക്യത്തിൽ ഇങ്ങനെയു മുണ്ട്, അവൻ ഭോഷ്കു പറയുമ്പോൾ സ്വന്തത്തിൽ നിന്ന് എടുത്തു പറയുന്നു.* ഏദെൻ തോട്ടത്തിൽ ഹവ്വയുടെ അടുക്കൽ പിശാച് വ്യാജം പറഞ്ഞതുപോലെ, വ്യാജത്തിന്റെ മൊത്തവ്യാപാരവും (wholesales) ചില്ലറ വ്യാപാരവും (retail) ആത്മീയരംഗത്തും വർദ്ധിച്ചിരിക്കുന്നു എന്നു പറയുന്നതിൽ ദു:ഖമുണ്ട്.

3. മരണം വിതയ്ക്കുന്ന കൈ (Deadly hand)

യോഹന്നാൻ 8:44-ൽ പറയുന്നു *പിശാച് ആദിമുതൽ കൊലപാത കൻ ആയിരുന്നു.* ശാരീരികമായും മാനസികമായും മറ്റുള്ളവരെ കൊന്നൊടുക്കുവാൻ വെമ്പൽകൊള്ളുന്ന മാനസിക നിലവാരം അപകടകരമാണ്. സ്വാർത്ഥതയിലൂടെയും, വഞ്ചനയിലൂടെയും, ചതിയിലൂടെയും കുറ്റമില്ലാത്ത രക്തം ചൊരിയുവാൻ ബദ്ധപ്പെടുന്ന കൈകൾ നാശത്തിലേക്കാണു പോകുന്നത്. എന്നാൽ യേശുവിന്റെ കരത്തിലേക്കു നോക്കൂ.... ആശ്വാസത്തിന്റെ കരം, വിടുതലിന്റെ കരം, സ്നേഹത്തിന്റെ കരം, കരുതുന്ന കരം. ആ കരത്തിനായി ഞാൻ നന്ദി പറയുന്നു.

4. ദുഷ്ടതന്ത്രങ്ങൾ നിരൂപിക്കുന്ന ഹൃദയം (Depraved heart)

യേശുവിന്റെ പേരിൽ സാമ്പത്തികം മാത്രം ലക്ഷ്യമിടുന്ന തട്ടിപ്പു കാരുമുള്ള വിശ്വാസ സമൂഹത്തിലാണു നാം ആയിരിക്കുന്നത്. കർത്താവിന്റെ ന്യായാസനത്തിനു മുൻപിൽ ഇവർ കണക്കു ബോധിപ്പിക്കേണ്ടി വരും.

ലോകത്തിലെ നന്മകൾ മാത്രം മികച്ചതെന്നു കരുതി അതിനെ അനുഗമിക്കുന്നവന് അതിനൊരു കാരണമുണ്ട്. എന്നാൽ വരാൻ പോകുന്ന ലോകമാണു മികച്ചതെന്നു ചിന്തിക്കുകയും, വർത്തമാന ദുഷ്ടലോകത്തെ അനുഗമിക്കയും ചെയ്യുന്നവൻ എന്തൊരു മടയനാണ്, അവനുവേണ്ടി ആരാണ് അപേക്ഷിക്കുന്നത്? ദൈവത്തിന്റെ മുൻപിൽ അവൻ നില്ക്കുമ്പോൾ മറ്റൊന്നും അവനെ കുറ്റം വിധിച്ചില്ലെങ്കിലും, അവന്റെ പ്രാർത്ഥനകൾ അവനെ കുറ്റം വിധിക്കും. കാരണം അവൻ അറിഞ്ഞിട്ടും അനുഭവിച്ചിട്ടും അതി നനുസൃതമായി പ്രവർത്തിക്കാഞ്ഞതിനെതിരായ തൽക്ഷണ സാക്ഷികളാണ് അവ. (സ്പർജൻ)

5. ദോഷത്തിനു വേണ്ടി ഓടുന്ന കാൽ (Delinquent foot)

ഇയ്യോബിന്റെ പുസ്തകത്തിൽ ഭൂമിയിൽ ഊടാടി സഞ്ചരിക്കുന്ന സാത്താനെ കാണുവാൻ കഴിയും. അവന്റെ ഏജന്റുമാരായി ക്രിസ്തു വിശ്വാസികൾ അധഃപതിക്കരുത്. ഒരു ഭക്തൻ രേഖ പ്പെടുത്തിയതുപോലെ, ക്രിസ്ത്യാനിയെന്നു പറഞ്ഞിട്ടു ലോക ത്തിന്റെ പ്രവൃത്തി ചെയ്യുകയും ക്രിസ്തുവിനെ മഹത്വപ്പെടുത്തു കയും ചെയ്യുന്ന ഒരാളെ എനിക്കു സങ്കല്പിക്കാൻ കഴിയില്ല.

6. കള്ളസാക്ഷികൾ, അസത്യം പറയുന്ന സാക്ഷികൾ.... (Dishonest witness)

യേശുവിന്റെ പ്രവൃത്തികൾക്കു സാക്ഷ്യം വഹിച്ച ആയിരക്കണ ക്കിനു സത്യസാക്ഷികളുടെ നീണ്ട നിര ഉണ്ടെന്ന് തിരിച്ചറിഞ്ഞിട്ടും ക്രൂശീകരണവേളയിൽ കള്ളസാക്ഷികളെ ഉപയോഗിച്ച സൻഹദ്രിം സംഘത്തിന്റെ പ്രവൃത്തികൾ നമുക്കറിയാം. എന്നാൽ യേശു ക്രിസ്തുവിന്റെ അത്ഭുതപ്രവൃത്തികൾക്കു സാക്ഷ്യം വഹിച്ച ചില വ്യക്തികളോടു ചോദിക്കാം.

♦ ഗദരെദേശത്തെ ഭൂതഗ്രസ്തൻ പറയും... തന്റെ മാറ്റം

♦ ഭക്ഷണം കഴിച്ച 5000 പുരുഷന്മാർ പറയും... തങ്ങൾ കണ്ട സാക്ഷ്യം...

♦ അന്ധനായ ബർത്തിമായി പറയും അയാളുടെ ജീവിതരേഖ....

♦ സക്കായി പറയും തന്റെയും കുടുംബത്തിന്റെയും സാക്ഷ്യം...

പക്ഷേ പലപ്പോഴും മതനേതാക്കൾക്കു വേണ്ടത് കള്ളസാക്ഷികളെ യാണ്. അവർ സഭക്കെതിരെയും നിരത്തുന്നത് അസത്യത്തിന്റെ സാക്ഷ്യപത്രങ്ങളായിരിക്കും.

7. വഴക്കാളികൾ, വഴക്കുണ്ടാക്കുന്നവർ (Deliberate medler)

വോട്ടിന്റെ പേരിൽ, ഒന്നാം സ്ഥാനത്തിന്റെ പേരിൽ, കസേരയുടെ പേരിൽ, അവസരത്തിന്റെ പേരിൽ നടമാടുന്ന നാലാംകിട കളികൾ കണ്ട് ലോകം ഞെട്ടുന്നുണ്ടാവും. സമാധാനപ്രഭുവായ യേശുവിന്റെ ശൈലി നോക്കൂ. വ്യത്യസ്ത സ്വഭാവക്കാരാണു ശിഷ്യന്മാർ. അവരെ ഒരു കുടക്കീഴിൽ ഇരുത്തിയ ഗുരുവിന്റെ വഴി എത്ര ശ്രേഷ്ഠകര മാണ്! He matched Peter the doer with John the dreamer. Simon the Zealot with Mathew the former traitor. Down to earth Philip to guiless nathanael

വെളിപ്പാട് 2:20-ൽ തുയഥൈരസഭക്കുള്ള ദൂതിൽ പറയുന്നു. *എങ്കിലും താൻ പ്രവാചകി എന്നു പറഞ്ഞു ദുർന്നടപ്പ് ആചരിപ്പാനും വിഗ്രഹാർപ്പിതം തിന്മാനും എന്റെ ദാസന്മാരെ ഉപദേശിക്കയും തെറ്റിച്ചു കളയുകയും ചെയ്യുന്ന ഇസബേൽ എന്ന സ്ത്രീയെ നീ അനുവദി ക്കുന്നു എന്നൊരു കുറ്റം നിന്നെക്കുറിച്ചു പറയാനുണ്ട്.* പഴയനിയമ ത്തിലെ ഇസബേലിനെ ശ്രദ്ധിച്ചാൽ ദൈവത്തിന് അറപ്പായ ഏഴു കാര്യങ്ങളുടെ ബ്രാൻഡ് അംബാസഡറെപ്പോലെ കാണാം. പ്രിയപ്പെട്ട

സഹോദരങ്ങളേ ഇസബേലിന്റെ പ്രവൃത്തി ആരെയും കീഴടക്ക രുത്. '*ദൈവകല്പന ഒരു ദീപവും ഉപദേശം ഒരു വെളിച്ചവും പ്രബോ ധനത്തിന്റെ ശാസനകൾ ജീവന്റെ മാർഗ്ഗവുമാകുന്നു.*'

പാസ്റ്റർ ഇ.ഡി. ചെല്ലദുരൈയുടെ പുസ്തകത്തിൽ ഇങ്ങനെ കാണുന്നു. 1994-ൽ ലൂക്ക ജോററ്റ് കൂട്ട ആത്മഹത്യക്ക് പ്രേരിപ്പിച്ചതിന്റെ ഫലമായി 52 മരണം സംഭവിച്ചതിനെക്കുറിച്ചും, 1995-ൽ ഡേവിഡ് കോരെശ് 80 ആളുകളെ മരണത്തിലേക്ക് നയിച്ചതിനെക്കുറിച്ചും, 1978-ൽ ജിം ജോൺസ് 912 ആളുകളെ സയനൈഡ് കഴിച്ച് മരണത്തിലേക്ക് നയിച്ചതും 1997-ൽ ആപ്പിൾ വൈറ്റ് 38 പേരെ ആത്മഹത്യയിലേക്ക് നയിച്ചതിനെക്കുറിച്ചും ഞാൻ വായിച്ചപ്പോൾ അവരൊക്കെ എത്ര വഞ്ചകന്മാരായ പ്രസംഗകർ എന്ന് ഞാൻ ചിന്തിച്ചു. ദൈവത്തിന്റെ കൃപയില്ലായെങ്കിൽ ഞാനും ഒട്ടും ഭേദമല്ല എന്ന് ഉടനെ എന്നെ ഓർമ്മ പ്പെടുത്തി. നാം ജീവിക്കുന്നത് ഒരു വഞ്ചനയുടെ ലോകത്തിലാണ്. കർത്താവ് നമ്മെ ആത്മവഞ്ചനയിൽപ്പെടാതെ കാക്കുമാറാകട്ടെ.

https://youtu.be/aS1XoWv7_zE

പരിശുദ്ധാത്മാവിന്റെ സ്വരം

- നന്ദിയുള്ള ഹൃദയം 'സൂപ്പർ' ആണ്.

- സുവിശേഷത്തോടുള്ള ആവേശം അഭിനന്ദനം അർഹിക്കുന്നു.

- സൃഷ്ടിപരമായ ആശയങ്ങൾ (creative ideas) വളരെ ഗംഭീരമാണ്.

പക്ഷേ! ദൈവം ഏറ്റവും കൂടുതൽ പ്രാധാന്യം കല്പിക്കുന്ന, ആഗ്രഹിക്കുന്ന വിശുദ്ധിയുടെ തലം നഷ്ടപ്പെടരുത്.

ഷാർലെറ്റ് പി. മാത്യു

കൂട്ടുകാരുടെ സമ്മർദ്ദം (Peer Pressure)

"Friendship day' യിൽ ഫ്രണ്ട്ഷിപ്പിനെ പ്രകീർത്തിച്ചും "Sisters day" യിൽ സിസ്റ്റേഴ്സിനോടുള്ള ഇഷ്ടത്തെപ്പറ്റി വർണിച്ചുകൊണ്ടും പോസ്റ്റ് ചെയ്യുന്നതുപോലെയുള്ള ഒരു മനോഹരവാക്യം സദൃശ വാക്യങ്ങൾ 7-ാം അധ്യായത്തിന്റെ 4-ാം വാക്യത്തിലുണ്ട്.

"ഞാനത്തോട് : നീ എന്റെ സഹോദരി എന്നു പറയുക;
വിവേകത്തിനു സഖീ എന്നു പേർ വിളിക്കുക.
Say to wisdom, "you are my sister"
And to insight, "you are my relative" (NIV)

ഓശാനാ ബൈബിളിലെ പരിഭാഷ കുറച്ചുകൂടി മനോഹരവും ലളിതവുമാണ്.

"ഞാനത്തോട് നീ എന്റെ സഹോദരിയാണെന്നും
ഉൾക്കാഴ്ചയോട് നീ എന്റെ ഉറ്റസുഹൃത്താണെന്നും പറയുക".

സമൂഹത്തിലെ ഒരു VVIP-യോട് കൂടെനിന്ന് സെൽഫി എടുത്തു ടാഗ് ചെയ്യുന്നതുപോലെയുള്ള മനോഹരമായ ഒരു പോസ്റ്റ് പോലെയാണിത്. ഇങ്ങനെയുള്ള നല്ല രണ്ടുപേരെ കൂടെപ്പിറപ്പായും ഉറ്റ സുഹൃത്തായും കിട്ടിയ സന്തോഷം എത്ര മനോഹരമാണ്.

ഞാനം സഹോദരിയായും, വിവേകം ഉറ്റ സഖിയായും കൂടെ യുണ്ടെങ്കിൽ ആരും ഭോഷനായി അധ:പതിച്ചുപോകുകയില്ല. ഇങ്ങനെ യുള്ള സഹോദരന്മാരും കൂട്ടുകാരും ഇല്ലാത്തതുകൊണ്ട് ജീവിതം നശിച്ചുപോയ ധാരാളം പേരുണ്ട്.

John Philips എന്ന വേദപണ്ഡിതൻ ഈ വാക്യത്തിനു കൊടു ത്തിരിക്കുന്ന വിശദീകരണം ഇങ്ങനെയാണ്. ഏറ്റവുമധികം സ്നേഹിക്കുകയും ബഹുമാനിക്കുകയും ചെയ്യുന്ന ഒരു പെങ്ങളുടെ സാന്നിധ്യത്തിൽ ഒരു പുരുഷൻ മോശമായ ഒരു കാര്യവും ചെയ്യുക യില്ല. അവരുടെ സാന്നിധ്യത്തിൽ വ്യാജം പറയുകയില്ല, വൃത്തികെട്ട ഭാഷ ഉപയോഗിക്കുകയില്ല, മോശം പുസ്തകങ്ങൾ വായിക്കുക

യില്ല, അശ്ലീലചിത്രങ്ങൾ കാണുകയില്ല. 'യഹോവാഭക്തി' എന്ന ജ്ഞാനം എപ്പോഴും കൂടെയിരിക്കട്ടെ.

Peer pressure (കൂട്ടുകാരുടെ സാഹചര്യങ്ങളുടെ സമ്മർദ്ദം)

ഇന്നിന്റെ ഏറ്റവും വലിയ പ്രശ്നങ്ങളിലൊന്നാണിത്. എന്റെ മോശം കൂട്ടുകാരാണ് ഏറ്റവും വെല്ലുവിളി, അവർ എന്നെ മോശം സാഹചര്യങ്ങളിലേക്ക് കൂട്ടിക്കൊണ്ടു പോകുന്നു. എന്തു ചെയ്യണം? യൂത്ത് ക്യാംപുകളിൽ സാധാരണ ചോദിക്കുന്ന ചോദ്യമാണ്.

പലപ്പോഴും അരക്ഷിതത്വബോധം (insecurity) കൊണ്ടും മറ്റുള്ളവരുടെ സ്വീകാര്യത (desire for acceptance) ലഭിക്കുവാൻ വേണ്ടിയുമാണ് പലരും "Peer pressure"നു വശംവദരാകുന്നത്.

വസ്ത്രധാരണത്തിലും ഭാഷയുടെ ഉപയോഗത്തിലും തലമുടി യുടെ സ്റ്റൈലുകളിലും വാഹനത്തിന്റെ കാര്യത്തിലും മൊബൈൽ ഫോൺ മോഡലുകൾ വാങ്ങുന്നതിലുമെല്ലാം ഈ സമ്മർദ്ദത്തിനു സ്ഥാനമുണ്ട്.

തിരിച്ചറിയേണ്ട ചില വസ്തുതകൾ ഇവയാണ്.

♦ എല്ലാ പ്രായത്തിലും അതിന്റേതായ സമ്മർദ്ദ സാഹചര്യങ്ങളുണ്ട് (every age has peer pressure of their age). ഇപ്പോൾ എനിക്കിഷ്ട മുള്ളതുപോലെ ജീവിക്കും. കുറച്ചു പ്രായമായതിനു ശേഷം ഞാൻ സ്വയം നിയന്ത്രിച്ചോളാം എന്നു കരുതുന്നവരുണ്ട്. പക്ഷേ ചെറിയ പ്രായം മുതൽ നിയന്ത്രിക്കേണ്ടതിനെ നിയന്ത്രിച്ചും, അവഗണി ക്കേണ്ടതിനെ മാറ്റി നിർത്തുകയും ചെയ്താൽ അതു ഭാവിക്കു പ്രയോജനകരമാണ്.

♦ നല്ല കാര്യങ്ങൾ മാത്രം കൂട്ടുകാരിൽ നിന്നു കടമെടുക്കുക (take only good things from your friends). എന്തിനുവേണ്ടിയാണ് ഒരു പ്രയോജനവുമില്ലാത്ത ചീത്തക്കാര്യങ്ങൾ മാത്രം പഠിച്ചെടുക്കു ന്നത്.

♦ 'ഇല്ല/വേണ്ട' എന്നു പറയേണ്ടുന്ന സാഹചര്യത്തിൽ അങ്ങനെ പറയാൻ പഠിക്കുക (Learn to say No)

♦ നിങ്ങളുടെ കൂട്ടുകാർക്ക് ദൈവിക സംസ്കാരം കാണിച്ചു കൊടു ക്കുക (show your godly culture). പേക്കൂത്തുകൾക്കും ക്ഷണിക മായ സന്തോഷങ്ങൾക്കുമപ്പുറം, അതിമഹത്തായ മൂല്യമുള്ള ജീവിതശൈലിയുണ്ടെന്ന് തെളിയിക്കുക.

ഈ അദ്ധ്യായം ധ്യാനിച്ചുകൊണ്ടിരുന്ന സന്ദർഭത്തിൽ കുടുംബ പ്രാർത്ഥനയിൽ പാടിയ പാട്ട് എന്നിൽ കൂടുതൽ സന്തോഷമുളവാക്കി.

സത്യത്തിന്റെ പാതയിൽ
സ്നേഹത്തിൻ കൊടിയുമായി
സാക്ഷികൾ സമൂഹമേ മുന്നേറിടാം.
....
ശുദ്ധരാകുവിൻ, ശക്തരാകുവിൻ
ഘോരനായ ശത്രുവോടു പോരാടുവാൻ.
....
ആത്മാവിൻ സർവ്വായുധങ്ങൾ നാം ധരിക്കേണം.
രക്ഷയിൻ ശിരസ്ത്രവുമണിഞ്ഞൊരുങ്ങണം.

ശക്തരാകാനും പ്രസിദ്ധരാകാനും ആഗ്രഹിച്ച് വിശുദ്ധിയിൽ വീട്ടു വീഴ്ച ചെയ്യുന്നവരായിത്തീരരുത്.

വിശുദ്ധനായ ഒരു ശുശ്രൂഷകൻ ദൈവത്തിന്റെ കയ്യിലെ ഏറ്റവും മികച്ച ആയുധമാണ്. ധാരാളം പ്രസംഗകരുടെ ആത്മീയമായ ഊർജ്ജം അനാവശ്യമായ ബന്ധങ്ങൾ കാരണം നഷ്ടപ്പെട്ടു പോയിട്ടുണ്ട് (many preachers lost their spiritual energy due to improper relationships). ഇങ്ങനെയുള്ളവർ താലന്തുകൊണ്ടും പ്രസംഗപാടവംകൊണ്ടും കൂർമ്മബുദ്ധിയുള്ളതുകൊണ്ടും അനുഭവപരിചയംകൊണ്ടും കുറെ 'സീസണിൽ' ചിലപ്പോൾ ഓടി നടന്നേക്കാം. പക്ഷേ അത് അവിടം കൊണ്ടു അവസാനിക്കും.

കണ്ണിന്റെ കൃഷ്ണമണിയെപ്പോലെ ഉപദേശത്തെ കാത്തു സൂക്ഷിച്ച് ജ്ഞാനത്തോടും വിവേകത്തോടും കൂടി മുന്നേറാം.

മദ്യപിക്കുവാനോ പുകവലിക്കുവാനോ മറ്റു അശ്ലീല കാര്യ ങ്ങൾക്കോ ആയി പ്രലോഭിപ്പിക്കുന്നവരോട് ഒരിക്കൽ ശക്തമായ 'നോ' പറഞ്ഞാൽ, ഒരുപക്ഷേ വീണ്ടും സമ്മർദ്ദം വന്നേക്കാം. അപ്പോഴും ശക്തമായി 'നോ' എന്നു പറയാൻ മടിക്കരുത്. പക്ഷേ ചെറുതായിട്ടെ ങ്കിലും വളഞ്ഞുകൊടുത്താൽ, ശക്തമായി പറയാതിരുന്നാൽ, പരാജയം മണക്കാൻ സാധ്യതയുണ്ട്. തെറ്റായ ജീവിത സാഹചര്യങ്ങളോട് ശക്തമായി 'നോ' പറയുന്നവരാണ് നാം എങ്കിൽ, നാം നട്ടെല്ലുള്ളവ രാണ്. ഭാവിയിൽ കൂട്ടുകാർ ഇതു തിരിച്ചറിയുകയും നമ്മെ ബഹുമാനി ക്കുകയും ചെയ്യും.

 https://youtu.be/EC5nOmwtNuI

എന്റെ പ്രാർത്ഥന

ദൈവത്തിന് എന്നെക്കുറിച്ച് (നിങ്ങളെക്കുറിച്ച്) വലിയ പ്രതീക്ഷയുണ്ട്.

സ്വപ്നങ്ങളുടെ ആ ഹൃദയത്തെ നൊമ്പരപ്പെടുത്തുന്ന ഒന്നും എന്നിൽ നിന്നു (നിങ്ങളിൽ നിന്ന്) പുറപ്പെടരുതേ.

ഷാർലെറ്റ് പി. മാത്യു

ക്ലിക്കുകളുടെ ലോകവും തിരഞ്ഞെടുപ്പും
(World of Clicks & Selections)

Feeling joy, feeling sad, feeling happy, feeling fun, feeling awesome, feeling ദേഷ്യം, feeling പുച്ഛം ഇങ്ങനെയൊക്കെയുള്ള ഫേസ്ബുക്ക് അപ്ഡേറ്റുകൾ നിരന്തരം കാണുന്നവരും അപ്ഡേറ്റ് ചെയ്യുന്നവരുമായ സോഷ്യൽ മീഡിയാ ജീവികളാണ് ഇന്നത്തെ തലമുറയിലുള്ള മിക്ക പേരും.

ഇതുപോലെ "announcing loud" എന്ന updateലോ ഹാഷ് ടാഗിലോ ചില കാര്യങ്ങൾ വിളിച്ചു പറയുന്ന ഒരു സഹോദരിയെ നമുക്ക് ഈ എട്ടാം അധ്യായത്തിൽ കാണുവാൻ കഴിയും. Lady Wisdom (സഹോദരി ജ്ഞാനം) എന്നു നമുക്കിവരെ വിളിക്കാം. നല്ലതിലേക്ക് പ്രോത്സാഹിപ്പിക്കുന്ന ഒരു ക്ഷണമാണ് (encouraging invitation)

ജ്ഞാനവും ബുദ്ധിയുമുള്ള ഈ സ്ത്രീയുടെ ആഹ്വാനത്തി ലുള്ളത്. 15-ാമത്തെ വാക്യം വായിക്കുമ്പോൾ അറിയാം, Lady Wisdom-ത്തെ രാജാക്കന്മാരുടെ, advisor ആയി ഉപമിച്ചിരിക്കുന്നു. പ്രായോഗികമൂല്യങ്ങൾ (Practical values) ആണ് ഇവരുടെ ഉപദേശ വിഷയം.

8-ാം അദ്ധ്യായത്തിലെ 13-ാമത്തെ വാക്യം ശ്രദ്ധിക്കുക.

യഹോവാഭക്തി ദോഷത്തെ വെറുക്കുന്നതാകുന്നു
ഡംഭം, അഹങ്കാരം, ദുർമ്മാർഗം, വക്രതയുള്ള വായ്
എന്നിവയെ ഞാൻ പകയ്ക്കുന്നു.
To fear the Lord is to hate evil
I hate pride and arrogance
Evil behaviour and perverse speech

ലളിതമായിപ്പറഞ്ഞാൽ യഹോവാഭക്തിയുള്ള വ്യക്തി, അഹങ്കാര ത്തെയും അഹംഭാവത്തെയും ചീത്തയായ പെരുമാറ്റത്തെയും തലതിരിഞ്ഞ വാക്കുകളെയും വെറുക്കുന്നു. യഹോവാഭക്തി ദൈവ ത്തോടുള്ള ബഹുമാനമാണ്.

ജ്ഞാനത്തിനു ചെവി കൊടുക്കാതെയും, ദോഷത്തെ തിരിച്ചറി യാതെയും, അതിനെ വെറുക്കാതെയും ജീവിതം നഷ്ടപ്പെട്ടുപോയവ രുടെ നീണ്ട നിര ബൈബിളിലുണ്ട്. ആദിമമനുഷ്യരായ ആദാമും ഹവ്വയും പിശാചിന്റെ ഭോഷ്ടത്വത്തിനു ചെവി കൊടുത്തപ്പോൾ സംഭവിച്ച ദുരന്തം നമുക്കറിയാം. ദീർഘവർഷങ്ങൾ നോഹ നീതി പ്രസംഗിച്ചിട്ടും ഉപദേശങ്ങൾക്ക് ചെവി കൊടുക്കാത്ത ജനത്തിന്റെ അവസാനം എത്രയോ വേദന നിറഞ്ഞതായിരുന്നു. ആഖാൻ, ഏലി, ശൗൽ, അബ്ശാലോം, ശിമെയി, ആഹാബ് എന്നിവരുടെ ചരിത്രം വളരെ ദാരുണമാണ്. ചിലർ രാജാവായിരുന്നു, രാജകുമാരനായിരുന്നു, പുരോഹിതനായിരുന്നു, പ്രവാചകശിഷ്യനായിരുന്നു. പക്ഷേ ജ്ഞാന ത്തെ തള്ളിക്കളഞ്ഞപ്പോൾ ജീവിതം തകർന്നുപോയി.

പക്ഷേ മറുവശത്ത് ചെറുപ്പക്കാരും കഴിവുള്ളവരുമായിരുന്ന ദാനിയേലിനെയും, നെഹെമ്യാവിനെയും എസ്ഥേറിനെയുമൊക്കെ നോക്കുക. വെറും സാധാരണക്കാരായിരുന്ന ഇവർ, ജീവിതത്തിൽ ഉയർച്ച കൈവരിച്ചപ്പോൾ, അവർ വഹിച്ചിരുന്ന പദവികൾ ദൈവത്തെ സ്നേഹിക്കുന്നതിനു തടസമായില്ല. ഇവർ അതിനു കൊടുത്ത വില നാം തിരിച്ചറിയേണം. രണ്ടു ലക്ഷം രൂപ ശമ്പളവും കാറും

ഐ) ഫോണും ലാപ്ടോപും കിട്ടിയാൽ സമയമില്ലാതാകുന്ന ചെറുപ്പ ക്കാർ ഇവരെ കണ്ടു പഠിക്കണം.

ഭക്തനായ മനുഷ്യനോട് ഒരിക്കൽ ഒരാൾ ചോദിച്ചു: സഭയുടെ ഏറ്റവും വലിയ പ്രശ്നം എന്താണ്? അവർ ദിവസവും ദൈവശബ്ദം കേൾക്കുന്നില്ല എന്നതായിരുന്നു മറുപടി.

ഇന്റർനെറ്റും സോഷ്യൽ മീഡിയായും കൈകാര്യം ചെയ്യുമ്പോൾ തിരിച്ചറിയേണ്ടുന്ന പത്തു കാര്യങ്ങൾ

1. ഇന്റർനെറ്റ് ലോകത്തിൽ ഒന്നും ഫ്രീയല്ല. ഇതു നിങ്ങളുടെ ബയോഡേറ്റയാണ്. Christ centered profile statusന് ഉടമയാകുക.

2. ആപ്പുകളും സോഷ്യൽ മീഡിയായും ഉപയോഗിക്കുമ്പോൾ അതിന്റെ settingsഉം etiquettes-ഉം (മര്യാദകൾ) മനസ്സിലാക്കുക

3. അപരിചിതരായ സുഹൃത്തുക്കളെ ഒഴിവാക്കുക.

4. Relationship disconnect (ബന്ധങ്ങളിൽ വിള്ളൽ) സംഭവിക്കാതെ ഉപയോഗം ശീലമാക്കുക.

5. അസഹിഷ്ണുതയോടെ ഇതിനെ കൈകാര്യം ചെയ്യരുത്.

6. ഉത്തരവാദിത്വങ്ങളും നിയമവശങ്ങളും അറിഞ്ഞിരിക്കുക.

7. ദുരന്തങ്ങളെ (Disaster tourism) പ്രോത്സാഹിപ്പിക്കാതിരിക്കുക.

8. സൈബർ ബുള്ളിയിങ്ങ് (Cyber bullying) തിരിച്ചറിയുക. ഇന്നത്തെക്കാലത്തെ No. 1 റ്റീനേജ് പ്രശ്നമാണിത്. നിശ്ശബ്ദ രായിരിക്കരുത്.

9. ഗോസിപ്പുകൾ/അശ്ലീലചിത്രങ്ങൾ/സാത്താനാരാധന എന്നിവ
    യുടെ പിന്നാലെ പോകരുത്.

10. നല്ല മീഡിയ സൃഷ്ടിക്കുക - ഷെയർ ചെയ്യുക - പ്രോത്സാഹിപ്പി ക്കുക.

ദോഷത്തെ പിടിച്ചു സ്റ്റേജിൽ കയറ്റരുത്, ദോഷകരമായത്
Profile-ൽ add ചെയ്യരുത്.

12, 13 വാക്യങ്ങളിൽ wisdomത്തെക്കുറിച്ചുള്ള 3 പ്രധാനപ്പെട്ട
കാര്യങ്ങൾ പറയുന്നുണ്ട്.

1. Where wisdom dwells (എവിടെയാണു ജ്ഞാനം വസിക്കുന്നത്?)

    ഉത്തരം: ജ്ഞാനം എന്ന സൂക്ഷ്മബുദ്ധിയെ എന്റെ പാർപ്പിടമാക്കുന്നു.

2. What wisdom does (എന്താണ് ജ്ഞാനം ചെയ്യുന്നത്)

    ഉത്തരം: പരിജ്ഞാനവും വകതിരിവും കണ്ടുപിടിക്കുന്നു.

3. What wisdom detests (എന്താണ് ജ്ഞാനം വെറുക്കുന്ന വസ്തുത
    കൾ)

    ഉത്തരം: ഡംഭം (Pride), അഹങ്കാരം (Arroganace), ദുർമ്മാർഗ്ഗം
(Evil behaviour), വക്രതയുള്ള വായ് (perverse speech)

Click-കളുടെയും, Remoteകളുടെയും ലോകത്തിലാണ് നാം
ജീവിക്കുന്നത്. We can be informed, insulted, educated, entertained
and edified by a click. (ക്ലിക്കുകളിലൂടെ അറിവു നേടാം, വേദനിക്ക
പ്പെടാം, വിദ്യാഭ്യാസം നേടാം, ആസ്വദിക്കപ്പെടാം, അതുപോലെ
ശുദ്ധീകരിക്കപ്പെടാനും കഴിയും). യഹോവാഭക്തി നമ്മുടെ ഹൃദയ
മാകുന്ന പാർപ്പിടത്തിലുണ്ടെങ്കിൽ, ആ ദൈവികാധികാരം ശരിയായി
വിനിയോഗിക്കാൻ കഴിയും.

എബ്രായ ആട്ടിടയന്മാരുടെ ശീലത്തെക്കുറിച്ചു വായിച്ചത് ഇങ്ങനെ
യാണ്. ഇടയന്മാർ രാത്രിയിൽ ഗുഹാമുഖത്ത് വാതിലിൽ കുറുകെ
കിടക്കും. അകത്തുള്ള ആടിന് പുറത്ത് കടക്കണമെങ്കിൽ നെഞ്ചിൽ
ചവിട്ടാതെ തരമില്ല. കള്ളനോ കുറുനരിയോ അകത്തു വരണമെങ്കിലും
ഇടയനെ ചവിട്ടാതെ പറ്റുകയില്ല. വീടുവിട്ടു പോയവരൊക്കെ ഇടയനെ
കബളിപ്പിച്ചു കടന്നവരാണ്.

ദയവായി, ഇടയനെ വിട്ടു പോകരുതേ, ഈ പാർപ്പിടത്തിനു
പുറത്തു പോകരുതേ!

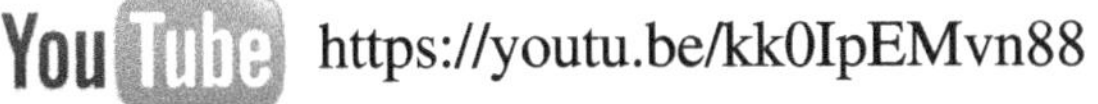

യാത്ര ചെയ്യുമ്പോൾ കാണുന്ന വിവിധ തരത്തിലുള്ള പരസ്യങ്ങൾ ശ്രദ്ധിക്കൂ

ഉദാഹരണത്തിന്.... ഹോസ്പിറ്റൽ

സ്പെഷ്യാലിറ്റി ഹോസ്പിറ്റൽ

മൾട്ടി സ്പെഷ്യാലിറ്റി ഹോസ്പിറ്റൽ

മൾട്ടി സ്പെഷ്യാലിറ്റി ഹോസ്പിറ്റൽ വിത്ത് ട്രോമാ കെയർ

തങ്ങളുടെ കസ്റ്റമേഴ്സിനെ സ്വാധീനിക്കാനുള്ള തന്ത്ര ങ്ങളുടെ ഭാഗമായി കൊടുക്കുന്ന പേരുകൾ

പക്ഷേ, തിരിച്ചറിയുക

പേരിന്റെ ഗ്ലാമറില്ല കാര്യം

അടിസ്ഥാനപരമായിട്ടുള്ള ഗുണമാണു മാനദണ്ഡമായി എടുക്കേണ്ടത്

ആത്മീയരംഗത്തും ഇങ്ങനെയുള്ള പരസ്യക്കോലാഹല ങ്ങളുടെ മേളമാണ്.

ജ്ഞാനവും പരിജ്ഞാനവും വിവേകവും സ്നേഹവും ഉള്ളവരാകുക.

പേരിനൊപ്പം വലിയ പദവികളോ ഫ്ലെക്സുകളോ അവാർഡുകളോ ഇല്ലെങ്കിലും കുഴപ്പമില്ല, ഇല്ലാതിരിക്കുന്ന താണ് ഏറ്റവും നല്ലത്.

അടിസ്ഥാനപരമായി ക്രിസ്തു ശിഷ്യൻ- ദൗത്യം മറ ക്കാതെ ജീവിക്കുക.

ഈ ലോകത്തിലെ സകല 'ലൈക്കുകളും' നേടിയിട്ടും ആത്മാവിനെ നഷ്ടപ്പെടുത്തിയാൽ ഒരു പ്രയോജനവുമില്ല.

ഷാർലെറ്റ് പി. മാത്യു

കമോൺട്രാ ലോകം (Comeontra World)

'അറിവിന്റെ വിസ്ഫോടനത്തിനു' നടുവിലാണു നാം ജീവിക്കു ന്നത്. "ആദ്യകാലത്ത് ആയിരം വർഷം കൂടുമ്പോഴാണ് മനുഷ്യന് അറിവ് ഇരട്ടിയായിക്കൊണ്ടിരുന്നത്. പിന്നീടത് 300 വർഷങ്ങൾ കൂടുമ്പോൾ സംഭവിച്ചു തുടങ്ങി. 1900ലൊക്കെ എത്തിയപ്പോൾ, 30 വർഷത്തിലൊരിക്കൽ അറിവ് ഇരട്ടിയാകാൻ തുടങ്ങി. ഏറ്റവും ലേറ്റസ്റ്റ് ആയിട്ടുള്ള ട്രെൻഡനുസരിച്ച് 3 മാസം കൂടുമ്പോൾ അറിവ് ഇരട്ടിക്കുന്നു പോലും".

അഞ്ചാമത്തെ വയസ്സിലും പത്താമത്തെ വയസ്സിലും ഇരുപതാ മത്തെ വയസ്സിലും അൻപതാമത്തെ വയസ്സിലുമൊക്കെ പടിപടിയായി വേർതിരിച്ചറിയേണ്ട കാര്യങ്ങൾ രണ്ടും മൂന്നും വയസ്സുള്ളപ്പോൾ ത്തന്നെ അറിഞ്ഞുതുടങ്ങുന്ന ഒരു തലമുറയിലാണു നാം ജീവിക്കുന്നത്. ബുദ്ധിക്കൊപ്പം മാനസിക പക്വത വർദ്ധിക്കുന്നുണ്ടോയെന്ന ചോദ്യം ചിന്തനീയമാണ്. ശരിയായതും മൂല്യമുള്ളതും പക്വമായതും ദൈവിക മായതും തിരഞ്ഞെടുത്താൽ പിന്നീട് ഒരിക്കലും ശങ്കിക്കപ്പെടേണ്ടി വരില്ല.

സദൃശവാക്യം ഒൻപതാം അധ്യായത്തിലെ രണ്ട് അനൗൺസു മെന്റുകൾ/ ക്ഷണങ്ങൾ വളരെ ശ്രദ്ധിക്കേണ്ട വിഷയങ്ങളാണ്. "രണ്ടു വ്യക്തികൾ തരുന്ന രണ്ടു ഓപ്ഷനുകൾ', വളരെ നിർണ്ണായകമായ, "രണ്ടു വീട്ടിലേക്കുള്ള ക്ഷണക്കത്തുകൾ" എന്നു വേണമെങ്കിൽ പറയാം.

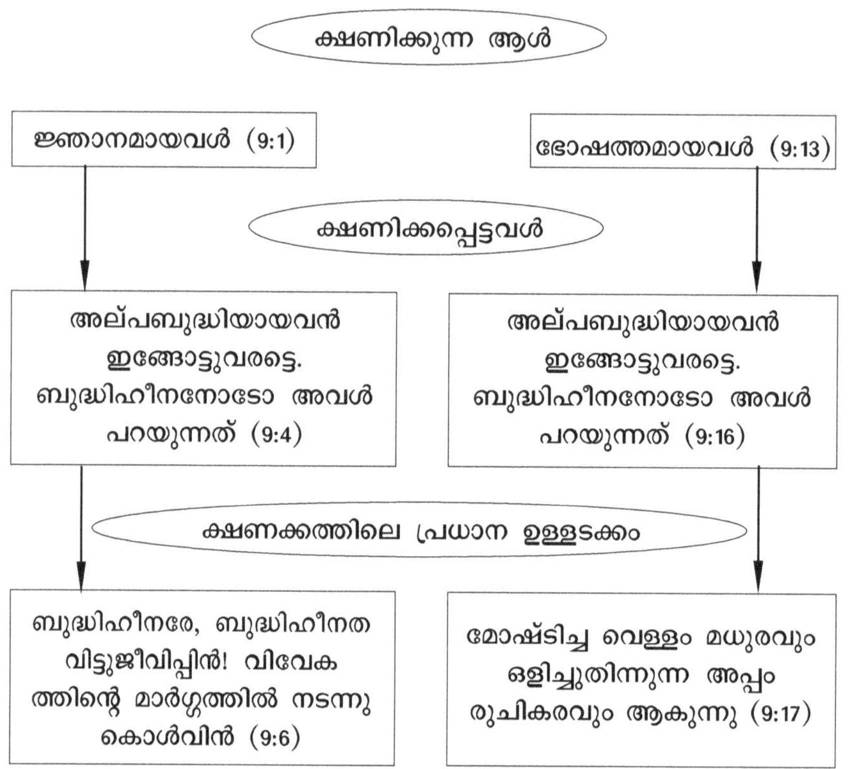

ദിനന്തോറുമുള്ള നമ്മുടെ ഈ ലോകയാത്രയിൽ ഈ രണ്ടു ക്ഷണക്കത്തുകളും നമ്മുടെ മുൻപിലെത്താറുണ്ട്. ജ്ഞാനമായതിനെ സ്വീകരിച്ചു ഭോഷത്തമായതിനെ അവഗണിച്ചു നാം യാത്ര ചെയ്യേണം.

എല്ലാ പ്രായത്തിലുമുള്ളവർ ഈ രണ്ടു വാക്യങ്ങളുടെ ആഴം തിരിച്ചറിയുകയും വിവേകത്തോടെ ജീവിക്കുകയും വേണം. കാരണം, ജ്ഞാനത്തിന്റെ ഇരട്ടി ശക്തിയോടും, മോഹനവാഗ്ദാനങ്ങളോടും കൂടിയാണ് ഭോഷത്വം തന്റെ തന്ത്രങ്ങൾ പലപ്പോഴും ആവിഷ്കരിക്കു ന്നത്.

മോഷ്ടിച്ച വെള്ളം മധുരമാണെന്നു പറയുന്ന, അസന്മാർഗ്ഗികത കൾ കുത്തിനിറച്ച സിനിമകളും സീരിയലുകളും പിന്തുടരുന്നവർ വർദ്ധിക്കുന്നു. വിവാഹപൂർവ്വ ലൈംഗിക ബന്ധത്തെയും (Premarital sex) സ്വവർഗ്ഗരതിയെയും (Homo sexsual), വിവാഹേതര സെക്സി നെയും ടൂറിസം സെക്സിനെയും അശ്ലീല ചിത്രങ്ങളെയും, എല്ലാം

പുകഴ്ത്തി പറയുന്നവർ പറയുന്ന മാർക്കറ്റിങ് തന്ത്രമെന്നു പറയുന്നത് ഒളിച്ചു തിന്നുന്ന അപ്പം രുചികരമെന്ന ദുരന്തവാചകങ്ങളാണ്.

പ്രിയപ്പെട്ടവരേ, ജ്ഞാനത്തിന്റെ വാക്കുകൾ തള്ളിക്കളയരുത്. പട്ടണത്തിന്റെ മേടകളിൽ നിന്ന് പ്രസംഗങ്ങളിലൂടെയും എഴുത്തുകളി ലൂടെയും, പാട്ടിലൂടെയുമെല്ലാം ഒഴുകിയെത്തുന്ന ദൈവികശബ്ദങ്ങളെ തിരിച്ചറിയുക.

ലോകത്തിലെ മിടുക്കന്മാരെ സൃഷ്ടിക്കുന്ന ക്യാമ്പസുകൾ ഒരി ക്കലും ഉഴപ്പന്മാർക്കുവേണ്ടി തുറക്കപ്പെടാറില്ല. എന്നാൽ എല്ലാവരെയും സ്നേഹിക്കുന്ന യേശുവിന്റെ സന്നിധിയിൽ ആർക്കും ഏതു നിമിഷവും എത്താൻ സാധിക്കും. ആ ജ്ഞാനത്തിന്റെ തിരുമേശയിൽ നിന്ന് ജീവന്റെ അപ്പം ഭക്ഷിക്കാൻ ആഗ്രഹിക്കുക, ശ്രമിക്കുക, ചെയ്യുക.

ഡി.എൽ. മൂഡിയെക്കുറിച്ചു വായിച്ചത് ഇങ്ങനെയാണ്. അധികം വിദ്യാഭ്യാസമില്ലാത്ത, സാധാരണക്കാരനായിരുന്നു അദ്ദേഹം (Uneducated, simple and unsophisticated). അന്നത്തെ കാലഘട്ട ത്തിലെ പത്രങ്ങൾ അദ്ദേഹത്തിന്റെ മോശം വ്യാകരണത്തെയും കഴിവില്ലായ്മയെയുമൊക്കെ "ട്രോൾ" ചെയ്തിട്ടുണ്ട്. പക്ഷേ അദ്ദേഹ ത്തിന്റെ ആഴമേറിയ ഹൃദയഭാരവും ലാളിത്യവും ജനക്കൂട്ടത്തെ ആകർഷിക്കുവാൻ തുടങ്ങി. ജ്ഞാനമുള്ള ഉപദേശത്തിന്റെ വാക്കുകൾ, ജ്ഞാനത്തിന്റെ മേശമേൽ നിന്നു കേട്ടു അദ്ദേഹം ഭക്ഷിക്കുവാൻ തുടങ്ങിയപ്പോൾ ജനലക്ഷങ്ങളെ യേശുവിങ്കലേക്ക് നയിക്കുവാൻ സാധിച്ചു.

നാം ഓരോരോ ആഹ്വാനങ്ങളും വളരെ ജാഗ്രതയോടെ ശ്രദ്ധി ക്കേണ്ടിയിരിക്കുന്നു. ഞാനും നിങ്ങളും ജ്ഞാനത്തിന്റെ ശക്തമായ വക്താക്കളായിത്തീരണം. ഒരു പുസ്തകത്തിൽ വായിച്ചത് ഇങ്ങനെ യാണ്. "പുതിയ തലമുറയെ പഠിപ്പിക്കുന്നവരുടെ ശ്രദ്ധയ്ക്ക് – ലോകവും മാധ്യമങ്ങളും യന്ത്രവത്കൃത ബോട്ടിലെത്തി മനസ്സ് വീശിപ്പിടിക്കുന്ന കാലത്ത് പഴയ മണ്ണിരയും ചൂണ്ടയുമായി നടന്നാൽ വല്ലപ്പോഴും ഒരു നെത്തോലിയോ തിലോപ്പിയോ കിട്ടിയാലായി".

കുട്ടികൾ പലപ്പോഴും നിസ്സഹായരും പക്വതയില്ലാത്തവരും ആയിത്തീരുന്നതിന്റെ കാരണം മുതിർന്നവരാണ്. കേരളത്തിലെ പല വീടുകളിലും 25 വയസ്സു കഴിഞ്ഞാലും അവർ കുട്ടികൾ തന്നെ യാണെന്ന സ്ഥിതിയാണ്. മുതിർന്ന ശിശുവായിട്ടാണ് മാതാപിതാക്കൾ കുട്ടികളെ വളർത്തുന്നത്. അവരുടെ എല്ലാക്കാര്യത്തിലും മാതാപിതാ

ക്കൾ കയറി ഇടപെടുന്നത് ഒരു പരിധിവരെ നല്ലതല്ല. പത്തിരുപ ത്തഞ്ചു വയസ്സുള്ള ചെറുപ്പക്കാരനോട് രാവിലെ എഴുന്നേറ്റോ, പല്ലു തേച്ചോ, കഴിച്ചോ എന്നു ചോദിക്കേണ്ടിവരുന്നതിൽ എവിടെയോ ഒരു പിഴവില്ലേയെന്ന ചോദ്യം ചിന്തനീയമാണ്. ചെറുപ്പക്കാർ അവരുടെ ജീവിതയിടങ്ങളിൽ സ്വയമായി കാര്യങ്ങൾ ചെയ്യത്തക്കവിധം ശക്തിയും സാഹചര്യവും കുട്ടിക്കാലത്ത് നിക്ഷേപിച്ചു കൊടുക്കുന്ന തിൽ മുതിർന്നവർ വിജയിക്കണം. സ്വന്തം കാലിൽ നിന്ന് വീണു പോകുന്നുവെങ്കിൽ, നമ്മളവരെ കൈ കൊടുത്തു താങ്ങുകയും വേണം.

ധനം സമ്പാദിക്കാൻ ശീലിക്കുന്നതിനപ്പുറമായി, മൂല്യങ്ങൾ സമ്പാദിക്കുവാനും അതു അടുത്ത തലമുറയിലേക്ക് ട്രാൻസ്ഫർ ചെയ്യുന്നവരാകാനും ശ്രമിക്കണം. ഭോഷത്വമാണു കൂടുതൽ പ്രഘോഷിക്കപ്പെടുന്നതെങ്കിൽ, ബുദ്ധിഹീനത വിട്ട് മനുഷ്യർ ജീവിക്കുന്നില്ലെങ്കിൽ സംഭവിക്കാവുന്ന ദുരന്തം വലിയതായിരിക്കും.

ഈ അധ്യായം വായിക്കുന്ന പ്രിയപ്പെട്ട സുഹൃത്തേ, നിങ്ങൾ ഒരു എഞ്ചിനീയറാണെങ്കിൽ, ദൈവരാജ്യത്തിനു വേണ്ടിയും ചില സോഫ്റ്റ്‌വെയേഴ്‌സ് നിർമ്മിക്കണം. നിങ്ങൾ ഒരു അനിമേഷൻ ഡിസൈനറാണെങ്കിൽ, കുഞ്ഞുങ്ങൾക്കുവേണ്ടി മൂല്യമുള്ള കാർട്ടൂണു കൾ സൃഷ്ടിക്കണം. വാശിയും വൈരാഗ്യവും ഉപദ്രവവും ലൈംഗീ കാതിക്രമവും അശ്ലീലങ്ങളും അസഹിഷ്ണുതയും മതസ്പർദ്ധയു മെല്ലാം നാഡീഞരമ്പുകളെ ഗ്രസിച്ചിരിക്കുന്ന ഈ കാലഘട്ടത്തിൽ, മൂല്യവും ദൈവസ്നേഹവും വിശുദ്ധിയും വിശ്വസ്തതയുമുള്ള ഒരു തലമുറക്കായി ജ്ഞാനത്തിന്റെ വിരുന്നുമേശ ഒരുക്കാൻ ദയവായി മറക്കരുത്.

ജഡമോഹവും കൺമോഹവും ജീവനത്തിന്റെ പ്രതാപവും വർദ്ധിപ്പിക്കുന്നതിനുള്ള സാങ്കേതിക വിദ്യകൾ വർദ്ധിക്കുമ്പോൾ മറുവശത്ത് ഈ അപകടത്തിൽപ്പെടാതെ സത്യാന്വേഷണത്തിനു വേണ്ടി ടെക്നോളജിയുടെ ഉപയോഗം നാം നന്നായി വിനിയോഗി ക്കണം. ഒരു ഡെഞ്ചർ സോണിൽ നിന്നുകൊണ്ട് നമ്മുടെ പെർഫോമൻ സുകളെ നാം സ്വയം വിചാരണ ചെയ്യേണ്ട കാലഘട്ടമാണ്.

https://youtu.be/pZ8wC1gHaBk

There is a big gap between biological maturity, and mental maturity (ശാരീരികമാകുന്ന പക്വതയ്ക്കും മാനസികമാകുന്ന പക്വതയ്ക്കും തമ്മിൽ ഒരു വലിയ ഇടവേളയുണ്ട്). *God give this time to grow us in character, knowledge, wisdom and understanding* (ദൈവം ഈ സമയം അനുവദിച്ചിരിക്കുന്നത് സ്വഭാവ ത്തിലും, അറിവിലും, പരിജ്ഞാനത്തിലും, വിവേക ത്തിലും വളരുവാൻ വേണ്ടിയാണ്). ഈ സമയത്ത് ഈ കാര്യങ്ങൾ നേടിയെടുക്കാതെ, അലസരായി, ഉത്തര വാദിത്വമില്ലാതെ (വായിൽനോക്കി) നടക്കാനാണു പലരും ശ്രമിക്കുന്നത്. ഇങ്ങനെയുള്ളവർ യഥാർത്ഥ ജീവിതം ആരംഭിക്കുമ്പോൾ പതറുന്നതായിക്കാണാം *(when real life starts they generally struggle)*

ലിന്റാ ഷാർലെറ്റ് മാത്യു

അവസരങ്ങളുടെ മണിക്കൂറുകൾ
(Hour of Opportunities)

ലോകത്തിൽ ഏറ്റവും കൂടുതൽ ചെറുപ്പക്കാർ ജീവിക്കുന്ന ഒരു നൂറ്റാണ്ടിലാണ് നാം ജീവിക്കുന്നത്. 2020 ആകുമ്പോൾ ഇൻഡ്യയിലെ ജനങ്ങളുടെ ശരാശരി പ്രായം 29 വയസ്സ് ആയിരിക്കുമെന്നാണ് കണക്കു കൾ പറയുന്നത്. ചെറുപ്പക്കാർ അവസരങ്ങളുടെ പ്രളയത്തിലേക്ക് എടുത്തെറിയപ്പെടുന്ന ഈ കാലഘട്ടത്തിൽ നാം മൂല്യബോധം നഷ്ടപ്പെട്ടവരാകരുത്.

വേനൽക്കാലത്തു ശേഖരിച്ചുവെയ്ക്കുന്നവൻ ബുദ്ധിമാൻ;
കൊയ്ത്തുകാലത്ത് ഉറങ്ങുന്നവനോ
നാണം കെട്ടവൻ (സദൃശവാക്യങ്ങൾ 10:5)

'നാണം കെട്ടവൻ' എന്ന പേര് ആരും ആഗ്രഹിക്കുന്നില്ല. 'അലസത' ജീവിതത്തിന്റെ ഭാഗമായാൽ 'നാണം കെട്ടവൻ' എന്ന ബ്രാൻഡ് ഇമേജ് ലഭിക്കുവാൻ സാധ്യതയുണ്ട്. 'അലസതയാണ് ചെറുപ്പക്കാരുടെ വലിയ പാപം' എന്ന് ഡേവിഡ് വിൽക്കേഴ്സൺ പറഞ്ഞിട്ടുണ്ട് (Laziness is the number one teenage sin)

തക്ക സമയത്ത് കാര്യങ്ങൾ ചെയ്യാതെ മാറ്റിവെയ്ക്കുന്നത് സമയത്തെ മാത്രമല്ല; ഒരുപക്ഷേ നിത്യതയെപ്പോലും അപഹരിച്ചുകളയും (Procrastination is not only the thief of time, it is also robber of eternity)

ജീവിതത്തിൽ വിജയത്തിന്റെ പടവുകൾ ചവിട്ടിക്കയറിയവരെ ശ്രദ്ധിക്കൂ. 'അലസത' എന്ന കൂട്ടുകാരനെ അവഗണിച്ചവരാണിവർ. 'അലസത' അഥവാ 'മടി' യെന്ന സുഹൃത്ത് അടുത്തുവരുമ്പോൾ ത്തന്നെ നാം അതു തിരിച്ചറിയേണം. പ്രത്യേകിച്ചും ഒരു മനുഷ്യന്റെ തലച്ചോറ് ഏറ്റവും active-വും creative-വും productive വും ആയിരിക്കുന്ന ചെറുപ്പത്തിന്റെ കാലഘട്ടം വളരെ നിർണ്ണായകമാണ്. പ്രായം വർദ്ധിക്കുന്തോറും, ഓർമ്മശക്തിയും ചിന്താശേഷിയുമൊക്കെ കുറയുവാനുള്ള സാധ്യതകളുണ്ട്; അതുകൊണ്ട് 'കൊയ്ത്തുകാലം' എന്നറിയപ്പെടുന്ന ചെറിയ പ്രായത്തിൽ ആർജ്ജിച്ചെടുക്കേണ്ട നല്ല ശീലങ്ങളും അറിവുകളും നേടിയെടുക്കുക. കൃത്യമായി ചെയ്യേണ്ടുന്ന കാര്യങ്ങൾ അതതു സമയത്തു ചെയ്യുക.

വ്യർത്ഥമായ് നാം കഴിച്ചീടു–
മോരോരോ മാത്ര നേരവും
തിരിയെക്കിട്ടുകില്ലെന്നും
നമ്മൾ ജീവിച്ചിരിക്കലും

കവിയുടെ വാക്കുകൾ (കെ.സി. കേശവപിള്ള) വളരെ പ്രസക്തമാണ്.

മടിയന്മാരിൽ പൊതുവായി കണ്ടിട്ടുള്ള ചില ലക്ഷണങ്ങൾ.

1. ഏറ്റെടുത്ത/ഏല്പിച്ച ദൗത്യത്തിനുവേണ്ടി സമയം ചെലവഴിക്കാതെ അനാവശ്യകാര്യങ്ങളുടെ പുറകെ പോകുന്നത് മടിയുടെ ലക്ഷണമാണ്.

ഉദാ: സാമ്പത്തികമായി കുറച്ചു ബുദ്ധിമുട്ടുള്ള മാതാപിതാക്കൾ, പഠിക്കാൻ സാമാന്യം മിടുക്കനായ മകനെ, പ്ലസ് ടു കഴിഞ്ഞപ്പോൾ, 21 ദിവസത്തെ എൻട്രൻസ് കോച്ചിങ്ങിനുവേണ്ടി 15,000 രൂപ മുടക്കി നല്ല ഒരു സ്ഥാപനത്തിൽ ചേർത്തു. മൂന്നാം ദിവസം കൂട്ടുകാരന്റെ ബന്ധുവിന്റെ കല്യാണത്തിന് പോകാനായി കോച്ചിങ്ങിന് പോയില്ല. 5-ാം ദിവസം, പഠിച്ച സ്കൂളിലെ ഗെറ്റ് ടുഗദറിന്റെ പേരിൽ ക്ലാസ്സിൽ പോയില്ല. 21 ദിവസത്തിൽ, 6 ദിവസത്തോളം ഓരോരോ കാരണ ങ്ങൾ പറഞ്ഞു മുങ്ങുന്നു.

2. സ്വയമായി ചെയ്യേണ്ട കാര്യങ്ങളെപ്പറ്റി അറിവുള്ളപ്പോൾ ചെയ്യാതിരിക്കുന്നത് മടിയാണ്.

ഉദാ: ഒരു ഫ്ളാറ്റിന്റെ മുകളിലത്തെ നിലയിൽ താമസിക്കുന്ന കുടുംബം. മക്കൾക്കുവേണ്ടി ശരിക്കും കഷ്ടപ്പെട്ടു ജോലി ചെയ്യുന്ന അമ്മ. പ്ലസ് ടുവിനു പഠിക്കുന്ന മക്കൾ. സ്കൂളിൽ പോകുമ്പോൾ അമ്മ തുണി തേച്ചു തരണമെന്നു എപ്പോഴും വാശിപിടിക്കുന്നതു മടിയല്ലേ? ഫുഡ് വേസ്റ്റുകൾ 2 ദിവസം കൂടുമ്പോഴെങ്കിലും താഴത്തെ നിലയിലെ വേസ്റ്റ് കളയേണ്ട സ്ഥലത്തു കളയാനായി സഹായിക്കാ തിരിക്കുന്നതു മടിയല്ലേ?

3. ലക്ഷ്യബോധവും യുക്തിയും ഇല്ലാതെ സമയം പാഴാക്കുന്നത് മടിയാണ്.

ഉദാ: ഡിഗ്രി വരെ പഠിച്ച ചെറുപ്പക്കാരൻ. ജോലി സാധ്യത നേഴ്സിങ്ങിൽ കൂടുതലാണെന്നു പറഞ്ഞപ്പോൾ നേഴ്സിങ്ങിനു ചേർന്നു. മൂന്നാം വർഷം ചില കാരണങ്ങൾ പറഞ്ഞു പഠിത്തം നിർത്തി. പിന്നീട് ഒരു വർഷം വെറുതെയിരുന്നു. ഇടയ്ക്കു ലക്ഷ്യബോധമുണ്ടായപ്പോൾ ബൈബിൾ കോളജിൽ ചേർന്നു. പഠനം കഴിഞ്ഞപ്പോൾ പ്രായം 29. വീണ്ടും ലക്ഷ്യം മാറി. പല സ്ഥലത്ത് ജോലികൾ ചെയ്തു. വീണ്ടും കറങ്ങിത്തിരിഞ്ഞ് മിഷൻ ഫീൽഡിൽ. അപ്പോൾ യൂത്ത് വർക്കറാകണമെന്നു തോന്നി. ഒന്നര വർഷം കഴിഞ്ഞപ്പോൾ ചർച്ച് മിനിസ്ട്രിയാണു നല്ല തെന്നു തോന്നി. അങ്ങനെ ഇപ്പോൾ പ്രായം 36 ആയി. കല്യാണം കഴിക്കണമെങ്കിൽ വരുമാനം വേണം. ഗൾഫിൽ പോകണോ? എന്തു ചെയ്യണമെന്നറിയില്ല!

4. ഭംഗിയായി കാര്യങ്ങൾ ചെയ്യാതിരിക്കുന്നത് മടിയാണ്

ഉദാ: പണ്ടാരിക്കൽ, വൈ.എം.സി.എയിൽ താമസിക്കുന്ന എന്റെ സുഹൃത്തിന്റെ റൂമിൽ ചെന്നപ്പോൾ, മുഖം കഴുകാനായി വാഷ്

ബേസിൻ എവിടെയാണെന്നു ചോദിച്ചു. വാഷ്ബേസിനു ചായ യുടെ നിറം! കൂടുതൽ വിവരിക്കാതിരിക്കുന്നതാണ് നല്ലത്.

5. മറ്റുള്ളവരുടെ സമയത്തിന്റെ വില തിരിച്ചറിയാതിരിക്കുന്നതും മടിയാണ്.

ഉദാ: വളരെ നന്നായി പ്രസംഗിക്കുകയും പാടുകയും ചെയ്യുന്ന ഒരു വ്യക്തിയെ ക്ഷണിക്കുന്നവരെല്ലാം പറയുന്ന ഒരു കാര്യമുണ്ട്. അദ്ദേഹം എന്തായാലും വരും. പക്ഷേ കുറച്ച് ലേറ്റാകുന്ന പ്രകൃതമാണ്.

മടി ഒഴിവാക്കാൻ ചില മാർഗ്ഗങ്ങൾ

1. ഉഴപ്പന്മാരായ കൂട്ടുകാരെ ഒഴിവാക്കുക (Avoid lazy friends)

2. ഉറക്കപ്രിയൻ ആകരുത് (Do not love sleep)

3. കണ്ടും കേട്ടും പഠിക്കുക (Learn from the things around)

4. നല്ല കാര്യങ്ങൾ സ്വപ്നം കാണുക, പദ്ധതി തയ്യാറാക്കുക (Dream good things, make plans)

5. നല്ല വായനശീലം ജീവിതത്തിന്റെ ഭാഗമാക്കുക (Reading habits)

6. അറിവു വർദ്ധിപ്പിക്കുന്ന പരിശീലനപരിപാടികളിൽ പങ്കെടുക്കുക (Knowledge/ Personality development)

7. നല്ല മെന്റേഴ്സിനെ കണ്ടെത്തുക (Identify your mentors)

8. മീഡിയ ഉപയോഗിക്കുമ്പോൾ, അറിവും വിജ്ഞാനവും വർദ്ധിപ്പിക്കുന്ന കാര്യങ്ങൾ കൂടുതൽ കാണുക, വായിക്കുക, കേൾക്കുക (Be responsible while using media)

9. ദൈവഹിതപ്രകാരം മാത്രം തീരുമാനമെടുക്കുക (Obey God's Will)

10. ദൈവവചനം വായിക്കുകയും പ്രായോഗികമാക്കുകയും ചെയ്യുക (Quiet time)

11. എപ്പോഴും ഭംഗിയായി/വൃത്തിയായി കാര്യങ്ങൾ ചെയ്യുക/ സൂക്ഷിക്കുക (Be neat)

12. തുടങ്ങിവച്ച നല്ല ദൗത്യങ്ങൾ പൂർത്തീകരിക്കുക (Finish what you start)

13. സമയം പാലിക്കുക (Be on time)

14. പരാതി പറച്ചിൽ അവസാനിപ്പിക്കുക (Stop complaining)

15. മുൻകൂട്ടി തയ്യാറാകുക (Plan before starting)

16. വാക്കു പാലിക്കുക (Keep your promises)
17. ഉത്തരവാദിത്വം നിർവ്വഹിക്കുക (Do your responsibility)
18. ഉത്സാഹമുള്ളവരാകുക (Self motivated)

യൗവനകാലം എന്ന കൊയ്ത്തുകാലഘട്ടത്തിൽ കർത്താവിനു വേണ്ടി അധ്വാനിക്കുന്ന ചെറുപ്പക്കാരെ ദൈവത്തിനു ആവശ്യമുണ്ട്. ദൈവവചനം ഏറ്റവും കൂടുതൽ വായിക്കുകയും ധ്യാനിക്കുകയും പ്രാർത്ഥിക്കുകയും ചെയ്യേണ്ടുന്ന ഒരു കാലഘട്ടമാണിത്.

നയാഗ്രാ വെള്ളച്ചാട്ടത്തിന്റെ നടുവിൽ ബക്കറ്റ് കമിഴ്ത്തി വെച്ചിട്ട് വെള്ളം നിറയുന്നില്ല എന്നു പറയുന്നവരെപ്പോലെ, ദൈവം അവസരങ്ങൾ തന്നില്ല എന്നു പഴി പറയരുത്. ജീവിതത്തിൽ ശൂന്യതയ്ക്കും അർത്ഥമില്ലാത്തതിനും കാരണം പലപ്പോഴും അവസര ങ്ങളുടെ മുൻപിൽ പ്രതികരിച്ച വിധം തെറ്റായതുകൊണ്ടല്ലേ? ഒരേ സൂര്യപ്രകാശത്തിന്റെ ചൂടു തന്നെയാണ് കളിമണ്ണിനെ ഉറപ്പിക്കുന്നതും മെഴുകിനെ ഉരുക്കുന്നതും. ഇവിടുത്തെ വ്യത്യാസം ചൂടിന്റെ ഉറവിടമല്ല മറിച്ച് ചൂടാക്കപ്പെട്ട വസ്തുക്കളുടെ പ്രതികരണമാണ്.

'Charisma യെക്കാൾ, character' ഉള്ള റോൾ മോഡൽ ചെറുപ്പ ക്കാർ എഴുന്നേൽക്കപ്പെടണം. പെന്തക്കോസ്തുനാളിൽ മുപ്പതു വയസ്സിൽ താഴെ മാത്രം പ്രായമുള്ള പത്രോസിന്റെ മേൽ പരിശുദ്ധാ ത്മാവ് ഇറങ്ങി വന്നപ്പോൾ, അഗ്നിയഭിഷേകത്തിന്റെ ശുശ്രൂഷകനായി താൻ മാറ്റപ്പെട്ടു. പ്രായം പരിശുദ്ധാത്മാവിന്റെ ശുശ്രൂഷയ്ക്ക് ഒരു തടസ്സമല്ല. ഇന്നത്തെ കാലഘട്ടത്തിൽ മുപ്പതു വയസ്സിൽ താഴെയുള്ള ഒരാളെ നേതൃത്വത്തിലേക്ക് ആരും പരിഗണിക്കുകയില്ല. ധാരാളം അനുഭവങ്ങളുടെ തഴക്കവും പഴക്കവും' ഇല്ലാത്തതുകൊണ്ടാണ് പരിഗണിക്കാതിരിക്കുന്നതെങ്കിൽ ബൈബിളിലെ മാതൃകകൾ വ്യത്യസ്തമാണെന്നു മുതിർന്നവർ തിരിച്ചറിയേണം.

പ്രിയപ്പെട്ട ചെറുപ്പക്കാരേ, "Hour of opportunity" അവസര ങ്ങളുടെ മണിക്കൂറുകൾ തിരിച്ചറിയുക, മുന്നേറുക! നല്ല അച്ചടക്കശീല ങ്ങൾ പക്വതയുടെ ലക്ഷണമാണ്.

"വേനലിൽ ധാന്യം നിറയ്ക്കുന്നു ബുദ്ധിമാൻ
കൊയ്ത്തെത്തിയാലും ഉറങ്ങുന്നു വിഡ്ഢികൾ"

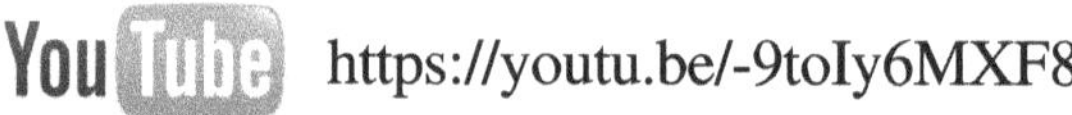

https://youtu.be/-9toIy6MXF8

റെയിൽവേ സ്റ്റേഷനുകളിലെ അനൗൺസ്മെന്റുകൾ ശ്രദ്ധിച്ചിട്ടുണ്ടോ? *The inconvenience caused is deeply regretted* (അസൗകര്യമുണ്ടായതിൽ ഖേദിക്കുന്നു) കേവലം യാന്ത്രികവും ഔപചാരികവുമായ ക്ഷമാപണ ത്തിന്റെ സ്വരമാണിത്. മനുഷ്യന്റെയും ദൈവത്തിന്റെയും മുൻപിൽ ഇങ്ങനെയുള്ള സോറി പറച്ചിൽ ശീലമാണോ ഉള്ളത്? ആത്മാർത്ഥതയോടെ, ഹൃദയത്തിന്റെ നിർമ്മലത യിൽ, ആവർത്തിക്കുകയില്ല എന്ന ലക്ഷ്യബോധത്തോടെ യുള്ള മാപ്പപേക്ഷയുടെ മൂല്യം വലുതാണ്.

ഷാർലെറ്റ് പി. മാത്യു

വിശ്വസ്തനായ കച്ചവടക്കാരൻ (Faithful Businessman)

പണം, പണം, പണം അതെങ്ങനെയും നേടണം എന്ന ചിന്ത യിൽ മാത്രം ജീവിക്കുന്നവർക്കുള്ള പ്രധാനപ്പെട്ട ഒരു "ബിസിനസ് നിർദ്ദേശമാണു" (എന്നു വേണമെങ്കിൽ പറയാം) സദൃശവാക്യങ്ങൾ 11:1-ാമത്തെ വാക്യം.

കള്ളത്തുലാസ് യഹോവയ്ക്കു വെറുപ്പ്
ഒത്ത പടിയോ അവനു പ്രസാദം

(ന്യായമായ തൂക്കം അവിടുത്തെ സന്തോഷിപ്പിക്കുന്നു) - ഓശാന ബൈബിൾ

ഒരു കവിയുടെ ഇതിനെക്കുറിച്ചുള്ള വരികൾ ഇങ്ങനെയാണ്.
കള്ളത്തുലാസ് ദൈവത്തി–
നുള്ള പൊള്ളുന്ന വേദന
നല്ല ചങ്ങഴിയിൽ ദേവ–
നുള്ളു തുള്ളുന്ന ധന്യത.

മറ്റുള്ളവരെ വഞ്ചിക്കുന്ന കൃത്യമല്ലാത്ത അളവ് ദൈവം വെറു ക്കുന്നു. സാമ്പത്തിക കാര്യങ്ങളിൽ നാം സത്യസന്ധതയോടെ ഇടപെടണമെന്നുള്ളത് ദൈവകല്പനയാണ്. നാം എപ്പോഴും മനസ്സിൽ സൂക്ഷിക്കേണ്ടുന്ന ഒരു ഉപദേശമാണിത്.

നാം പാലിക്കേണ്ടുന്ന പ്രധാനമായും മൂന്നു തരത്തിലുള്ള മൂല്യങ്ങ ളാണ് ഈ അധ്യായത്തിലെ വിഷയം.

- ♦ Commercial Values (കച്ചവട മൂല്യങ്ങൾ)
- ♦ Community Values (സാമൂഹിക മൂല്യങ്ങൾ)
- ♦ Character values (സ്വഭാവ മൂല്യങ്ങൾ)

സത്യസന്ധമല്ലാത്ത കച്ചവടമാർഗ്ഗങ്ങളെ ദൈവം വെറുപ്പോടെ യാണു വീക്ഷിക്കുന്നത്. സത്യസന്ധമായുള്ള കച്ചവടമാർഗ്ഗത്തിൽ ദൈവം സന്തോഷിക്കുകയും ചെയ്യുന്നു.

വായിച്ച ഒരു കഥയുണ്ട്. ഒരിക്കൽ ഒരു വീട്ടമ്മ, അടുത്തുള്ള ഇറച്ചിക്കടയിൽ, നാലു കിലോ ഇറച്ചി വാങ്ങാനായി ചെന്നു. ആ കടയിലാകട്ടെ ആകെ മൂന്നു കിലോ ഇറച്ചി മാത്രമേ ഉണ്ടായിരുന്നുള്ളൂ. അതു തന്റെ ആവശ്യത്തിനു തികയാത്തതുകൊണ്ട് തൊട്ടടുത്ത കടയിലേക്ക് അവർ പോകുവാൻ തീരുമാനിച്ചു. തന്റെ ഉപഭോക്താ വിനെ നഷ്ടപ്പെടുമെന്ന കണ്ട കടക്കാരൻ പറഞ്ഞു. മാഢം ഒരു മിനിറ്റു നിൽക്കൂ. ഫ്രീസറിൽ നാലു കിലോ ഇറച്ചി ഇരിപ്പുണ്ട്. അകത്തുപോയി കുറച്ചു സമയം കഴിഞ്ഞു തിരിച്ചുവന്ന കച്ചവടക്കാരൻ പറഞ്ഞു. മാഢത്തിനു ഭാഗ്യമുണ്ട്. ഫ്രീസറിനകത്തു വീട്ടിൽ കൊണ്ടുപോകാ നായി എടുത്തു വെച്ച വേറെ കൃത്യം നാലു കിലോയുണ്ടായിരുന്നു. സത്യത്തിൽ ആദ്യം തൂക്കിയ ചിക്കൻ തന്നെയാണ് ആൾ തിരികെ കൊണ്ടുവന്നത്. തൂക്കുന്ന സമയത്ത് ആ വീട്ടമ്മ അറിയാതെ അയാൾ തൂക്കുന്ന മെഷീനിൽ എന്തോ കൃത്രിമം കാണിച്ചിരുന്നു. തൂക്കം നോക്കിയപ്പോൾ കൃത്യം നാലു കിലോ. അയാൾ നാലു കിലോ പായ്ക്ക് ചെയ്യാനായി തുടങ്ങിയപ്പോൾ പെട്ടെന്ന് വീട്ടമ്മ പറഞ്ഞു. എന്തായാലും താങ്കൾ എന്നെ സഹായിച്ചതല്ലേ, ഞാൻ ആ രണ്ടു ചിക്കനും കൂടെ കൂട്ടി ഏഴു കിലോ എടുത്തുകൊള്ളാം. കച്ചവട ക്കാരന്റെ കാര്യം തഥൈവ!

ധനം സമ്പാദിക്കുന്നത് ഒരു തെറ്റായ കാര്യമല്ല. പക്ഷേ അതിൽ മാത്രം ആശ്രയിച്ച് അതു ദാനമായിത്തന്ന ദൈവത്തെയും ദൈവം ഏല്പിച്ച ദൗത്യത്തെയും വിസ്മരിച്ചു ജീവിക്കുന്നതാണു തെറ്റ്. We have to trust the Giver; not the gift (നാം ആശ്രയിക്കേണ്ടതു ദാതാ വിനെയാണ്; ദാനത്തെയല്ല).

ആർ. സ്റ്റാൻലി രേഖപ്പെടുത്തിയിരിക്കുന്ന ചില വാക്കുകൾ ഉദ്ധരിക്കട്ടെ. ഇൻഡ്യയിലെ ഗവൺമെന്റ് ജനങ്ങളെ അവരുടെ സാമ്പത്തിക നിലയനുസരിച്ച് പല വിഭാഗങ്ങളായി തിരിച്ചിട്ടുണ്ട്. പക്ഷേ ദൈവം തരംതിരിക്കുന്നത് ഒരാൾ കൊടുക്കുന്നതിനെ അടി സ്ഥാനമാക്കിയാണ്!

- ♦ തങ്ങൾക്ക് കഴിയുന്നതിനുമപ്പുറം കൊടുക്കുന്നവർ "Forward Community"
- ♦ തങ്ങൾക്ക് കഴിയുന്നതു മാത്രം കൊടുക്കുന്നവർ "Backward Community"
- ♦ തങ്ങൾക്ക് കഴിയുന്നതിനും താഴെ മാത്രം വളരെ കുറച്ചു കൊടുക്കുന്നവർ "Most Backward Community"

താങ്കൾ ഏതു വിഭാഗത്തിൽപ്പെടുന്ന വ്യക്തിയാണ്? ചിന്തിക്കുക.

മറ്റൊരു ഭാഗത്ത് അദ്ദേഹം കുറിച്ചുവെച്ചിരിക്കുന്നത് ഇങ്ങനെ യാണ് (How much should I give God?) ദൈവമേ! ഞാൻ എത്ര കൊടുക്കണം. ധാരാളം ക്രിസ്ത്യാനികൾ ചോദിക്കുന്ന ചോദ്യം. പക്ഷേ ചോദിക്കേണ്ട യഥാർത്ഥ ചോദ്യമിതാണ്. "Howe much can I keep for myself" (എനിക്കുവേണ്ടി ഞാൻ എത്ര സൂക്ഷിച്ചു വെയ് ക്കേണം?)

പൊതുസമൂഹത്തിന്റെ മുൻപിൽ ഒരു ജീവിതരീതി, രഹസ്യ ജീവിതത്തിൽ മറ്റൊരു ജീവിതം എന്നിങ്ങനെയുള്ള സ്വഭാവങ്ങൾ മാറ്റുക. വൃഥാ ലാഭമുണ്ടാക്കി, സമ്പത്തിൽ മാത്രം ആശ്രയിച്ചുള്ള ജീവിതശൈലി മാറ്റി, വാരി വിതറുന്ന ഔദാര്യമാനസന്മാരായി മാറുക.

ബക്രുസ്തു യാ ക്വെലി (Bakrustu ya kweli)

ബെൽജിയൻ കോംഗോ നിവാസികളുടെ ഇടയിലെ ഒരു പ്രസിദ്ധ മായ പദപ്രയോഗമാണിത്. ഇതിന്റെ അർത്ഥം യഥാർത്ഥ ക്രിസ്ത്യാനി കൾ (Real christians) എന്നാണ്. ബക്രുസ്തു യാ ക്വെലി എന്ന യാളുകൾ സത്യസന്ധതയുടേയും മാന്യതയുടെയും പര്യായമാണ്. ഇവിടെ പ്രവർത്തിച്ച മിഷനറിമാരുടെ വിശ്വാസത്തെ നാട്ടുകാർ എല്ലാവരും അംഗീകരിച്ചില്ലെങ്കിലും, അവർ വളരെ ബഹുമാനിത രായിരുന്നു.

ഒരിക്കൽ ഒരു ജയിൽപ്പുള്ളിയെ ഒരു മിഷനറി ഒളിപ്പിച്ചു താമ സിപ്പിച്ചുവെന്ന തെറ്റായ വാർത്ത അവിടെ പരന്നു. വലിയ ഒച്ചപ്പാടുള്ള വാർത്തയായി അതു മാറി. കോടതി വിസ്താരവേളയിൽ ജഡ്ജി ക്രിസ്ത്യാനിയായ മിഷനറിയോട് ചോദിച്ചു 'സത്യം പറയുക, താങ്കൾ ആ ജയിൽപ്പുള്ളിയെ ഒളിപ്പിക്കുവാൻ ശ്രമിച്ചോ.'

ഇല്ല ന്യായാധിപൻ, അയാൾ ആത്മാർത്ഥതയോടെ ഉറക്കെ പറഞ്ഞു. ഉടനെ ആ ജഡ്ജി തിരിഞ്ഞ് തന്റെ പടയാളികളോടു ദേഷ്യത്തോടെ പറഞ്ഞു. 'എടോ കള്ളന്മാരെ വ്യാജം പറയുന്നവൻ മാരേ, നിങ്ങൾക്കറിയില്ലേ ഇയാൾ ബ്രക്രുസ്തു യാ കെലിയാണെന്ന്'

നിർഭാഗ്യവശാൽ ഇക്കാലത്ത് സത്യസന്ധതയെന്നത് ആരും ധരിക്കാറില്ലാത്ത ഒരു ഫാഷൻ മാത്രമായി മാറിയിരിക്കുന്നു.

തിരിച്ചറിയുക.

God hates cheating in the market place
He loves it when business is above board" (Message)

You Tube https://youtu.be/x2hT5jeGv38

ജപ്പാനിലെ പ്രശസ്തനായ ഒരു പരിസ്ഥിതി പ്രവർത്ത കന്റെ വാക്കുകൾ ഇങ്ങനെയാണ്.

മണ്ണിൽ ആഹാരം വിളയണമെന്ന പ്രാർത്ഥനയാണ് ഉണ്ടാകേണ്ടത്. അല്ലാതെ പണം വിളയണമെന്ന മോഹമല്ല.

ഈ വാക്കുകളെ കടമെടുത്തു പറയട്ടെ.

"യേശുവിന്റെ ശിഷ്യനാകുന്നതിലൂടെ, "ഒരു നല്ല ശിഷ്യ ന്റെ സൽപ്രവൃത്തികൾ എന്നിൽ വിളങ്ങണമേ" എന്ന പ്രാർത്ഥനയാണ് ഉണ്ടാകേണ്ടത്. അല്ലാതെ 'യേശുവിന്റെ നാമത്തിൽ എങ്ങനെയും പണം സമ്പാദിക്കണമെന്ന മോഹമല്ല'.

ഷാർലെറ്റ് പി. മാത്യു

മനോവ്യസനവും ആശയവിനിമയവും
(Depression and communication)

മനോവ്യസനം ഹേതുവായി മനുഷ്യന്റെ മനസ്സിടിയുന്നു.
ഒരു നല്ല വാക്കോ അതിനെ സന്തോഷിപ്പിക്കുന്നു

(സദൃശവാക്യങ്ങൾ 12:25)

മനോവ്യസനത്തിന്റെ ലോകം

Depression (മാനസിക സമ്മർദ്ദം/വിഷാദാവസ്ഥ)

വളരെ സങ്കീർണ്ണമായ അവസ്ഥയാണ്. 2020 ആകുമ്പോൾ ഇൻഡ്യയിലെ വിഷാദരോഗികളുടെ എണ്ണം കാൻസർ രോഗംപോലെ വളരെ വർദ്ധിക്കുമെന്നാണ് കണക്കുകൾ പറയുന്നത്.

മനോവ്യസനത്തിന് ഇംഗ്ലിഷ് പരിഭാഷകളിൽ വ്യത്യസ്തമായ പദങ്ങൾ കൊടുത്തിട്ടുള്ളത് ചിന്തനീയമാണ്.

♦ Anxiety (NIV)	=	ആശങ്ക
♦ Intense grief (TWCB Catholic)	=	കഠിനമായ ദു:ഖം
♦ Heaviness in the heart (KJY)	=	മനസ്സിന്റെ വലിയ ഭാരം
♦ Worry (message)	=	വ്യാകുലത

എന്തുകൊണ്ടാണ് ഇത്രയും ഗുരുതരമായ നിലയിൽ "മനോ വ്യസനം" മനുഷ്യനെ കീഴടക്കിയിരിക്കുന്നത്? നിരവധി കാരണങ്ങളിൽ ചിലത് പ്രസ്താവിക്കുന്നു.

♦ കുറ്റപ്പെടുത്തലുകൾ
♦ കഴിവ്/പ്രാപ്തി കുറവാണെന്ന തോന്നലുകൾ
♦ ജനിതകവും ആരോഗ്യപരവുമായ കാരണങ്ങൾ
♦ പീഡനങ്ങളുടെ അനുഭവം
♦ പ്രോത്സാഹനത്തിന്റെ അഭാവം
♦ പ്രിയപ്പെട്ടവരുടെ വിയോഗം
♦ സ്നേഹം തിരസ്കരിക്കപ്പെടുമ്പോൾ

- ♦ ചതിയിൽ അകപ്പെടുമ്പോൾ
- ♦ മുൻപിലെത്തുവാനുള്ള ശ്രമത്തിൽ പരാജയപ്പെടുമ്പോൾ
- ♦ സാമ്പത്തിക ഞെരുക്കം നിമിത്തം
- ♦ കുറ്റബോധം
- ♦ ആസക്തികൾക്ക് അടിമപ്പെടുന്നതുകൊണ്ട്
- ♦ അനാവശ്യമായി താരതമ്യപ്പെടുന്നതു നിമിത്തം
- ♦ അത്യാഗ്രഹം നിമിത്തം
- ♦ ഗോസിപ്പുകൾക്കു വിലകല്പിക്കുമ്പോൾ
- ♦ ആരോടും സഹകരിക്കാതെ ഏകാന്തമായി ജീവിക്കുന്നതുകൊണ്ട്

ഇങ്ങനെയുള്ള മനോവ്യസനം നിമിത്തം, നമ്മുടെ മുൻപിൽ ഒരാൾ വന്നാൽ അറിഞ്ഞിരിക്കേണ്ടുന്ന ഒരു ചെറിയ മരുന്നാണ് 25-ാം വാക്യത്തിലെ രണ്ടാമത്തെ ഭാഗം.

നല്ല വാക്കുകൾ

"നല്ല വാക്കുകൾക്ക്" ഇംഗ്ലിഷ് പരിഭാഷകളിൽ കൊടുത്തിരി ക്കുന്ന വാക്കുകളും ശ്രദ്ധിക്കേണ്ടതാണ്.

Kind word (NIV)	=	ദയയുള്ള വാക്ക്
Friendly word (TNCB Catholic)	=	സൗഹൃദപരമായ വാക്ക്
Good word (KJV)	=	മേത്തരമായ വാക്ക്
Cheerful word (message)	=	ആനന്ദിപ്പിക്കുന്ന വാക്ക്

ഏതെങ്കിലും ആശുപത്രിയിൽ ചികിത്സയ്ക്കായിപ്പോകുമ്പോൾ മിക്ക രോഗത്തിന്റെയും ചെക്കപ്പിന്റെ ഭാഗമായി ഡോക്ടർമാർ പറയുന്ന ഒരു കാര്യമുണ്ട്. "നാക്കു നീട്ടിക്കേ"! ക്രിസ്തീയ ജീവിതത്തിൽ എപ്പോഴും മനസ്സിലാക്കേണ്ട ഒരു ഉപദേശം ഇവിടെ ചേർത്തു ചിന്തിക്കുക. നമ്മുടെ നാവ് എപ്പോഴും "ക്ലീൻ" ആയിരിക്കേണം.

വാക്കുകളുടെ ലോകത്താണു നാം ജീവിക്കുന്നത്. കൃത്യമായി കാര്യ ങ്ങൾ പറയുന്നതിനും കുളമാക്കാനും വാക്കുകൾ ഉപയോഗിക്കാം. സഹായിക്കാനും ഉപദ്രവിക്കാനും 'മനസ്സിന്റെ ഡിക്ഷനറി' ഉപ യോഗിക്കാം. കുതിരയെ കടിഞ്ഞാണിട്ടു നിയന്ത്രിക്കുന്നതിനെക്കാൾ ബുദ്ധിമുട്ടാണ് നാവിനെ നിയന്ത്രിക്കുന്നതെന്ന് യാക്കോബ് പറയുന്നു.

അതുകൊണ്ട് നിഷ്കളങ്കത്വമുള്ള, മേത്തരമായ വാക്കുകളുടെ ഉടമ യാകുക.

സദൃശവാക്യങ്ങളുടെ പുസ്തകത്തെ ആധാരമാക്കി, വാക്കുകളെ പ്പറ്റി മനസ്സിലാക്കാവുന്ന നാലു കാര്യങ്ങൾ ഇങ്ങനെയാണ്.

1. ദൈവം തന്ന ഏറ്റവും മനോഹരമായ ദാനങ്ങളിലൊന്നാണ് വാക്കുകൾ

2. വാക്കുകൾ നല്ല കാര്യങ്ങൾക്കുവേണ്ടി ഉപയോഗിക്കാം.

3. വാക്കുകൾ മോശം കാര്യങ്ങൾക്കുവേണ്ടിയും ഉപയോഗിക്കാം.

4. നന്മയുള്ളതായ നല്ല വാക്കുകൾ സംസാരിക്കുന്നതിൽ നമ്മെ സഹായിക്കുവാൻ ദൈവത്തിന് എപ്പോഴും കഴിയും.

അപ്പോ. പ്രവൃത്തികൾ 4:36ൽ "പ്രബോധനപുത്രൻ" (Son of encouragement) എന്നയർത്ഥവും അതിനനുസരിച്ചു സ്വഭാവമുള്ള ബർന്നബാസിനെ കാണുവാൻ കഴിയും.

നാം ഉപയോഗിക്കുന്ന വാക്കുകൾ ഉൾക്കരുത്തില്ലാത്ത വരെ ധൈര്യപ്പെടുത്തുന്നതും ബലഹീനരെ താങ്ങുന്നതുമായി രിക്കണം.

എഫെസ്യർ 4:29ൽ പറയുന്നു. *കേൾക്കുന്നവർക്ക് കൃപ ലഭി ക്കേണ്ടതിന് ആവശ്യം പോലെ ആത്മീയവർദ്ധനക്കായി നല്ല വാക്ക ല്ലാതെ ആകാത്തത് ഒന്നും നിങ്ങളുടെ വായിൽ നിന്നു പുറപ്പെടരുത്.* രണ്ട് ഓപ്ഷനുകൾ എല്ലാവരുടെയും മുൻപിലുണ്ട്.

സദൃശവാക്യങ്ങൾ 12:18 ൽ പറയുന്നു. *ജ്ഞാനികളുടെ നാവോ സുഖപ്രദം. The tongue of the wise brings healing*

ഇതിനെ Destructive force ആയും healing force ആയും ഉപ യോഗിക്കുന്നവരുണ്ട്.

മനസ്സിനെ വേദനിപ്പിക്കുന്ന വാക്കുകൾ പ്രയോഗിക്കുന്ന "പെനീന്നാ" സ്വഭാവം നല്ലതല്ല.

സ്വയം പരിശോധനയുടെ (self analysis) ഒരു ചാർട്ട് താഴെ കൊടുത്തിരിക്കുന്നത് പൂരിപ്പിക്കാൻ ശ്രമിക്കുന്നത് നല്ലതായിരിക്കും. മുകളിലെ മാർക്കുകൾ (1, 2, 3, 4, 5) അതാതു കോളത്തിൽ രേഖപ്പെടുത്തുക.

		ഒരിക്കലും പറഞ്ഞിട്ടില്ല (1)	വളരെ കുറച്ചു പറഞ്ഞിട്ടുണ്ട് (2)	കുറച്ചു പറഞ്ഞിട്ടുണ്ട് (3)	ഇടക്കിടയ്ക്ക് പറയാറുണ്ട് (4)	എപ്പോഴും പറയാറുണ്ട് (5)
1	മറ്റുള്ളവരെക്കുറിച്ചു ഗോസിപ്പ് പറയാറുണ്ട്					
2	സ്വയം പുകഴ്ത്തിപ്പറയാറുണ്ട്					
3	മുഖസ്തുതി പ്രയോഗിക്കാറുണ്ട്					
4	വീട്ടിൽ വഴക്കിടാറുണ്ട്					
5	ഓഫീസിൽ/കോളേജിൽ/ സ്കൂളിൽ വഴക്കിടാറുണ്ട്					
6	മറ്റുള്ളവരെ കളിയാക്കാറുണ്ട്					
7	ഇരട്ടപ്പേരു വിളിക്കാറുണ്ട്					
8	അനാവശ്യമായി കൂടുതൽ സംസാരിക്കാറുണ്ട്					
9	അശ്ലീല കഥകൾ/ തമാശകൾ പറയുന്ന സ്വഭാവമുണ്ട്					
10	വേദനിപ്പിച്ചു സംസാരിക്കുന്ന ശീലം ഉണ്ട്					
	Total					

15-ൽ താഴെ	–	സാധാരണമാണ്
20-ൽ താഴെ	–	സാധാരണമാണ്. കുറയ്ക്കുവാൻ പരിശ്രമിക്കുക
25-ൽ താഴെ	–	വളരെ ശ്രദ്ധിക്കേണ്ടിയിരിക്കുന്നു
30-നു മുകളിൽ	–	അപകടമേഖലയിലാണ്. വളരെ ശ്രദ്ധിച്ച് നല്ല വാക്കുകളുടെ ഉടമയാകണം.

കയ്യെത്തും ദൂരത്തു നിൽക്കുമ്പോഴാണു പത്രൊാസ് താഴ്ന്നുപോയത്. സഭായോഗത്തിൽ കൃത്യമായി പോയതു കൊണ്ടു താഴ്ന്നുപോകയില്ലെന്നു കരുതരുത്. പലരും തിരികെ പൊങ്ങിവരാതെവണ്ണം ദൈവിക ബന്ധ ത്തിനിന്നും താഴ്ന്നുപോയിട്ടുണ്ട്. സമയം കഴിയുന്നതിനു മുമ്പേ നിലവിളിക്കുക. രക്ഷകനായ ദൈവത്തോടു നില വിളിക്കുക.

പാസ്റ്റർ ജോണി സെബാസ്റ്റ്യൻ

* പ്രസംഗങ്ങളിൽനിന്നു കുറിച്ചെടുത്ത ചിന്തകൾ

10 വയസിനു മുൻപേ – കുഞ്ഞുങ്ങളുടെ റോൾ മോഡൽ ആകുക
(Be a role model of your child before 10 yrs)

വടി ഉപയോഗിക്കാത്തവൻ
തന്റെ മകനെ പകയ്ക്കുന്നു;
അവനെ സ്നേഹിക്കുന്നവനോ
ചെറുപ്പത്തിലേ അവനെ ശിക്ഷിക്കുന്നു.

സദൃശവാക്യങ്ങൾ **13:24**

കവിയുടെ ശൈലി നോക്കുക.
"ശിക്ഷ വാങ്ങി വളർന്നൊരു
മകനേ ഗതി വന്നിടൂ
അപ്പൻ മകനു നല്കേണം
സമ്മാനം തന്നെ ശിക്ഷണം."

മെസേജ് ബൈബിൾ പരിഭാഷ ഇങ്ങനെയാണ്.
A refusal to correct is a refusal to love
(ശിക്ഷണത്തെ നിരാകരിക്കുന്നത് സ്നേഹത്തെ നിരാകരിക്കു
ന്നതു തന്നെയാണ്.) അച്ചടക്കം നിഷ്കർഷിക്കുന്നതിലൂടെ
നിങ്ങളുടെ കുഞ്ഞുങ്ങളെ സ്നേഹിക്കുക.

The new commentry bible (catholic edition) പറയുന്നു.
He who does not punish his son hates him
But a loving father frequently corrects him.
(മകനെ ശിക്ഷിക്കാത്ത അപ്പൻ അവനെ വെറുക്കുന്നു.
പക്ഷേ സ്നേഹമുള്ള ഒരു പിതാവ് അടിക്കടി അവനെ
തിരുത്തിക്കൊണ്ടിരിക്കും)

**മുതിർന്നവർ തിരിച്ചറിയേണ്ടതായ പരമപ്രധാനമായ രണ്ട്
യാഥാർത്ഥ്യങ്ങൾ**

1. കുഞ്ഞുങ്ങളുടെ കുട്ടിക്കാലത്ത് അവരുടെ ഏറ്റവും വലിയ ഹീറോ
   നിങ്ങളാകണം. കുറഞ്ഞപക്ഷം അവർ ഒരു ടീനേജിലെത്തുന്നതു

വരെ നിങ്ങൾ എപ്പോഴും അവരുടെ ശ്രദ്ധാകേന്ദ്രമായിരിക്കും. ആ നല്ല അധികാരം അവരുടെമേൽ നന്നായി വിനിയോഗിക്കുക. എങ്ങനെ നന്നായി ചിന്തിക്കണമെന്നും പ്രവർത്തിക്കണമെന്നും, സംസാരിക്കണമെന്നും അവരെ പഠിപ്പിക്കുക. കുഞ്ഞുങ്ങളുടെ തലച്ചോറിനെ നന്നായി രൂപപ്പെടുത്തിയെടുക്കാൻ ദൈവം തന്നിരിക്കുന്ന മഹത്തായ അവസരം പ്രാർത്ഥനയോടെ വിനിയോഗിക്കുക.

2. വലിയ പ്രഭാഷണങ്ങളെക്കാൾ ഉപരിയായി അവർക്കു വേണ്ടത് നിങ്ങളുടെ സാന്നിദ്ധ്യവും കരുതലും സ്നേഹബന്ധവുമാണ്.

ജോഷ് മക്ഡവലിന്റെ തന്റെ 'The Disconnected Generation' എന്ന പുസ്തകത്തിലെ ഒരു ഫോർമുല ഇങ്ങനെയാണ്.

Rules + Relationship = Positive Response
Rules – Relationship = Rebellion

നിയമങ്ങൾക്കൊപ്പം നല്ല ബന്ധമുണ്ടെങ്കിൽ ക്രിയാത്മകമായ പ്രതികരണം കുഞ്ഞുങ്ങളിൽ നിന്നു ലഭിക്കും. എന്നാൽ കർക്കശമായ നിയമങ്ങൾ മാത്രം അടിച്ചേല്പിക്കപ്പെട്ടതും, ഒരു കരുതലും ലഭിക്കാത്തതുമായ കുഞ്ഞുങ്ങൾ ഭാവിയിൽ മത്സരികളായിത്തീരുവാൻ സാധ്യത കൂടുതലാണ്.

ബൈബിൾ പരാമർശിച്ചിട്ടുള്ള ശിക്ഷണമാർഗ്ഗങ്ങളെ എതിർക്കുന്ന മാതാപിതാക്കളെയും പുരോഗമനവാദികളെന്നു പറയുന്ന

വരെയും ആധുനിക സമൂഹത്തിൽ കാണുവാൻ കഴിയും. ബൈബിൾ ഒരിക്കലും കുഞ്ഞുങ്ങളെ ഒരു കാരണമില്ലാതെയും ക്രൂരമായും ശിക്ഷിക്കുന്ന കാര്യങ്ങളെ പിന്താങ്ങുന്നില്ല എന്നു തിരിച്ചറിയണം. രാജ്യത്തിന്റെ നിയമത്തിന്റെ മുൻപിൽ പിടിക്കപ്പെട്ട് ശിക്ഷിക്കപ്പെടുന്ന തിനെക്കാൾ എത്രയോ ഭേദമാണ് സ്നേഹിക്കുന്ന മാതാപിതാക്കൾ അച്ചടക്കത്തിലൂടെ വളർത്തുന്നത്.

ഭാര്യാഭർത്താക്കന്മാർക്ക് വിവാഹമെന്ന ബാങ്കിലൂടെ ലഭിക്കുന്ന നല്ല ഭാവി നിക്ഷേപമാണ് കുഞ്ഞുങ്ങൾ. *മക്കൾ യഹോവ നല്കുന്ന അവകാശവും ഉദരഫലം അവിടുന്നു തരുന്ന പ്രതിഫലവുമാണ്* (സങ്കീർത്തനങ്ങൾ 127:3). മാതാപിതാക്കൾ ദൈവത്തോടുകൂടെ നടക്കുമ്പോൾ, അതിലൂടെ കുഞ്ഞുങ്ങൾക്കു ലഭിക്കുന്ന പൈതൃകം വളരെ വലുതാണ്. *യഹോവാഭക്തനു ദൃഢധൈര്യം ഉണ്ട്; അവന്റെ മക്കൾക്കും ശരണം ഉണ്ടാകും* (സദൃശവാക്യങ്ങൾ 14:26). ഈ നല്ല കൂടാരത്തിൽ നിന്ന് കുഞ്ഞുങ്ങളെ കിഡ്നാപ് ചെയ്യാൻ ശ്രമിക്കുന്ന ലോകമുണ്ടെന്നു ഓരോരുത്തരും തിരിച്ചറിയേണം. ദൈവഭക്തിയുള്ള ഓരോ മാതാപിതാക്കളും തങ്ങളുടെ കോട്ട ശക്തിപ്പെടുത്തിയും ആത്മീയ ആയുധങ്ങളുമായി തയ്യാറായിരിക്കുകയും വേണം.

The Bible is the basic text book in the home (ഒരു ഭവനത്തിലെ അടിസ്ഥാന പുസ്തകം എന്നു പറയുന്നത് ദൈവവചനം ആയിരി ക്കേണം)

സംഗീതത്തിലും സ്പോർട്സിലും മറ്റുള്ള കാര്യങ്ങളിൽ 'എക്സൽ' ചെയ്യാൻ കുഞ്ഞുങ്ങൾക്കു വേണ്ടി സമയം ചിലവഴിക്കുന്ന തിനെക്കാൾ ദൈവവചനം അറിയാനും അനുസരിക്കാനുമുള്ള പ്രാധാന്യത്തെക്കുറിച്ച് കുഞ്ഞുങ്ങളെ ബോധവാന്മാരാക്കേണം. കിഡ്സ് ബൈബിളും ബൈബിൾ കഥകളും കാർട്ടൂണുകളും മാത്രം ഒരു പ്രായത്തിൽ കാണിക്കുക. അനാവശ്യമായ വയലൻസും അസൂയയും ചീത്ത സ്വഭാവങ്ങളും പലപ്പോഴും കുഞ്ഞുങ്ങൾ റ്റി.വി. യിലൂടെയും കംപ്യൂട്ടറിലൂടെയും പഠിക്കുന്നതും കാണുന്നതും കുഞ്ഞുപ്രായത്തിൽ ബോധപൂർവ്വം ഒഴിവാക്കുക.

മാതാപിതാക്കളുടെ മതിയായ ശിക്ഷണം, ജ്ഞാനപരമായ നിയന്ത്രണത്തിലൂടെയുള്ള സ്നേഹം, കരുതൽ എന്നിവയാൽ കുട്ടികൾക്ക്, തെറ്റായ പെരുമാറ്റംകൊണ്ട് സന്തോഷമല്ലാത്ത അനന്തര ഫലങ്ങളും അതിൽ നിന്നുള്ള കഷ്ടതയും ഉണ്ടാകും എന്ന് പഠിക്കുവാൻ കഴിയും. ദൈവിക നിയന്ത്രണമുള്ള ഭവനത്തിൽ സന്തോ

ഷവും സമാധാനവും ഉണ്ട്. ഒരു നല്ല disciplined വ്യക്തിക്കേ, ഒരു നല്ല disciple ആകുവാൻ കഴിയൂ.

രണ്ട് ഉദാഹരണങ്ങൾ

(A) ഡിഗ്രിക്ക് പഠിക്കുമ്പോഴും പരസ്യമായി എല്ലാവരുടെയും മുൻപിൽ തല്ലുന്ന അപ്പൻ. ചിലപ്പോഴൊക്കെ ക്രൂരമായി തല ഭിത്തിയിലോക്കെയിടിപ്പിച്ച് ശിക്ഷിക്കാറുണ്ടായിരുന്നു. കാലം മുൻപോട്ടു പോയപ്പോൾ ആത്മവിശ്വാസം ആർജ്ജിക്കാൻ കഴിയാതെ, എല്ലാ ബന്ധങ്ങളിൽ നിന്നും അകന്ന് വിവാഹജീവിതവും തകർന്ന് ആ മനുഷ്യൻ കഴിയുന്നു.

ഒരു പ്രായം കഴിഞ്ഞ് (10 മുതൽ 12 വയസ്സിനുശേഷം) ശിക്ഷിക്കുന്നത് പല പ്രത്യാഘാതങ്ങൾ ഉളവാക്കും.

1. മറ്റുള്ളവരുടെ മുൻപിൽ അഭിമാനബോധം നഷ്ടപ്പെടും.

2. ആത്മവിശ്വാസം ശോഷിക്കും

3. മനസ്സിൽ വിദ്വേഷം ഉണ്ടാകും

4. ഉള്ളിന്റെയുള്ളിൽ ആത്മാർത്ഥ സ്നേഹം ഇല്ലാതെയാകും.

5. "പീഡനം" - നിയമപരമായി തെറ്റാണ്

6. കതിരിന്റെ മുകളിൽ - വളം വെച്ചിട്ട് കാര്യമില്ല.

7. മത്സരിയും, മറ്റുള്ളവരെ മനസ്സിലാക്കാത്തവരുമായി മാറും.

(B) അപ്പനും അമ്മയും കുറെ വർഷങ്ങൾക്കു മുൻപ് കാനഡയിൽ ഡോക്ടർമാരായിരുന്നു. കൗമാരപ്രായത്തിലെത്തിയ മൂന്നു പെൺമക്കൾ. രണ്ടാം ക്ലാസിൽ പഠിക്കുന്ന കുഞ്ഞ് ദിനവുമുള്ള കുടുംബപ്രാർത്ഥനാ സമയത്ത് ബൈബിൾ വായിക്കാതെയും പ്രാർത്ഥനയിൽ ശ്രദ്ധിക്കാതെയുമിരുന്നപ്പോൾ അപ്പൻ വഴക്കു പറഞ്ഞു. ഉടനെ കുഞ്ഞ് പറഞ്ഞു "ഞാൻ ടോൾഫ്രീ നമ്പറിൽ വിളിച്ച് പരാതി പറയും". അപ്പൻ ഞെട്ടി. സമാനമായ രണ്ടു മൂന്നു കാര്യങ്ങൾ ഉണ്ടായപ്പോൾ സ്വാതന്ത്ര്യപരിധി വിട്ട നാട്ടിൽ ജീവിച്ചാൽ, കുഞ്ഞുങ്ങളുടെ ഭാവി അവതാളത്തിലാകുമെന്നു പറഞ്ഞ ആ കുടുംബം തമ്മിൽ ഭേദം ഇൻഡ്യയാണല്ലോ എന്നോർത്ത് നാട്ടിലേക്കു മടങ്ങി.

പ്രിയപ്പെട്ടവരേ, Discipline ഒരു "out of style" ആയിരിക്കുന്ന കാലഘട്ടത്തിലാണു നാം ജീവിക്കുന്നത്. യേശു ഒരിക്കലും ഒരു unlimited freedomത്തെക്കുറിച്ചു പറഞ്ഞിട്ടില്ല. യോഹന്നാൻ 8:32 പറയുന്നു "സത്യം അറികയും സത്യം നിങ്ങളെ സ്വതന്ത്രരാക്കുകയും ചെയ്യും."

തിരിച്ചറിയുക

1. Properly administered, the rod can express as much love for one's child as a kiss.
   ശരിയായ രീതിയിൽ ഉപയോഗിക്കുന്ന വടി, ഒരു കുഞ്ഞിനു സ്നേഹപൂർവ്വം കൊടുക്കുന്ന "ചക്കരയുമ്മ" പോലെയാണ്.

2. It is necessary to heal the pride of my heart that trial should come (George White Field, Prince of open air preaches)
   (എന്റെ ഹൃദയത്തിന്റെ അഹങ്കാരം ശമിപ്പിക്കുവാൻ ശിക്ഷണ നടപടികൾ/പരീക്ഷകൾ അനിവാര്യമാണ്).

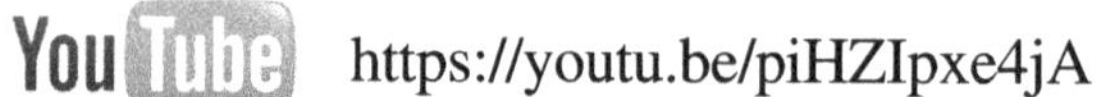 https://youtu.be/piHZIpxe4jA

കണ്ണിനു കാഴ്ചയില്ലാത്ത വ്യക്തിയായിരുന്നു ഫാനി ക്രോസ്ബി (Fanny Crosby 1820-1915). "സുവിശേഷ ഗാനരചയിതാക്കളുടെ രാജ്ഞി" എന്നറിയപ്പെട്ട അന്ധ യായ ഫാനി എണ്ണായിരത്തിലധികം ഗാനങ്ങൾ രചിച്ചു. നമ്മുടെ കാലഘട്ടത്തിലെപ്പോലെ സൗകര്യങ്ങളും (facilities) സാങ്കേതിക വിദ്യയും (Technology) ഇല്ലാതി രുന്ന കാലഘട്ടത്തിലാണ് അവർ ജീവിച്ചിരുന്നത്.

പ്രിയപ്പെട്ടവരെ, ഈ കാലഘട്ടത്തിൽ ജനിച്ച നാം എത്രയോ ഭാഗ്യമുള്ളവരാണ്.

കഴിവുകളും (skills), താലന്തും (talents) സമയവും (time) ആരോഗ്യവും (health) വിദ്യാഭ്യാസത്തിലൂടെ ആർജ്ജി ച്ചെടുത്ത മികവുകളും (competency earned through education) സാങ്കേതിക വിദ്യകളുടെ സാധ്യതകളുമെല്ലാം (Advantages of technology) ക്രിയാത്മകമായി (positive) ദൈവനാമമഹത്വത്തിനുവേണ്ടി വിനിയോഗിക്കണം.

കാഴ്ചയില്ലാത്ത ഒരാൾ ഇത്രത്തോളം പ്രയോജനപ്പെട്ടെ ങ്കിൽ നാം എത്രത്തോളം ഉത്സാഹത്തോടെ സമയത്തെ വിനിയോഗിക്കണം.

ഷാർലെറ്റ് പി. മാത്യു

ദു:ഖം – ദൈവത്തിന്റെ സാൻഡ് പേപ്പർ
(Grief - Sand Paper of God)

ഹൃദയം സ്വന്ത ദു:ഖത്തെ അറിയുന്നു.
അതിന്റെ സന്തോഷത്തിലും അന്യൻ ഇടപെടുന്നില്ല.

(സദൃശവാക്യങ്ങൾ 14:10)

Each heart know, its own bitterness
and no one else can share its joy

ഈ വാക്യം ഹൃദയത്തിന്റെ രണ്ടു ചിത്രങ്ങളാണു വരച്ചു കാണിക്കുന്നത്.

1. In times of bitterness – കയ്പിന്റെ അനുഭവങ്ങൾ
2. In times of bliss - പരമാനന്ദത്തിന്റെ അനുഭവങ്ങൾ

സുഖദു:ഖസമ്മിശ്രമായ ജീവിതത്തിൽ, എങ്ങനെ സാഹചര്യങ്ങളെ കൈകാര്യം ചെയ്യുമെന്നത് വളരെ പ്രാധാന്യമുള്ളതും ദൈവകൃപ വേണ്ടതുമായ വിഷയമാണ്.

സദൃശവാക്യങ്ങൾ 14:13ലെ പരാമർശം ഇങ്ങനെയാണ്. ചിരിക്കു മ്പോൾത്തന്നെയും ഹൃദയം ദു:ഖിച്ചിരിക്കാം. മിക്കവാറും വികാരങ്ങൾ പങ്കുവെയ്ക്കാൻ കഴിയുമ്പോൾ തന്നെ സ്വകാര്യമായി ആഴത്തിൽ സൂക്ഷിക്കുന്ന മുറിവുകളുണ്ടാവാം.

ദു:ഖത്തിന്റെ താഴ്വരകളിലൂടെ സഞ്ചരിക്കുമ്പോഴും, ഒരു ദൈവഭക്തനുള്ള തിരിച്ചറിവാണു സങ്കീർത്തനങ്ങൾ 23:4

കൂരിരുൾ താഴ്വരയിൽക്കൂടി നടന്നാലും
ഞാൻ ഒരു അനർത്ഥവും ഭയപ്പെടുകയില്ല
നീ എന്നോടുകൂടെ ഇരിക്കുന്നുവല്ലോ;
നിന്റെ വടിയും കോലും എന്നെ ആശ്വസിപ്പിക്കുന്നു

ഒരു ചിന്തകന്റെ വാക്കുകൾ ഇങ്ങനെയാണ്.
Life can only be understood backward
But it must be lived forward

(പുറകോട്ടു തിരിഞ്ഞു നോക്കുമ്പോഴാണ് ജീവിതത്തെ മനസ്സി ലാക്കുവാൻ കഴിയുന്നത്. പക്ഷേ മുൻപോട്ടു നോക്കിയാണ് എപ്പോഴും ജീവിക്കേണ്ടത്)

പാറമേലും മണലിന്മേലും വീടു പണിത രണ്ടു വ്യക്തികളെ മത്തായി 7:24 മുതൽ 27 വരെയുള്ള വാക്യത്തിൽ പരിചയപ്പെടുത്തു ന്നത് നമുക്കറിയാം. ശക്തമായ അടിസ്ഥാനമുള്ള കെട്ടിടം ഏതു കൊടുങ്കാറ്റിന്റെ നടുവിലും പിടിച്ചു നില്ക്കും. മനുഷ്യജീവിതവും വ്യത്യസ്തമല്ല.

ആരോ പറഞ്ഞതുപോലെ, സഭകളിൽ "Cafeteria Christians" വർദ്ധിച്ചിരിക്കുന്നു. ദൈവഹിതം എന്ന ആ 'whole meal' ആസ്വദി ക്കുന്നതിനു പകരം, ഇഷ്ടമുള്ളത് മാത്രം തിരഞ്ഞെടുക്കുന്ന "pick and choose" ശൈലി അപകടകരമാണ്.

ജീവിതത്തിൽ സംഭവിക്കുന്ന ദു:ഖത്തിന്റെ സന്ദർഭങ്ങൾ ദൈവത്തിന്റെ 'സാൻഡ് പേപ്പർ' ആണ്. മിനുസമുള്ള മേത്തരമായ ശിഷ്യത്വത്തിന്റെ അനുഭവം ലഭ്യമാകുവാൻ പരുപരുത്ത ഉരസലുകൾ പലപ്പോഴും ആവശ്യം തന്നെയാണ്.

പ്രശസ്തമായ കവിവാചകം ഇങ്ങനെയാണ് (നാലപ്പാട്ടു നാരാ യണമേനോൻ)

ഉരുക്കീടുന്നു മിഴിനീരിലിട്ടു
മുക്കുന്നു മുറ്റും ഭുവനൈകശില്പി
മനുഷ്യഹൃത്താം കനകത്തെയേതോ
പണിത്തരത്തിനുപയുക്തമാക്കാൻ

ദു:ഖത്തിലൂടെ കടന്നുപോകുമ്പോൾ ഒരു ദൈവപൈതൽ തിരിച്ചറിയേണ്ട വസ്തുതകൾ.

1. **ദു:ഖം നിങ്ങളുടെ വിശ്വാസം വർദ്ധിപ്പിക്കും (They can increase your faith)**

2 ദിനവൃത്താന്തം 16:9ൽ പറയുന്നു, യഹോവയുടെ കണ്ണു തങ്കൽ ഏകാഗ്രചിത്തന്മാരായിരിക്കുന്നവർക്കുവേണ്ടി തന്നെത്താൻ ബലവാനെന്നു കാണിക്കേണ്ടതിനു ഭൂമിയിലെല്ലാവരും ഊടാടിക്കൊണ്ടിരിക്കുന്നു.

സങ്കീ 3:5ൽ കാണുന്നതിങ്ങനെയാണ്. ഞാൻ കിടന്നുറങ്ങി യഹോവ എന്നെ താങ്ങുകയാൽ ഉണർന്നുമിരിക്കുന്നു. ഞാൻ ഇപ്പോൾ ഉണർന്നിരിക്കുന്നത് ദൈവത്തിന്റെ കൃപയാലാണ് എന്നു വിശ്വസിക്കുന്നവർക്ക് ദു:ഖിച്ചു സമയം കളയാൻ നേരമില്ല. അമർത്ത്യതയുള്ള ആത്മാവിനെ കീഴടക്കുന്ന അമർത്ത്യതയുള്ള ദു:ഖമില്ല. ഒരിക്കലും ദു:ഖം ആത്മാവിനെ കീഴടക്കരുത്. ഇന്ന് നാം പ്രയാസപ്പെട്ടാലും നാളെ നമുക്ക് വലിയൊരു ജയഘോഷ മുണ്ട്.

2. **ദു:ഖം നിങ്ങളെ മറ്റുള്ളവരിലേക്കുള്ള ഒരു ശുശ്രൂഷയിലേക്കു നയിക്കും (They can give you a ministry to others)**

2 കൊരിന്ത്യർ 1:4-ൽ പറയുന്നു. ദൈവം ഞങ്ങളെ ആശ്വസിപ്പിക്കുന്ന ആശ്വാസംകൊണ്ടു ഞങ്ങൾ യാതൊരു കഷ്ടത്തിലുമുള്ളവരെ ആശ്വസിപ്പാൻ ശക്തരാകേണ്ടതിനു ഞങ്ങൾക്കുള്ള കഷ്ടത്തിലൊക്കെയും അവൻ ഞങ്ങളെ ആശ്വസിപ്പിക്കുന്നു.

തിരിച്ചറിയുക! നിങ്ങൾ താണ്ടിയ കഷ്ടങ്ങൾ താണ്ടുന്നവരെ ആശ്വസിപ്പിക്കാനുള്ള ദിനങ്ങൾക്കായി ദൈവം നിങ്ങളെ ഒരുക്കും. തികഞ്ഞ പക്വതയോടെ അവരെ ബലപ്പെടുത്തുവാനുള്ള ഒരു മേത്തരമായ അവസരമാണത്.

3. **ദു:ഖം നിങ്ങളെ ക്ഷമ പഠിപ്പിക്കും (They teach you patience)**

കൊച്ചു കുട്ടികളെ ശ്രദ്ധിക്കുക! ദൂരയാത്രയൊക്കെ പോകുമ്പോൾ അവർ ചോദിച്ചു തുടങ്ങും. എത്താറായോ? ഇനിയെത്ര വളവുണ്ട്?

നമ്മൾ എന്താ താമസിക്കുന്നത്? കാരണം, അവർ അക്ഷമരാണ്. പലപ്പോഴും നമ്മളും ഇതുപോലെയാണ്.

റോമർ 5:3ൽ പൗലോസ് പറയുന്നു.

കഷ്ടത (suffering) സഹിഷ്ണുതയെയും (perseverance) സഹിഷ്ണുത സിദ്ധതയെയും (character) സിദ്ധത പ്രത്യാശ യെയും (hope) ഉളവാക്കുന്നു എന്നറിഞ്ഞ് നാം കഷ്ടങ്ങളിലും പ്രശംസിക്കുന്നു.

4. **ദു:ഖം നിങ്ങളെ സ്നേഹിക്കുന്നവരുമായി കൂടുതൽ അടുപ്പിക്കും (They draw you closer to the ones you love)**

ദു:ഖത്തിന്റെ വേളകളിലെ ഏകാന്തത മാറ്റുവാൻ നിങ്ങളെ സ്നേഹിക്കുന്ന മാതാപിതാക്കളോടും സഹോദരങ്ങളോടും സഭാംഗങ്ങളോടും സുഹൃത്തുക്കളോടും കൂടുതൽ സഹകരിക്കുക. പലപ്പോഴും നല്ല വെളിച്ചമുള്ളപ്പോൾ നമുക്കു തനിയെ നടക്കുവാൻ കഴിയും, പക്ഷേ ഇരുട്ടത്ത് അതു സാധ്യമാകണമെന്നില്ല.

5. **ദു:ഖം – ശരിയായ ദിശയിലേക്കു നയിക്കും (They can get us back on track)**

C.S. Lewis ന്റെ വാക്കുകൾ ഇങ്ങനെയാണ്.

God whispers to us in our pleasures, speaks in our conscience, but shouts in our pains : it is his megaphone to rowe a deaf world (സന്തോഷനിമിഷങ്ങളിൽ ദൈവം വളരെ മന്ദമായി സംസാരിക്കും, മനസ്സാക്ഷിയോടു സംസാരിക്കും, പക്ഷേ വേദനകളിൽ ഉച്ചത്തിൽ സംസാരിക്കും, ശ്രവണശക്തിയില്ലാത്ത ലോകത്തോടു സംസാരിക്കുന്ന ഉച്ചഭാഷിണിയാണിത്).

ദു:ഖം ഒരിക്കലും തെറ്റായ വികാരമല്ലെന്നു നാം തിരിച്ചറിയണം. *ദു:ഖിക്കുന്നവർ ഭാഗ്യവാന്മാർ അവർക്കു കരുണ ലഭിക്കും* (മത്തായി 5:4) എന്നു പറയുന്നു. ലാസറിന്റെ കല്ലറയ്ക്കലും (യോഹന്നാൻ 11) ഗത്ശമനെയിലും (മത്തായി 26:38) ദു:ഖിച്ചു വേദനിക്കുന്ന യേശുവിനെക്കാണാം.

വേർപാടിന്റെ വേളകളിൽ കരയുന്നവരുടെ അടുക്കലെത്തി "ധൈര്യമായിരിക്ക്, കരയരുത്" എന്നു പറയുന്നതിനെക്കാൾ, കുറച്ചു നേരം അവരെ കരയാൻ അനുവദിക്കുന്നതാണ് നല്ലത്. ആ സമയം ശാന്തമായി ആ വേദനയിൽ പങ്കു ചേരുന്നത് ഒരു പരിധിവരെ ശരിയായ രീതിയാണ്.

ദു:ഖത്തിന്റെ പരിണിതഫലമായി സംഭവിക്കാവുന്ന കാര്യങ്ങൾ

1. ശാരീരിക പ്രശ്നങ്ങൾ –

♦ ശ്വാസതടസ്സംപോലെ തൊണ്ടയിടറുന്നത്
♦ ശരീരത്തിന്റെ ബലം ചോരുന്നതുപോലെയുള്ള അവസ്ഥകൾ
♦ വിശപ്പില്ലായ്മ
♦ രുചിയില്ലായ്മ
♦ വയറ്റിലൊന്നുമില്ലെന്ന തോന്നൽ
♦ ഉറക്കമില്ലായ്മ
♦ തലവേദന
♦ നിയന്ത്രണാതീതവും അപ്രതീക്ഷിതവുമായയുള്ള പൊട്ടിക്കരച്ചിൽ.

2. വൈകാരികപ്രശ്നങ്ങൾ

♦ ഭയം
♦ കുറ്റബോധം
♦ നിസ്സഹായത
♦ ദേഷ്യം
♦ ഏകാന്തത
♦ സംശയം

ഒരു ദൈവപൈതൽ തിരിച്ചറിയേണ്ടതായ വസ്തുതകൾ

1. ക്രിസ്തു ദു:ഖത്തിന്റെ അർത്ഥം മാറ്റി (Christ has changed the meaning of grieving)

2. ദു:ഖത്തിന്റെ പ്രാധാന്യം ക്രിസ്തു പ്രകടമാക്കി (Christ has demonstrated the importance of grieving)

ഭാവിയെക്കുറിച്ചു പ്രത്യാശയില്ലാത്ത അവിശ്വാസികൾ നെടുവീർ പ്പിടാറുണ്ട്. അവർക്ക് മരണം ജീവിതത്തിന്റെ അവസാനമാണ്. യെശയ്യാവ് 53:5 പറയുന്നു. എന്നാൽ അവൻ നമ്മുടെ അതിക്രമ ങ്ങൾ നിമിത്തം മുറിവേറ്റു. നമ്മുടെ അകൃത്യങ്ങൾ നിമിത്തം തകർന്നും ഇരിക്കുന്നു. നമ്മുടെ സമാധാനത്തിനായുള്ള ശിക്ഷ അവന്റെ മേൽ ആയി അവന്റെ അടിപ്പിണരുകളാൽ നമുക്കു സൗഖ്യം വന്നുമിരിക്കുന്നു.

നാം പ്രത്യാശയില്ലാത്ത മറ്റുള്ളവരെപ്പോലെ ദു:ഖിക്കരുത് (1 തെസ്സലോനിക്യർ 4:13). ദൈവവചനംകൊണ്ട് നാം അന്യോന്യം ആശ്വസിപ്പിച്ചുകൊള്ളുവിൻ (1 തെസ്സലോനിക്യർ 4:18).

https://youtu.be/OPr9Oev95wE

ഭയപ്പെടേണ്ട!

എന്ന ആഹ്വാനം ഭക്തന്മാർക്കും, സമാധാനം അന്വേഷി ക്കുന്നവർക്കും വേണ്ടിയുള്ളതാണ്. അല്ലാതെ ലക്ഷ്യ ബോധമില്ലാതെ "തെക്കുവടക്ക്" നടക്കുന്നവനുവേണ്ടി യുള്ളതല്ല.

പാസ്റ്റർ ജോണി സെബാസ്റ്റ്യൻ

* പ്രസംഗങ്ങളിൽനിന്നു കുറിച്ചെടുത്ത ചിന്തകൾ

"കലിപ്പുകളുടെ ലോകം" (Angry world)

ക്രോധമുള്ളവൻ കലഹം ഉണ്ടാക്കുന്നു
ദീർഘക്ഷമയുള്ളവനോ കലഹം ശമിപ്പിക്കുന്നു

(സദൃശവാക്യങ്ങൾ 15:18)

കോപത്തെക്കുറിച്ചു പറഞ്ഞുകൊണ്ടാണ് ഈ അധ്യായം തുടങ്ങുന്നത്.

മൃദുവായ ഉത്തരം ക്രോധത്തെ ശമിപ്പിക്കുന്നു
കഠിനവാക്കോ കോപത്തെ ജ്വലിപ്പിക്കുന്നു

തിരിച്ചറിയുക! വലിയ പരിചയപ്പെടുത്തലുകളുടെ ആവശ്യം കൂടാതെ, എപ്പോൾ വേണമെങ്കിലും വരുന്ന അതിഥിയാണു കോപം. എല്ലാവർക്കും ഉള്ള കൂട്ടുകാരനാണിദ്ദേഹം. ചിലർ ഇതിനെ പരിപോഷിപ്പിച്ചു/ജ്വലിപ്പിച്ചു ജീവിക്കും. മറ്റു ചിലർ ഇതിനെ ശമിപ്പിച്ച്/ നിയന്ത്രണവിധേയമാക്കി ജീവിക്കും. Choice is ours.

Anger എന്ന പദം കേൾക്കുമ്പോൾത്തന്നെ എന്റെ മനസ്സിൽ വരുന്ന രണ്ട് ചിന്തകളുണ്ട്.

1. "Anger" is one letter short of "Danger"

Anger എന്ന പദത്തിനു Danger എന്ന പദത്തിനെക്കാളും ഒരു അക്ഷരത്തിന്റെ കുറവേയുള്ളൂ.

2. അരിസ്റ്റോട്ടിലിന്റെ ഒരു വാചകം

Anyone can become angry – that is easy but to be angry with the right person at the right time, and for the right purpose and in the right way that is not within everyone's power, and that is not esay.

(ആർക്കുവേണമെങ്കിലും കോപിക്കാം, അതു വളരെ എളുപ്പമാണ്. ശരിയായ വ്യക്തികളോട്, ശരിയായ സമയത്തിൽ, ശരിയായ ഉദ്ദേശ്യത്തോടെ, ശരിയായ മാർഗ്ഗത്തിൽ കോപിക്കുക. അതു നമ്മുടെ കൈയിൽ നിൽക്കുന്ന കാര്യമല്ല, അത്ര എളുപ്പവുമല്ല)

ബൈബിൾ ധ്യാനിക്കുന്നവരോട് കോപത്തെക്കുറിച്ചു ചോദിക്കു മ്പോൾ ആദ്യം മനസ്സിൽ വരുന്ന വാക്യം എഫ്യേസർ 4:26 ആയിരിക്കും.

"കോപിച്ചാൽ പാപം ചെയ്യാതിരിപ്പിൻ"
"In your anger do not sin"

ഇവിടെ നാം കാണുന്ന വെല്ലുവിളി കോപമല്ല, പ്രത്യുത കോപിക്കുമ്പോൾ പാപം ചെയ്യാതിരിക്കുക എന്നതാണ്. നാം തിരിച്ചറിയേണ്ടതായ ഒരു യാഥാർത്ഥ്യം:- സ്നേഹത്തിന്റെ എതിരാ യുള്ള വികാരമാണു കോപമെന്നതാണ്. സ്നേഹം ഒരു വ്യക്തിയി ലേക്കു നിങ്ങളെ അടുപ്പിക്കുമ്പോൾ, കോപം ആ വ്യക്തിയിൽ നിന്നു നിങ്ങളെ അകറ്റും. ഒരുവൻ ഉഗ്രകോപത്തിലേക്കു പറന്നുയരാൻ ശ്രമിക്കുമ്പോൾ തിരിച്ചറിയുക; മോശമായ പരിണിതഫലങ്ങളിലേ ക്കായിരിക്കും പൊതുവെ കൂപ്പുകുത്തി വീഴുന്നത്.

സർവ്വവ്യാപിയെപ്പോലെ സഞ്ചരിക്കുന്ന കോപത്തിന്റെ ദൃശ്യങ്ങൾ എല്ലായിടത്തുമുണ്ട്. ചില ഉദാഹരണങ്ങൾ.

1. കാറോടിക്കുമ്പോൾ – ശ്രദ്ധയും അശ്രദ്ധയും വേഗവും വേഗത യില്ലായ്മയും എടുത്തുചാട്ടവും മണ്ടത്തരവുമെല്ലാം കൂട്ടിമുട്ടു മ്പോൾ ഉണ്ടാകുന്ന ആശയസംഘർഷങ്ങൾ.

ഉദാ: ഇതെഴുതുമ്പോൾ മരിച്ചുപോയ ഒരു സുഹൃത്തു പറഞ്ഞ തോർക്കുന്നു. അദ്ദേഹം വണ്ടിയോടിക്കുമ്പോൾ ദേഷ്യം വരുന്ന സമയത്ത് ഗ്ലാസ് കയറ്റിയിട്ട് മറ്റുള്ള വണ്ടിക്കാരെ ചീത്ത വിളിക്കും. ചെറുപ്പം മുതൽ കേട്ടു ശീലിച്ച കൊച്ചുമക്കൾ യാത്ര ചെയ്യുമ്പോൾ പറയും, 'അച്ഛാ അവനെ ചീത്ത വിളിക്കൂ...' എന്നിട്ട് അദ്ദേഹം എന്നോടു പറഞ്ഞു: 'മക്കളുടെ വിചാരം ഞാൻ ചെയ്യുന്നത് 'സൂപ്പർ സ്റ്റാർ' കാര്യമാണെന്നാണ്.... തെറ്റ്... അടി കിട്ടാത്തത് എന്റെ ഭാഗ്യം.'

2. റെയിൽവേ കൗണ്ടറിൽ ക്യൂ നിൽക്കുമ്പോൾ, ആരെങ്കിലും ഇടിച്ചു കയറുന്ന നേരത്തുണ്ടാകുന്ന കശപിശ.

3. ബാങ്കിൽ അത്യാവശ്യമായി കാശ് അയക്കാൻ നിൽക്കുമ്പോൾ, നെറ്റ് വർക്ക് 'സ്ലോ' ആണെന്നു പറയുന്ന സമയത്തുണ്ടാകുന്ന വികാര പ്രകടനങ്ങൾ.

4. കംപ്യൂട്ടർ ഗെയിം എപ്പോഴും കളിച്ചുകൊണ്ടിരിക്കുന്നതു വിലക്കു മ്പോൾ ഉണ്ടാകുന്ന ദേഷ്യപ്രകടനം.

5. ഇന്റർനെറ്റ് സ്പീഡ് കുറയുമ്പോൾ തോന്നുന്ന വികാരപ്രകടനം.

6. കസ്റ്റമർ കെയറിൽ അത്യാവശ്യമായി വിളിക്കുമ്പോൾ 'താങ്കൾ ക്യൂവിലാണ്' എന്ന് കുറേ നേരം കേൾക്കുമ്പോൾ ഉണ്ടാകുന്ന നമ്മുടെ ഭാവപ്രകടനം.

7. വീട്ടിലെ ഭക്ഷണത്തിന് എരിവ് കൂടുമ്പോൾ ഉണ്ടാകുന്ന പ്രക്ഷോഭം.

ഇപ്പോൾ ഉയരാവുന്ന ചോദ്യങ്ങൾ ഇവയൊക്കെയാണ്.

1. കോപിക്കുന്നതു തെറ്റാണോ?

2. തെറ്റായ സംഭവങ്ങൾ കാണുമ്പോൾ മൗനമായിരിക്കണോ?

മുതിർന്നവർ പ്രത്യേകിച്ച് കോപത്തെ വളരെ നല്ല ആരോഗ്യപര മായ രീതിയിൽ മാനേജ് ചെയ്യുമ്പോൾ കുടുംബത്തിലെ അംഗങ്ങ ളെയും പ്രത്യേകിച്ച് കുഞ്ഞുങ്ങളെയും അതു സ്വാധീനിക്കും. കോപത്തെ എങ്ങനെ "process' ചെയ്യണമെന്ന് കുട്ടികൾ തിരി ച്ചറിയണം.

പലപ്പോഴും നിരാശയുടെയും ഈർഷ്യയുടെയും വേദനയുടെയും സന്തോഷമില്ലായ്മയുടെയും എല്ലാം ആകെത്തുകയാണ് കോപം.

നമുക്ക് നമ്മുടെ ശരീരത്തിലെ പ്രവർത്തനങ്ങളെ നിയന്ത്രിക്കാൻ പറ്റുകയില്ല. പക്ഷേ കോപത്തോടുള്ള നമ്മുടെ മാനസികവും ശാരീരികവുമായുള്ള പ്രതികരണങ്ങളെ നിയന്ത്രിക്കാൻ സാധിക്കും. കോപം വരുമ്പോൾ തിരിച്ചറിയേണ്ടതും പ്രതികരിക്കേണ്ടതുമായ മൂന്നു കാര്യങ്ങൾ

1. Recognise, Yes, I'm angry - തിരിച്ചറിയുക - അതേ, ഞാൻ കോപിച്ചിരിക്കുകയാണ്. അരക്ഷിതത്വബോധം കൊണ്ടുള്ള ഭയം നിമിത്തം (fear of insecurtiy) കോപിക്കുന്നവരുണ്ട്.

2. Counting to 1000 - ആയിരം വരെ എണ്ണുക

   പെട്ടെന്നുള്ള പ്രതികരണത്തെ അടക്കി നിർത്തുക. ഒരു ദൈവപൈതലിന് മനസ്സിൽ പ്രാർത്ഥിക്കുവാനുള്ള സമയം കൂടിയാണിത്. "ദൈവമേ, എനിക്കിപ്പോൾ കോപമുണ്ട്. അവർ ചെയ്തതു തെറ്റാണെന്നു ഞാൻ വിശ്വസിക്കുന്നു. ശരിയായ തീരുമാനമെടുക്കുവാനും ഈ സാഹചര്യത്തോടു പ്രതികരിക്കു വാനും എന്നെ സഹായിക്കണമേ.

3. Time out concept - ഇടവേളയെടുക്കുക.

   സ്പോർട്സ് മത്സരങ്ങളിലൊക്കെ "T"എന്ന ആക്ഷൻ കാണിച്ച് 'റ്റൈം ഔട്ട്' എടുക്കാറുണ്ട്. എനിക്കിപ്പോൾ കോപം നിയന്ത്രിക്കു വാൻ പറ്റുന്നില്ല, അതുമൂലം നഷ്ടം വരുവാൻ ആഗ്രഹിക്കുന്നില്ല. അതുകൊണ്ട് 'ടൈം ഔട്ട്'. ഇവിടെ തിരിച്ചറിയേണ്ട കാര്യം 'റ്റൈം ഔട്ട്' എടുക്കേണ്ടത് മൂന്നു മാസത്തേക്കോ മൂന്ന് വർഷത്തേക്കോ അല്ല. നമ്മുടെ വികാരത്തെ നിയന്ത്രിക്കുവാനായി ക്രിയാത്മകമായ രീതിയിൽ കാര്യങ്ങൾ ഉരുത്തിരിയുവാൻവേണ്ടി നാം മന:പൂർവ്വം തയ്യാറാവുന്ന ഒരു അവസരമാണ് ഈ 'റ്റൈം ഔട്ട്'.

ചിന്തകളെ വികലമാക്കുന്ന കോപം

"അപ്പോൾ നയമാൻ ഏറ്റവും ക്രുദ്ധിച്ചു പുറപ്പെട്ടു. അവൻ തന്നെ പുറത്തു വന്ന് അടുത്തു നിന്ന് തന്റെ ദൈവമായ യഹോവയുടെ നാമത്തെ വിളിച്ചു പ്രാർത്ഥിച്ച് തന്റെ കൈ ആ സ്ഥലത്തിന്മീതെ ആട്ടി ഇങ്ങനെ കുഷ്ഠരോഗിയെ സൗഖ്യമാക്കുമെന്നു ഞാൻ വിചാരിച്ചു. ദമ്മശെക്കിലെ നദികളായ അബാനയും പർപ്പരും യിസ്രായേൽ ദേശത്തിലെ എല്ലാ വെള്ളങ്ങളെക്കാളും നല്ലതല്ലയോ? എനിക്ക്

അവയിൽ കുളിച്ചു ശുദ്ധനാകരുതോ എന്നു പറഞ്ഞ് അവൻ ക്രോധത്തോടെ പോയി (2 രാജാക്കന്മാർ 5:11-12).

"ബ്ലഡ് പ്രഷർ" കൂടിയ നയമാനെയാണ് ഇവിടെക്കാണുന്നത്. നയമാന്റെ ബുദ്ധിയിൽ, എന്തു മണ്ടനായ പ്രവാചകനാണ് എലീശാ. അവന്റെ ദൈവത്തിന്റെ ശക്തി കാണിക്കാൻ ഒരവസരം കിട്ടിയപ്പോൾ പറയുന്നു. 'യോർദ്ദാനിലെ ചെളി വെള്ളത്തിൽ പോയി മുങ്ങാൻ. എന്ത് അസംബന്ധമാണിത്!' നയമാന്റെ ബുദ്ധിയിൽ എലിശാ തെറ്റു ചെയ്തിരിക്കുന്നു. കുഷ്ഠത്തിനു പ്രതിവിധി തരാതെ, നല്ലതുപോലെ ബഹുമാനം തരാത്ത മാർഗ്ഗം പറഞ്ഞുതന്നിരിക്കുന്നു.

ഇവിടെ നമുക്കറിയാം എലിശാ ഒരു തെറ്റും ചെയ്തിട്ടില്ല. നല്ല കാര്യമാണ് പറഞ്ഞുകൊടുത്തത്. പക്ഷേ നയമാന്റെ ചിന്ത വികല മാക്കപ്പെട്ടതുകൊണ്ട് പ്രവാചകനോട് അവനു ദേഷ്യം തോന്നി. ഭാഗ്യവശാൽ ശരിയായി ചിന്തിക്കുന്ന ഭൃത്യന്മാർ നയമാനോടുകൂടി സഞ്ചരിച്ചതുകൊണ്ട് അവർ അവനെ കാര്യം പറഞ്ഞു മനസ്സിലാക്കുന്നു.

പലപ്പോഴും കോപിക്കുമ്പോൾ നാമും ഇങ്ങനെയൊക്കെയാണ് ചിന്തിക്കുന്നത്.

കോപത്തെക്കുറിച്ച് അനുഗ്രഹീതവാഗ്മിയായിരുന്ന സ്പർജൻ പറഞ്ഞ ചിന്തകൾ

♦ താത്ക്കാലികമായ ഭ്രാന്താണു കോപം (Anger is temporary insantiy)

♦ ക്ഷിപ്രകോപമുള്ളതിനാൽ ഞാൻ നിസ്സഹായാവസ്ഥയിലാ ണെന്നു പറയരുത്. സുഹൃത്തേ, നിങ്ങൾ അതിൽ സഹായിക്കണം. ഉടനടി അതിനെ ജയിക്കാൻ ദൈവത്തോടു പ്രാർത്ഥിക്കുകയോ, അതിനെ കൊല്ലുകയോ ചെയ്യുക. അല്ലെങ്കിൽ അതു നിങ്ങളെ കൊല്ലും. ക്ഷിപ്രകോപവുമായി നിങ്ങൾക്കു സ്വർഗ്ഗത്തിൽ പോകാനാവില്ല.

♦ എന്റെ ശ്രോതാക്കളിലൊരാൾ, കോപിച്ചു സംസാരിക്കുന്നതിന് ഒഴികഴിവായിപ്പറഞ്ഞത് "ഞാൻ നിസ്സഹായനാണ്. ഒരു പുഴുവിനെ നിങ്ങൾ ചവിട്ടിയാൽ, അതു തിരിഞ്ഞു കടിക്കും." ഒരു വിശുദ്ധന്റെ മാതൃക ഒരു പുഴുവാണോ?

♦ ചിലർ കോപിച്ചതിനു ക്ഷമാപണം നടത്തുന്നതു ഞാൻ കേട്ടിട്ടുണ്ട്. അദ്ദേഹത്തിന്റെ സമനില നഷ്ടപ്പെട്ടുവെന്നു പറഞ്ഞു കേൾക്കുന്ന തിൽ എനിക്ക് അസാധാരണമായ സന്തോഷമുണ്ട്. എന്നാൽ വളരെ വേഗത്തിൽ അദ്ദേഹം അതു വീണ്ടും കണ്ടെത്തുന്നതിൽ എനിക്കു ഖേദമുണ്ട്.

♦ ദൈവത്തിനു ജയം നൽകാനാവാത്ത എന്തെങ്കിലും മനുഷ്യ പ്രകൃതത്തിലുണ്ടെന്ന് എന്നോടു പറയരുത്, അങ്ങനെയൊ ന്നില്ല.

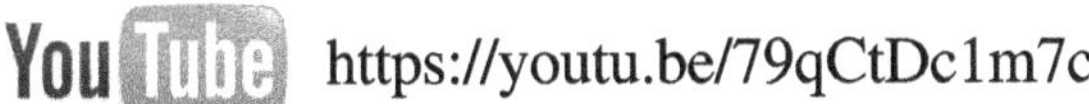

പാപിനിയായ സ്ത്രീയെ യേശുവിന്റെ അടുക്കൽ കൊണ്ടു വന്ന രംഗം ശ്രദ്ധിക്കൂ!

അവളെ കല്ലെറിയാൻ പറഞ്ഞാൽ ലോകം പറയും യേശു പാപിയെ രക്ഷിക്കുവാനല്ല വന്നത്!

അവളെ കല്ലെറിയരുതെന്നു പറഞ്ഞാൽ ലോകം പറയും യേശു പാപവുമായി ചങ്ങാത്തമുള്ള വ്യക്തിയാണെന്ന്!

യേശുവിന്റെ വാക്കുകൾ ശ്രദ്ധിക്കൂ. നിങ്ങളിൽ പാപം ഇല്ലാ ത്തവർ ഇവളെ കല്ലെറിയുക!

പുരുഷാരം ലജ്ജിതരായി മടങ്ങി.

ഇനി പാപിനിയായ സ്ത്രീയുടെ സാക്ഷ്യം ശ്രദ്ധിക്കുക!

എന്നെ യേശുവിന്റെ അടുക്കലേക്കു വലിച്ചുകൊണ്ടു വന്നത് മഹാഭാഗ്യമായി. കൃപയുടെ ബഹുത്വം എന്നെ സത്യത്തിന്റെ സാക്ഷിയാക്കി മാറ്റിയിരിക്കുന്നു.

പ്രിയരെ, യേശുവിന്റെ അടുക്കൽ എത്തപ്പെട്ട നാം എത്രയെ ഭാഗ്യമുള്ളവരാണ്

പാസ്റ്റർ ഡാനി ജോസഫ്

* പ്രസംഗങ്ങളിൽനിന്നു കുറിച്ചെടുത്ത ചിന്തകൾ

ലക്ഷ്യബോധമുള്ള ക്രിസ്ത്യാനി (Focused Christian)

നിന്റെ പ്രവൃത്തികളെ യഹോവയ്ക്കു സമർപ്പിക്ക;
എന്നാൽ നിന്റെ ഉദ്ദേശ്യങ്ങൾ സാധിക്കും.

(സദൃശവാക്യങ്ങൾ 16:3)

ഈ വാക്യത്തോടുള്ള നമ്മുടെ സമീപനം മിക്കവാറും ഇങ്ങനെ യാകും.

ചില പ്രവൃത്തികളെ യഹോവെയ്ക്കു സമർപ്പിക്കും
അതിലൂടെ എന്റെ എല്ലാ ഉദ്ദേശ്യങ്ങളും സാധിക്കണം.

പ്രവൃത്തികളുടെ പിമ്പിലുള്ള ഉദ്ദേശ്യശുദ്ധി പരമപ്രധാനമാണ്. ഇംഗ്ലിഷ് പരിഭാഷകൾ ഇങ്ങനെയാണ്.

Commit to the Lord whatever you do
And he will establish your plans" (NIV)

Put God in charge of your work
Then what you've planned will take place" (Message)

Entrust all you do to the Lord
And your plans will be realised" (The NCB - Catholic Edition)

ഓശാനാ ബൈബിൾ പരിഭാഷ ഇങ്ങനെയാണ്
നിന്റെ പ്രയത്നം കർത്താവിൽ അർപ്പിക്കുക
നിന്റെ പദ്ധതികൾ ഫലമണിയും

പുതിയ നിയമ ഭക്തന്റെ ശൈലിയിൽ പറഞ്ഞാൽ, എനിക്കുള്ള സകലത്തിനെക്കാളും പരമപ്രധാനം ലക്ഷ്യബോധമുള്ള ദൈവപൈത ലായി ജീവിക്കുകയെന്നതാണ്. ഈ ജീവിതയാത്രയിലെ ഓരോ ചുവടും നന്നായി മുൻപോട്ടു നയിക്കുവാൻ യേശുവിൽ ആശ്രയിച്ചു കൊണ്ടു മാത്രമേ സാധിക്കുകയുള്ളൂ.

ജീവിതം ഒരു "സീരിയൽ" പോലെയാണ്. 'തീരുമാനങ്ങൾ' എടു ക്കാതെ ആർക്കും മുൻപോട്ടു പോകുവാൻ കഴിയില്ല. ലക്ഷ്യത്തിലേക്കു

വിശ്വസ്തതയോടെ ചുവടു വയ്ക്കുമ്പോൾ അബദ്ധം സംഭവിക്കാതിരി ക്കാൻ, ആവർത്തിക്കാതിരിക്കാൻ ശ്രദ്ധിക്കണം.

യിരെമ്യാവ് 10:23 - *യഹോവേ, മനുഷ്യനു തന്റെ വഴിയും നടക്കുന്നവനു തന്റെ കാലടികളെ നേരെ ആക്കുന്നതും സ്വാധീനമല്ല എന്നു ഞാൻ അറിയുന്നു. (Lord, I know that people's lives are not their own; it is not for them to direct their steps).* ഇതു യിരെമ്യാവിന്റെ ഒരു പ്രാർത്ഥനയാണ്. പരിമിതികൾ തിരിച്ചറിഞ്ഞ് നിസ്തുല്യനായ ദൈവത്തെ പിൻഗമിക്കുന്ന ഭക്തന്റെ പ്രാർത്ഥന.

നമ്മുടെ ബുദ്ധിശക്തി ഉപയോഗിച്ചുകൊണ്ടുതന്നെ പദ്ധതികൾ ഉണ്ടാക്കണമെന്നാണു ദൈവം ആഗ്രഹിക്കുന്നത്. പക്ഷേ ആ ഉദ്ദേശ്യങ്ങളുമായി ദൈവസന്നിധിയിൽ ചെന്ന് തീരുമാനം ദൈവത്തെ ഭരമേല്പിക്കുക എന്നതു വിസ്മരിക്കരുത്. അതേസമയം ദൈവത്തിന്റെ പരമാധികാരം മനുഷ്യന്റെ ഉത്തരവാദിത്വത്തെ നശിപ്പിക്കുന്നതല്ല.

പിമ്പിലുള്ളതു മറന്നും മുമ്പിലുള്ളതിന് ആഞ്ഞും കൊണ്ട് ക്രിസ്തുയേശുവിൽ ദൈവത്തിന്റെ പരമവിളിയുടെ വിരുതിനായി ലക്ഷ്യത്തിലേക്ക് ഓടുമ്പോൾ സംശയത്തിന്റെ സാന്നിധ്യം ഒരുപക്ഷേ കടന്നുവരാം. ഫിലിപ്പിയർ 3:15 -ൽ പൗലോസ് പറയുന്നു. *നമ്മിൽ തികഞ്ഞവരൊക്കെയും ഇങ്ങനെ തന്നെ ചിന്തിച്ചുകൊൾക; വല്ലതിലും നിങ്ങൾ വേറെ വിധമായി ചിന്തിച്ചാൽ ദൈവം അതും നിങ്ങൾക്കു വെളിപ്പെടുത്തിത്തരും.*

അപ്പോസ്തലപ്രവൃത്തികളിലെ 16-ാം അധ്യായത്തിൽ രേഖ പ്പെടുത്തിയിട്ടുള്ള പൗലോസിന്റെ അനുഭവം ശ്രദ്ധിക്കുക. തന്റെ മിഷനറിയാത്രയിൽ പുതിയൊരു പ്രദേശം ലക്ഷ്യമാക്കി നീങ്ങിയ പൗലോസിനെ (അപ്പോ.പ്രവൃ. 16:6) പരിശുദ്ധാത്മാവു വിലക്കുന്നു. പിന്നീട് ത്രോവാസിൽ എത്തിയപ്പോൾ മക്കദോന്യയിലേക്കു പോകു വാനുള്ള ദർശനം ലഭിക്കുന്നു. താൻ പ്രതീക്ഷിച്ചതുപോലെയല്ലാത്ത കാര്യമായതുകൊണ്ടു പൗലോസിന് ഇക്കാര്യത്തിൽ ആദ്യം വിഷമ മുണ്ടായതായി വേദപഠിതാക്കൾ പറയുന്നു.

ദൈവനിയോഗത്തിൽ യാത്ര തുടർന്ന പൗലോസ് ചരിത്രം കുറിച്ച യൂറോപ്യൻ മിഷനറി യാത്രയാണു നടത്തിയത്. അപ്പോ. പ്രവൃ: 16:10-ൽ ലേഖകനായ ലൂക്കോസ് പറയുന്നു. *ദൈവം ഞങ്ങളെ വിളിച്ചിരിക്കുന്നു എന്ന് നിശ്ചയിച്ചു.* റോമിൽ നിന്ന് അകലെയുള്ള റോം ആയ ഫിലിപ്പി എന്ന റോമൻ കോളനിയിലേക്കു ദൈവം അയച്ച

പൗലോസിലും കൂട്ടരിലൂടെയുമുള്ള ദൈവിക പ്രവൃത്തി എത്രയോ അത്ഭുതകരമായിരുന്നു. പ്രസംഗത്തിനു പകരം, പുഴവക്കത്തിലിരുന്ന് അവിടെക്കൂടിയ സ്ത്രീകളോടു സംസാരിച്ചപ്പോൾ, രക്താംബരത്തിന്റെ (Purple Merchant) കച്ചവടമുള്ള ദൈവഭക്തയായ ലുദിയായുടെ ഹൃദയത്തെ ദൈവം തുറന്നു. അവളുടെ കുടുംബം യേശുവിനെ അംഗീകരിച്ചു. മിഷനറിമാർക്കു താമസിക്കുവാൻ വേണ്ടി ആ വീടും ദൈവം തുറന്നു (അപ്പോ.പ്രവൃ: 16:15)

- ♦ ലക്ഷ്യം വയ്ക്കുന്നത് മുൻഗണനകളെ ആസ്പദമാക്കിയാണ്.
- ♦ മുൻഗണനകൾ തിരഞ്ഞെടുക്കുന്നത് ഉദ്ദേശ്യത്തെ ആശ്രയിച്ചാണ്.
- ♦ ഉദ്ദേശ്യങ്ങൾ എപ്പോഴും ക്രിസ്തുകേന്ദ്രീകൃതമായിരിക്കണം.

റോമർ 8:28-ൽ പറയുന്നു. എന്നാൽ ദൈവത്തെ സ്നേഹിക്കുന്ന വർക്ക്, നിർണ്ണയപ്രകാരം വിളിക്കപ്പെട്ടവർക്കു തന്നെ, സകലവും നന്മക്കായി കൂടി വ്യാപരിക്കുന്നു എന്നു നാം അറിയുന്നു. ഇവിടെ "നാം അറിയുന്നു" എന്ന വസ്തുത പരമപ്രധാനമാണ്.

ലക്ഷ്യബോധമുള്ള ക്രിസ്തുശിഷ്യർ തിരിച്ചറിയേണ്ടതായ 'മൂന്നു D'കൾ ഈ ഭാഗത്തുനിന്നു മനസ്സിലാക്കുവാൻ കഴിയും.

1. ആശ്രയത്വം (Dependence)

എന്റെ പാസ്റ്റർ എപ്പോഴും പറയുന്ന ഒരു ഉദാഹരണമുണ്ട്. ബാർബർ ഷോപ്പിൽ ഷേവ് ചെയ്യാൻ കയറുമ്പോൾ, കത്തിയെടുത്തു

ഷേവ് ചെയ്തു തരുന്ന ബാർബറെ നൂറു ശതമാനം വിശ്വാസമാണ്. അയാൾ കത്തികൊണ്ടു നമ്മുടെ കഴുത്തിലെ ഞരമ്പു മുറിക്കത്തി ല്ലെന്നും അയാളൊരു മാനസികരോഗിയല്ലെന്നും വിദഗ്ധമായി തലമുടി വെട്ടുമെന്നുമൊക്കെ കണ്ണുമടച്ചു വിശ്വസിക്കുന്നു. പക്ഷേ ദൈവത്തെ ആ നിലവാരത്തിൽപ്പോലും വിശ്വാസമില്ലാത്തവരായി പലപ്പോഴും വിശ്വാസികൾ അധഃപതിച്ചുപോകുന്നു.

2. അച്ചടക്കം (Discipline)

നല്ല discipline ഉള്ള ഒരാൾക്കു മാത്രമേ നല്ല disciple ആകുവാൻ കഴിയുകയുള്ളൂ. എബ്രായർ 12:10-ന്റെ അവസാന ഭാഗം ഇങ്ങനെ യാണ്. *"നാം അവന്റെ വിശുദ്ധി പ്രാപിക്കേണ്ടതിന്, നമ്മുടെ ഗുണത്തിനായിത്തന്നെ ശിക്ഷിക്കുന്നത്."* ഇതിന്റെ ഇംഗ്ലിഷ് പരിഭാഷ വളരെ വ്യക്തമാണ്. *God disciplines us for our good, in order that we may share in his holiness"* ദൈവം തന്റെ വിശുദ്ധി നമ്മളുമായി പങ്കുവെക്കാൻ ആഗ്രഹിക്കുന്നു. അയ്യോ! എത്രയോ പ്രാധാന്യമുള്ള പവിത്രമായ കാര്യമാണിത്.

3. ദിശാബോധം (Direction)

ഒരിക്കലും അനിശ്ചിതത്വത്തിൽ തള്ളിയിടുന്ന ദൈവമല്ല. നമ്മുടെ ദൈവം സദൃശവാക്യം 16:3-ൽ നമുക്ക് ഒരു വാഗ്ദത്തവും (promise) ആദർശവും (principle) കാണുവാൻ കഴിയും. ദിശാബോധം നഷ്ട പ്പെടാതിരിക്കാൻ ഒരുപക്ഷേ വലിയ വില നൽകേണ്ടിവരും. സദൃശവാക്യങ്ങൾ 16:8-ൽ പറയുന്നു

ന്യായരഹിതമായ വലിയ വരവിനെക്കാൾ

നീതിയോടെയുള്ള അല്പം ഏറ്റവും നല്ലത്

പൗലോസ് എത്രത്തോളം ദൈവത്തിൽ ആശ്രയിച്ചുവെന്നും അച്ചടക്കത്തോടെയും ദിശാബോധത്തോടെയും നീങ്ങിയെന്നും നമുക്കു ബൈബിളിൽ കാണുവാൻ കഴിയും. നമ്മുടെ 'ആത്മീയപേശികൾ' (Spiritual muscles) എപ്പോഴും ഫിറ്റായിരിക്കണം. നിരന്തരമുള്ള പരി ശീലനം ക്രിസ്തീയജീവിതത്തിൽ വിജയിക്കുവാൻ ആവശ്യമുണ്ട്. എത്രത്തോളം പരിശീലനം ആർജിക്കുന്നുവോ, അത്രത്തോളം ക്രിയാത്മകമായി, പ്രതിബന്ധങ്ങളെ അതിജീവിച്ചു മുന്നേറാൻ കഴിയും.

കേവലം entertainment-നു വേണ്ടിയോ escape from problem ത്തിനു വേണ്ടിയോ യേശുവിനെ പിൻപറ്റാതെ, purposeful christian life നയിക്കുക.

അനുഭവങ്ങളെയും തോന്നലുകളെയും മാത്രം പിൻതുടരാ തിരിക്കുക. "അനുഭവം സൂര്യഘടികാരം പോലെയാണ്. സമയം അറി യേണ്ടപ്പോൾ ഞാൻ അതിൽ നോക്കുന്നു. പക്ഷേ അപ്പോൾ സൂര്യൻ പ്രകാശിക്കണം. അല്ലെങ്കിൽ ഞാൻ എന്താണെന്നും എവിടെ യാണെന്നും എനിക്കു പറയാനാവില്ല. സൂര്യനെ മേഘം മറച്ചാൽ സൂര്യഘടികാരംകൊണ്ട് എനിക്കു ഗുണമൊന്നുമില്ല. എന്നാൽ അപ്പോഴാണ് എന്റെ വിശ്വാസം അതിന്റെ ശ്രേഷ്ഠതയിൽ എത്തുന്നത്. മേഘത്തെ തുളച്ചുകയറുന്ന എന്റെ വിശ്വാസം എന്റെ ഉള്ളത്തിന്റെ അവസ്ഥ മായിക്കുന്നു. ഘടികാരത്തിന്റെ നിഴൽ നോക്കിയല്ല, മറിച്ച് ആകാശത്തിൽ സൂര്യന്റെ സ്ഥാനം നോക്കിത്തന്നെയാണ് എല്ലാ അനുഭവങ്ങളെക്കാളും ശ്രേഷ്ഠമായതാണു വിശ്വാസം; കുറച്ചു ചാഞ്ചല്യവും കൂടുതൽ സ്ഥിരതയുമുള്ളത്. അതു കൃപയുടെ വേരാണ്. തോന്നലുകളാകട്ടെ (അനുഭവങ്ങൾ) അതിന്റെ പുഷ്പങ്ങളും മൊട്ടുകളുമാണ്." – സ്പർജൻ

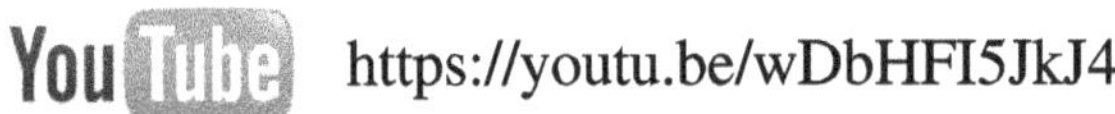

ബോർഡർ സെക്യൂരിറ്റി ഫോഴ്സിന്റെ (BSF) ആപ്ത വാക്യം ശ്രദ്ധിച്ചിട്ടുണ്ടോ? 'Duty unto death' (മരണംവരെ ദൗത്യം) എന്നാണ് അതു രേഖപ്പെടുത്തിയിട്ടുള്ളത്.

ക്രിസ്തീയ യാത്രയിലും അവസാന ശ്വാസംവരെ ദൈവഹിതപ്രകാരം ദൗത്യബോധത്തോടെ ജീവിക്കുക യെന്നുള്ളതു നാം വിസ്മരിച്ചുകളയരുത്.

ഷാർലെറ്റ് പി. മാത്യു

നീതിയും ന്യായവുമുള്ള കോടതികൾ
Courts with Ethics and Justice

ദുഷ്ടനെ നീതികരിക്കുന്നവനും
നീതിമാനെ കുറ്റം വിധിക്കുന്നവനും
രണ്ടുപേരും യഹോവയ്ക്കു വെറുപ്പ്

സദൃശവാക്യങ്ങൾ 17:15

Acquitting the guilty and condemning the innocent
The Lord detests them both (NIV)

White washing bad people and throwing mud on good people
are equally abhorrent to God (MSG)

50% of India's lawyers are fake (ഇന്ത്യയിലെ അൻപതു ശതമാനം വക്കീലന്മാരും വ്യാജന്മാർ) എന്നുള്ള കവർ പേജിൽ 2017 മാർച്ച് 13-ൽ ഔട്ട്ലുക്ക് മാഗസിനിൽ വന്ന ഫീച്ചർ ഞെട്ടിപ്പിക്കുന്ന ഒന്നായിരുന്നു. 1961 നു ശേഷം ഇൻഡ്യയിൽ എൻറോൾ ചെയ്തി ട്ടുള്ള 16.5 ലക്ഷം വക്കീലന്മാരിൽ 9 ലക്ഷത്തിലധികം പേർ വ്യാജ ബിരുദ ധാരികളാണെന്നാണ് ആ ഫീച്ചറിൽ രേഖപ്പെടുത്തിയിരുന്നത്. അതായത് വ്യാജ ബിരുദം സമ്പാദിച്ചവർ നീതി

ന്യായപ്പരീക്ഷ (Judical Service examination) പാസായാൽ ജഡ്ജി യാവാനുള്ള (theoretical possibility) വിദൂര സാധ്യത പോലുമുള്ള ലോകത്തിലാണ് നാം ജീവിക്കുന്നത്.

നമ്മിൽ മിക്കവരും ഒരു ജഡ്ജിയല്ലെങ്കിൽപ്പോലും ദിവസവും കൂട്ടുകാരെയും കുടുംബക്കാരെയും പങ്കാളിയെയും പരിചയക്കാരെയു മെല്ലാം, മനോഭാവവും സാഹചര്യവും അനുസരിച്ചും ചിലപ്പോഴൊക്കെ മൂഡുപോലെയും പോസിറ്റിവായും നെഗറ്റിവായും ന്യായം വിധിക്കുന്ന വരാണ്. ബാല്യം മുതലുള്ള കാലത്തിലേക്ക് ഓരോരുത്തരും ഒരു ഫ്ളാഷ് ബാക്ക് ഓടിച്ചാൽ, എത്രയോ പ്രാവശ്യം തെറ്റായ വിധികൾ പുറപ്പെടുവിച്ചിട്ടുണ്ടെന്നു തിരിച്ചറിയാൻ കഴിയും!

ഈ സദൃശവാക്യത്തിൽ രണ്ടു തരത്തിലുള്ള തെറ്റായ വിധികളെ ക്കുറിച്ചാണ് (2 forms of perversion of Justice) പരാമർശിച്ചിരിക്കുന്നത്.

- ♦ ദുഷ്ടനെ, ദുഷ്ടതയെ – നീതികരിക്കുന്നത്
- ♦ നീതിമാനെ, നീതിയെ – കുറ്റം വിധിക്കുന്നത്

'ആയിരം കുറ്റവാളികൾ രക്ഷപ്പെട്ടാലും ഒരു നിരപരാധിപോലും ശിക്ഷിക്കപ്പെടരുത്' എന്ന വാചകം നാം കേട്ടിട്ടുണ്ടാകും. നിരപരാധി ശിക്ഷിക്കപ്പെടരുത് എന്നതു നൂറു ശതമാനം ശരിയാണെങ്കിലും കുറ്റവാളികൾ (മനസ്താപമില്ലാതെ വീണ്ടും തെറ്റുകൾ ആവർത്തി ക്കുന്ന) രക്ഷപ്പെടുന്നു, അഥവാ രക്ഷപ്പെടുത്തുന്നു എന്നത് ഖേദകര മാണ്.

ഈ വാക്യത്തെ ആധാരമാക്കി നാം പ്രാർത്ഥിക്കേണ്ടതും ചിന്തി ക്കേണ്ടതുമായ നാലു കാര്യങ്ങൾ ഇവയാണ്.

1. **നിശ്ശബ്ദമായിപ്പോലും (രഹസ്യമായി) നാം കയ്യടിക്കരുത്**

നീതിമാന്റെ വിചാരങ്ങൾ എപ്പോഴും ന്യായത്തിന്റെ പക്ഷത്തായിരി ക്കണം (സദൃ. 12:5). ന്യായമായതു കൊടുക്കുന്നവരായിരിക്കണം. നല്ല യജമാനന്മാർ (മത്തായി 20:4). പള്ളിയിൽ പോകുകയും പ്രസംഗിക്കു കയുമൊക്കെ ചെയ്തവരെ നോക്കി മത്തായി 23:23 ൽ യേശു പറയുന്നു. *"കപടഭക്തിക്കാരായ ശാസ്ത്രിമാരും പരിശന്മാരുമായുള്ളോരേ, നിങ്ങൾക്കു ഹാ കഷ്ടം; നിങ്ങൾ തുളസി, ചതകുപ്പ, ജീരകം ഇവയിൽ പത്തിലൊന്ന് കൊടുക്കുകയും ന്യായം, കരുണ, വിശ്വസ്തത ഇങ്ങനെ ന്യായ പ്രമാണത്തിൽ ഘനമേറിയവ ത്യജിച്ചുകളയുകയും ചെയ്യുന്നു. അതു ചെയ്യുകയും ഇതു ത്യജിക്കാതിരിക്കുകയും വേണം."*

2. **നീതി മാത്രം വിധിക്കുന്ന ന്യായാധിപന്മാരും നീതിക്കുവേണ്ടി മാത്രം വാദിക്കുന്ന വക്കീലന്മാരും കാലഘട്ടത്തിന്റെ ആവശ്യ മാണ്.**

ആവർത്തനം 16:18-19 നിന്റെ ദൈവമായ യഹോവ നിനക്കു തരുന്ന എല്ലാ പട്ടണങ്ങളിലും ഗോത്രം തോറും ന്യായാധിപതിമാരെയും പ്രമാണികളെയും നിയമിക്കണം. അവർ ജനത്തിനു നീതിയോടെ ന്യായപാലനം ചെയ്യേണം (They shall judge the people fairly). ന്യായം മറിച്ചു കളയരുത് (Do not pervert justice), മുഖം നോക്കരുത് (Do not show partiality), സമ്മാനം വാങ്ങരുത് (Do not accept a bribe), സമ്മാനം ജ്ഞാനികളുടെ കണ്ണു കുരുടാക്കുകയും *(bribe blinds the eyes of the wise)* നീതിമാന്മാരുടെ കാര്യം മറിച്ചുകളകയും ചെയ്യുന്നു. (twists the words of the innocent) 1 ശമുവേൽ 8:3ൽ - ശമുവേലിന്റെ പുത്രന്മാരുടെ ദുരന്തചിത്രം കാണുവാൻ കഴിയും. "അവന്റെ പുത്രന്മാർ അവന്റെ വഴിയിൽ നടക്കാതെ ദുരാഗ്രഹികളായി കൈക്കൂലി വാങ്ങി ന്യായം മറിച്ചുവന്നു."

യേശുവിന്റെ ക്രൂശീകരണ വേളയിൽ മത്തായി 26:60, മർക്കോസ് 14:56-ലും പറയുന്നു. അനേകർ അവന്റെ നേരെ കള്ളസാക്ഷ്യം പറഞ്ഞിട്ടും സാക്ഷ്യം ഒത്തുവന്നില്ല. സൻഹിദ്രം സംഘം യേശുവിന്റെ മേൽ ചുമത്തിയിട്ടുള്ള കുറ്റമെല്ലാം അടിസ്ഥാനരഹിതമാണെന്നും, യേശു പറഞ്ഞ സാമ്രാജ്യം റോമിന് ഉടനെ ഒരു ഭീഷണിയല്ലെന്നും

പീലാത്തോസ് ഗ്രഹിച്ചിരുന്നു. പീലാത്തോസ് (ലൂക്കോസ് 13:1-ൽ) വളരെ കഠിനനും ക്രൂരനുമായിരുന്ന (harsh and ruthless governor) നാടുവാഴിയായിരുന്നെന്നു ചരിത്രം പറയുന്നു. യോഹന്നാൻ 19:38-ൽ *ഞാൻ അവനിൽ ഒരു കുറ്റവും കാണുന്നില്ല (I find no fault in Him at all)* എന്നു നീതിമാനും നിഷ്കളങ്കനുമായ യേശുവിനെ നോക്കി അയാൾ പറഞ്ഞു. *ഈ നീതിമാന്റെ രക്തത്തിൽ എനിക്കു പങ്കില്ല* എന്നു പറഞ്ഞ് അതിക്രൂരനായ പീലാത്തോസ് കൈ കഴുകിയതിന് ചരിത്രം സാക്ഷിയാണ്. നീതിയുള്ള വിധി പുറപ്പെടുവിക്കേണ്ടതിനു പകരം ലൂക്കോസ് 23:11-12ൽ പറയുന്നു. വൈരത്തിലായിരുന്നവർ അവിശുദ്ധ കൂട്ടുകെട്ട് (unholy alliance) ഉണ്ടാക്കുകയാണ്. അധി കാരവും ധനവും സമ്പാദിക്കുന്നതിനുവേണ്ടി "അന്യായവിധികൾ" പുറപ്പെടുവിക്കുന്ന ന്യായാധിപന്മാർ കാലത്തിന്റെ ശാപമാണ്.

3. **കുറ്റവാളികൾ, ഭീകരന്മാർ, പകയന്മാർ, മാനസാന്തരപ്പെടേണം.**

മനസ്താപത്തോടെ കുറ്റം ഏറ്റുപറഞ്ഞ് നന്നായി ജീവിക്കുന്ന ധാരാളം പേരെക്കുറിച്ചു കേട്ടിട്ടുണ്ട്. അവരിൽ മിക്കവരും

♦ ഒരു ദുർബല നിമിഷത്തിൽ പരാജയപ്പെട്ടവരാണ്

♦ മുറിപ്പാടുകൾ വരുത്തിയവരോടു മാത്രം പ്രതികാരബുദ്ധിയോടെ തെറ്റു ചെയ്തവരാണ്.

♦ ബ്രെയിൻ വാഷ് ചെയ്തതുകൊണ്ട് ചാവേറായവരാണ്.

♦ തെറ്റിലൂടെ സമ്പാദ്യശീലം കൈവരിക്കാമെന്ന് ആരോ പറഞ്ഞത് കേട്ടും പഠിപ്പിച്ചും ഇറങ്ങിപ്പോയതാണ്.

യുദ്ധങ്ങളും കൊലപാതകങ്ങളുമെല്ലാം ഒരു തലമുറയെ അനാഥത്വ ത്തിലേക്കും ദാരിദ്ര്യത്തിലേക്കുമാണ് സാധാരണ തള്ളിയിടുന്നത്. 'പല്ലിനു പകരം പല്ല്, കണ്ണിനു പകരം കണ്ണ്' എന്ന മുദ്രാവാക്യം ആയുസ്സിനെയും ആരോഗ്യത്തെയും സമാധാനത്തെയും സ്വസ്ഥത യെയും നഷ്ടപ്പെടുത്തുക മാത്രമേ ചെയ്യുകയുള്ളൂ.

ലൂക്കോസിന്റെ സുവിശേഷം 15-ാം അദ്ധ്യായത്തിൽ മൂന്ന് ഉപമകളുണ്ട്.കാണാതെപോയ ആടിന്റെയും നഷ്ടപ്പെട്ട നാണയത്തി ന്റെയും ഇറങ്ങിപ്പോയ മകന്റെയും കഥയാണിത്.

♦ ഒരാൾ സ്വയം നഷ്ടപ്പെടുത്തുന്നതിന്റെ ആദ്യപടിയാണ് ഇറങ്ങി പ്പോക്ക്

♦ രണ്ടാമത്തെ പടിയെന്നു പറയുന്നത് മൂല്യം നഷ്ടപ്പെട്ടു പോകുന്നതാണ്.

♦ ഇതു രണ്ടും കൂടി സമ്മേളിക്കുന്നതാണു മൂന്നാമത്തെ പടി.

പ്രിയ സുഹൃത്തേ, ഇറങ്ങിപ്പോയ പടികൾ കണ്ടെത്തുക. ഒരൊറ്റ ദിവസം കൊണ്ടു സംഭവിച്ചതല്ല ഇതൊന്നും. ആടിനെപ്പോലെ അലഞ്ഞും നാണയംപോലെ കൈവിട്ട് ഉരുണ്ടും മകനെപ്പോലെ വിറ്റു തുലച്ചുമാണോ പ്രയാണം ചെയ്യുന്നത്?

തിരിച്ചു നടക്കുക, യജമാനന്റെ വിളി കേൾക്കുക, വെളിച്ചത്തി ലേക്കു നടക്കുക. ആശ്ലേഷിക്കുവാനായി സ്നേഹവാനായ യേശു പിതാവിനെപ്പോലെ കാത്തിരിക്കുന്നു.

4. നിയമിക്കപ്പെട്ടിരിക്കുന്ന ഒരു ന്യായവിധിയുണ്ട്.

വേദപുസ്തക പ്രകാരം മനുഷ്യനു നിയമിക്കപ്പെട്ടിരിക്കുന്നതിൽ ഏറ്റവും പ്രധാന കാര്യം ന്യായവിധിയെ അഭിമുഖീകരിക്കുകയെന്നുള്ള താണ്.

എബ്രായർ 9:27 - ഒരിക്കൽ മരിക്കുകയും പിന്നെ ന്യായവിധിയും മനുഷ്യർക്കു നിയമിച്ചിരിക്കുന്നു.

റോമർ 2:5 ദൈവത്തിന്റെ നീതിയുള്ള വിധി വെളിപ്പെടും

മത്തായി 13:36 - മനുഷ്യർ പറയുന്ന ഏതു നിസ്സാര വാക്കിനും ന്യായവിധി ദിവസത്തിൽ കണക്കു ബോധിപ്പിക്കേണ്ടി വരും.

യോഹന്നാൻ 12:48 - കർത്താവിന്റെ വചനം നമ്മെ ന്യായം വിധിക്കും.

പക്ഷേ നീതിയുള്ള ന്യായവിധിയെക്കുറിച്ച് ചിന്തിക്കുന്നതിനോ വിശ്വസിക്കുന്നതിനോ മനുഷ്യമനസ്സിനു താല്പര്യമില്ല. എന്നാൽ ഇത് അനിവാര്യമാണ്.

എങ്ങനെ ജീവിച്ചാലും കുഴപ്പമില്ലെന്നു ചിന്തിക്കുമ്പോൾ തിരി ച്ചറിയുക.

2 കൊരിന്ത്യർ 5:10 - അവനവൻ ശരീരത്തിൽ ഇരിക്കുമ്പോൾ ചെയ്തതു നല്ലതാകിലും തീയതാകിലും അതിനു തക്കവണ്ണം പ്രാപിക്കേണ്ടതിനു നാം എല്ലാവരും ക്രിസ്തുവിന്റെ ന്യായാസന ത്തിന്റെ മുമ്പാകെ വെളിപ്പെടുത്തേണ്ടതാകുന്നു.

ദിനവും ഉച്ചരിച്ചും ധ്യാനിച്ചും പ്രത്യാശയോടെ കാത്തിരിക്കുന്ന ദൈവത്തെ കാണാൻ ചിലർ കാത്തിരിക്കുമ്പോൾ ശാരീരികോല്ലാസ ങ്ങളുടെ ഉന്നതിയാണ് സ്വർഗ്ഗമെന്നും ദൈവത്തോടൊപ്പം വസിക്കുന്ന തിനെക്കാൾ പ്രാധാന്യം ഇതിനാണെന്നും ചിന്തയുള്ളവർ മൂഢ സ്വർഗ്ഗത്തിലാണ്.

കോബ്രാ കമാൻഡോകളുടെ *(COBRA-Commando Battalion for Resolute Action)* ആപ്തവാക്യമായ *"glory or death"* ശ്രദ്ധിക്കുമ്പോഴെല്ലാം, പൗലൊസിന്റെ വാക്കു കൾ എന്റെ ഓർമ്മയിലേക്കു വരാറുണ്ട്. *"എനിക്കു ജീവി ക്കുന്നതു ക്രിസ്തുവും മരിക്കുന്നതു ലാഭവും ആകുന്നു."*

ഷാർലെറ്റ് പി. മാത്യു

ശരിയായ പങ്കാളിയെ കണ്ടെത്തുക -
Choose your Right Partner

ഭാര്യയെ കിട്ടുന്നവനു നന്മ കിട്ടുന്നു;
യഹോവയോടു പ്രസാദം ലഭിച്ചുമിരിക്കുന്നു

(സദൃശവാക്യങ്ങൾ 18:22)

He who finds a wife finds what is good
And receives favour from the Lord (NIV)

Find a good spouse, you find a good life
And even more, the favour of God (MSG)

ഉത്തമയായ ഭാര്യയെ കണ്ടെത്തുന്നവൻ ഭാഗ്യവാൻ;
അതു കർത്താവിന്റെ അനുഗ്രഹമാണ് (പി.ഒ.സി. ബൈബിൾ)

പുരുഷന്റെ മഹാ ഭാഗ്യം
തന്നെയുത്തമ പ്രേയസി
അതു ദൈവം കൊടുക്കുന്ന
വരസൗഭാഗ്യമല്ലയോ

(സദൃശവാക്യങ്ങൾ - പ്രൊഫ. എ.റ്റി. ഓത്തറ)

പ്രണയം, റൊമാൻസ്, കാതൽ സെലിബ്രേഷനു വേണ്ടി നെട്ടോട്ട മോടുന്ന ലോകത്തിലാണു നാം ജീവിക്കുന്നത്. നിർഭാഗ്യവശാൽ സ്നേഹഭംഗങ്ങളും, വിവാഹമോചനങ്ങളും ചതിക്കുഴികളും കച്ച വടവും ഈ ആഘോഷത്തിന്റെ ഭാഗം തന്നെയായി മാറിയിരിക്കുന്നു. കഴിഞ്ഞദിവസം റ്റി.വിയിൽ "Divorce Matrimony" എന്ന ഒരു സൈറ്റിന്റെ പരസ്യം കണ്ടു. സംസ്കാരം കുതിക്കുകയാണോ, കിതയ്ക്കുകയാണോ ചെയ്യുന്നത്?

ഇൻഡ്യ റ്റുഡെ മാഗസിനിൽ നവംബർ 21, 2016ൽ ഒരു വാർത്ത പ്രസിദ്ധീകരിച്ചിരുന്നു. ഹരിയാനയിലെ 9-ാം ക്ലാസ്സിലെ ചോദ്യപേപ്പ റിലെ ഒരു ചോദ്യം വിരാട് കോഹ്ലി കി ഗേൾഫ്രണ്ട് കാ നാം....

(ഓപ്ഷനുകൾ കൊടുത്തിട്ടുമുണ്ട്.) ഇതൊക്കെ കണ്ടും കേട്ടും വളരുന്ന പ്രൈമറി സ്കൂൾ വിദ്യാർത്ഥികൾ പറയുന്നത് 'ചേട്ടാ, ഇന്നത്തെ കാലത്ത് ഒരു ഗേൾഫ്രണ്ടില്ലെങ്കിൽ ഒരു വിലയും കൂട്ടുകാരുടെ ഇടയിൽ കിട്ടുകയില്ലെന്നാണ്.

മറുവശത്ത് പരാജയങ്ങളുടെ കഥ ധാരാളം കേൾക്കുന്നതു കൊണ്ടും ഉത്തരവാദിത്വം ഏറ്റെടുക്കാൻ മടിയുള്ളതുകൊണ്ടും "proud to be single" ഹാഷ്ടാഗിൽ സഞ്ചരിക്കുന്ന മറ്റൊരു കൂട്ടരുണ്ട്. കല്യാണത്തെക്കുറിച്ച് അവർ ഒരുപക്ഷേ കേൾക്കുന്ന ഉപദേശങ്ങളി ങ്ങനെയാണ്: 'അളിയാ, ബസിനു പുറത്തു നിൽക്കുന്നവന് എങ്ങനെ യെങ്കിലും അകത്തുകയറിയാൽ മതി, അകത്തിരിക്കുന്നവന് എങ്ങനെയെങ്കിലും പുറത്തിറങ്ങിയാൽ മതിയെന്ന ചിന്തയാണു കല്യാണം.'

സ്നേഹബന്ധത്തെക്കുറിച്ചു/വിവാഹത്തെക്കുറിച്ചു ചിന്തിക്കു മ്പോൾ തിരിച്ചറിയേണ്ടതായ 5 ഉപദേശങ്ങൾ

1. WAIT-കാത്തിരിക്കുക

വിവാഹത്തെക്കുറിച്ചുള്ള മോഹസ്വപ്നങ്ങൾ സ്കൂളിൽ പഠിക്കു മ്പോൾത്തന്നെ ചിന്തയിൽ വരുന്നത് സർവ്വസാധാരണമാണ്.

- ♦ ഇയാളെത്തന്നെ ഞാൻ കെട്ടും
- ♦ ഞങ്ങൾ തമ്മിൽ എന്തു ചേർച്ചയാണ്

♦ എനിക്കിപ്പോൾ നല്ല പക്വതയുണ്ട്

♦ എന്റെ ഇഷ്ടങ്ങൾ തന്നെയാണ് അയാളുടെയും ഇഷ്ടം.

♦ ഇങ്ങനെയുള്ള കണക്കുകൂട്ടലുകൾ സ്വാഭാവികമാണ്.

തിരിച്ചറിയുക

നിങ്ങളുടെ ഇഷ്ടങ്ങൾ നൂറു ശതമാനം ശരിയാകണമെന്നില്ല. അഞ്ചോ, പത്തോ, പതിനഞ്ചോ വർഷത്തിനു ശേഷം പ്രായോഗിക മായി നടക്കേണ്ട കാര്യത്തെക്കുറിച്ചാണ് ഇപ്പോൾ ചിന്തിക്കുന്നത്. ശാരീരികവും, മാനസികവുമായ പക്വതയ്ക്കും വൈകാരീകമാകുന്ന പക്വതയ്ക്കും തമ്മിൽ വലിയ ഒരു അന്തരമുണ്ട്.

2. Don't miss your No. 1 best (എടുത്തു ചാട്ടം നിമിത്തം ഏറ്റവും മികച്ചത് നഷ്ടപ്പെടരുത്)

നിങ്ങളുടെ ജീവിതത്തിൽ നിങ്ങൾ വിചാരിച്ചാൽ നിങ്ങൾക്ക് 5th bestനെയോ, 6th bestനെയോ ലഭിച്ചേക്കാം. പക്ഷേ No. 1 bestനെ അതിന്റെ പേരിൽ നഷ്ടപ്പെടുത്തരുത്.

വർഷങ്ങൾക്കു മുൻപ് എന്റെ ഒരു സഹപ്രവർത്തകൻ ഒരു കുട്ടിയെ പ്രേമിച്ചു കല്യാണം കഴിച്ചു. കുറെ റിസ്ക്കുകൾ എടുത്താണു കല്യാണം കഴിച്ചത്. രണ്ടു വർഷം കഴിഞ്ഞ് എനിക്കു വന്ന അവന്റെ ഫോൺ കോൾ ഇങ്ങനെയാണ്, 'ചേട്ടാ സെക്കന്റ് ഹാൻഡ് വിൽക്കുന്ന കട വല്ലതും ഉണ്ടായിരുന്നെങ്കിൽ ഈ പണ്ടാരത്തെ കൊണ്ടുപോയി വിൽക്കാമായിരുന്നു.' എങ്ങനെയൊക്കെയോ അവരുടെ ആദ്യസ്നേഹം നഷ്ടപ്പെട്ടുപോയി.

3. യഥാർത്ഥ സ്നേഹം – 1 കൊരിന്ത്യർ 13 വായിക്കുക

സിനിമയിൽ കാണുന്ന പ്രണയമല്ല യഥാർത്ഥ ജീവിതമെന്നു തിരിച്ചറിയുക. എല്ലാ ദിവസവും മരംചുറ്റിയോട്ടവും, ഐസ്ക്രീം നുണയലും, ബീച്ചിലെ ഡാൻസുമല്ല യഥാർത്ഥജീവിതം.

1 കൊരിന്ത്യർ 13-ാം അദ്ധ്യായം വായിക്കുക. സ്നേഹം എന്ന പദത്തിനു പകരം സ്വന്തം പേരു ചേർത്തു ധ്യാനിക്കുന്നതു നന്നാ യിരിക്കും. അപ്പോൾ നമുക്കോരോരുത്തർക്കും സ്നേഹത്തിന്റെ നിർവ്വചനങ്ങൾ തിരിച്ചറിയാൻ കഴിയും.

4. അബദ്ധങ്ങൾ/തെറ്റുകൾ – ക്ഷമ ചോദിക്കുക

തെറ്റുകൾ പറ്റുക മനുഷ്യസഹജമാണ്. ക്ഷമിക്കുക, ക്ഷമ ചോദി ക്കുക എന്നത് ദൈവീകവും. ആന്തരീക സൗഖ്യം വളരെ നിർണ്ണായക

മായ ഒന്നാണ്. കരുതിക്കൂട്ടിച്ചെയ്തശേഷം പിന്നീട് ക്ഷമ ചോദിച്ച് തടിതപ്പുന്ന മനോഭാവം നല്ലതല്ല. *ദൈവമേ, നിർമ്മലമായൊരു ഹൃദയം എന്നിൽ "സൃഷ്ടിച്ചു" സ്ഥിരമായോരാത്മാവിനെ എന്നിൽ പുതുക്കേ ണമെ. നിന്റെ സന്നിധിയിൽ നിന്ന് എന്നെ തള്ളിക്കളയരുതേ; നിന്റെ പരിശുദ്ധാത്മാവിനെ എന്നിൽ നിന്ന് എടുക്കയുമരുതേ. നിന്റെ രക്ഷയുടെ സന്തോഷം എനിക്കു തിരികെ തരേണമെ* (സങ്കീ. 51: 10-12) എന്ന പ്രാർത്ഥന ജീവിതത്തെ ഭരിക്കണം. "സൃഷ്ടിച്ചു" എന്ന പദം ശ്രദ്ധിക്കുക. അതു ദൈവം ചെയ്യുന്ന ഒരു ക്രിയയാണ്. ദൈവത്താൽ അസാധ്യമായതൊന്നുമില്ല.

5. Ask Christ centered Questions (ക്രിസ്തുകേന്ദ്രീകൃതമായ ചോദ്യങ്ങൾ ചോദിക്കുക)

ഇന്നത്തെക്കാലത്ത് പെണ്ണുകാണാൻ പോകുമ്പോൾ 'ചെറുക്കനും പെണ്ണിനും' പരസ്പരം സംസാരിക്കാനൊക്കെ സമയം പൊതുവെ കൊടുക്കാറുണ്ട്. വീണ്ടും ജനനം പ്രാപിച്ച ദൈവമക്കൾ ക്രിസ്തുകേന്ദ്രീ കൃതമായ ചോദ്യങ്ങൾ ചോദിക്കാൻ മറക്കരുത്. ദൈവരാജ്യത്തെക്കുറി ച്ചുള്ള ലക്ഷ്യം, സ്വപ്നങ്ങൾ, പ്രാർത്ഥനാജീവിതം, മാനസാന്തരാനുഭവ ങ്ങൾ, അഭിഷേകം തുടങ്ങി ശിഷ്യത്വസംബന്ധമായ ചോദ്യങ്ങൾ ക്കൊക്കെ വളരെ പ്രസക്തിയുണ്ട്.

മാതാപിതാക്കൾക്കൊക്കെ ഇവിടെ വളരെ പ്രാധാന്യമുണ്ട്. കരിയറും ശമ്പളവും വിദേശവഴികളുമൊക്കെ മാത്രം ലക്ഷ്യമിട്ടു പോയാൽ പലപ്പോഴും ജീവിതം ദുരന്തമാകാറുണ്ട്.

ഏതെങ്കിലും ഭാഷയുടെയോ, സാംസ്കാരിക പ്രത്യേകത കളുടെയോ, മതത്തിന്റെയോ പേരിൽ ഒരു വംശത്തെ ത്തന്നെ കൃത്യമായി പദ്ധതികളോടെ ഇല്ലാതെയാക്കുന്ന തിനെ *ethnic cleansing* (വംശഹത്യ) എന്നാണു പറയു ന്നത്.

പിശാചിന്റെ പ്രഥമലക്ഷ്യം വിശ്വസ്തരെയും വിശു ദ്ധരെയും വംശഹത്യ ചെയ്യുകയെന്നതാണ്. ദൈവ പുരുഷന്മാർക്കു വംശനാശഭീഷണി നേരിടുന്ന കാലഘട്ട ത്തിൽ ദൈവികകരുതലിനായി നാം പ്രാർത്ഥിക്കണം. "സാത്താൻ നമ്മെ തോല്പിക്കരുത്; അവന്റെ തന്ത്രങ്ങളെ നാം അറിയാത്തവരല്ലല്ലോ."

ഷാർലെറ്റ് പി. മാത്യു

ചളുവർത്തമാനം വേണ്ട
(Say 'No' to "Loose Talks")

വികടാധരം ഉള്ള മൂഢനെക്കാൾ
പരമാർത്ഥതയിൽ നടക്കുന്ന ദരിദ്രൻ ഉത്തമൻ)

(സദൃശവാക്യങ്ങൾ 19:1)

ഇതിലെ 'വികടാധരം' എന്ന പദത്തെ ആസ്പദമാക്കി ചില കാര്യങ്ങൾ ചിന്തിക്കാം. ഇംഗ്ലിഷ് പരിഭാഷയിൽ "Perverse lips" എന്നും, പി.ഒ.സി. ബൈബിളിൽ 'ദുർഭാഷണം' എന്നുമാണ് രേഖ പ്പെടുത്തിയിരിക്കുന്നത്. യഥാർത്ഥമാകുന്ന (original design) ആശയത്തിൽ നിന്ന് ഒരു കാര്യത്തെ twist ചെയ്ത് (വളച്ചൊടിച്ച്) പറയുന്നതിനെയാണു 'വികടാധരം' എന്നതുകൊണ്ട് ഉദ്ദേശിക്കുന്നത്. ചെറുതായിട്ടു പോലും ഒരു കാര്യം വളച്ചൊടിക്കുമ്പോൾ, അടിസ്ഥാന പരമായ മൂല്യമാണ് നഷ്ടപ്പെടുന്നത് (Slight twisting has destroyed its fundamental integrity of wholeness)

"30 days to Taming your Tongue' എന്ന പുസ്തകത്തിൽ Deborah Smith Pegues 30 തരം നാവുകളെക്കുറിച്ചു രേഖപ്പെടുത്തിയിട്ടുണ്ട്. ഈ മുപ്പതെണ്ണത്തിൽ നാം എത്ര വിഷയത്തിൽ specialise ചെയ്തിട്ടുണ്ട് എന്നുള്ളതു വളരെ പ്രധാനപ്പെട്ടതാണ്.

The lying tongue	വ്യാജം പറയുന്ന നാവ്
The flattering tongue	മുഖസ്തുതി പറയുന്ന നാവ്
The Manipulating tongue	വളച്ചൊടിച്ചു പറയുന്ന നാവ്/ കൗശലം പറയുന്ന നാവ്
The Hasty tongue	വീണ്ടുവിചാരമില്ലാത്ത നാവ്, ഒപ്പേ! എന്നു പറയുന്ന ശൈലി
The Divising tongue	വിഭാഗീയതയുടെ നാവ്
The argumentative tongue	തർക്കത്തിന്റെ നാവ്

The boasting tongue	ഡംഭത്തിന്റെ, ആത്മപ്രശംസ യുടെ, ബഡ്ഡായി പറയുന്ന നാവ്
The self deprecating tongue	സ്വയമേ മറുത്തുപറയുന്ന നാവ്
The slandering tongue	അപവാദം പറയുന്ന നാവ്
The Gossiping tongue	ഏഷണിക്കാരനായ നാവ്
The meddling tongue	അന്യകാര്യങ്ങളിൽ തലയിടുന്ന നാവ്
The betraying tongue	വഞ്ചിക്കുന്ന നാവ്
The belilting tongue	ചെറുതാക്കുന്ന/അനാദരം കാട്ടുന്ന നാവ്
The cynical tongue	പുച്ഛിക്കുന്ന നാവ്
The know it all tongue	സർവ്വജ്ഞൻ/എനിക്കെല്ലാം അറിയാം എന്നു ഭാവിക്കുന്ന നാവ്
The Harsh tongue	പരുഷമായ നാവ്
The tactless tongue	യുക്തിരഹിതമായ/നയമില്ലാത്ത നാവ്
The intimidaily tongue	വിരട്ടുന്ന/ഭീഷണിപ്പെടുത്തുന്ന നാവ്
The rude tongue	സംസ്കാരശൂന്യമായ/ ആചാരമര്യാദകൾ കാട്ടാത്ത നാവ്
The judgemental tongue	വിധിക്കുന്ന നാക്ക്
The self absorbed tongue	സ്വന്തം കാര്യം മാത്രം പറയുന്ന നാവ്
The cursing tongue	ശപിക്കുന്ന നാവ്
The complaining tongue	പരാതി പറയുന്ന നാവ്
The retaliating tongue	പകരം വീട്ടുന്ന, തിരിച്ചടിക്കുന്ന നാവ്
The accusing tongue	കുറ്റാരോപണം ചെയ്യുന്ന നാവ്
The discouraging tongue	അധൈര്യപ്പെടുത്തുന്ന നാവ്
The doubting tongue	സംശയത്തിന്റെ നാവ്

The Loquacious tongue	അധികം സംസാരിക്കുന്ന/ വായാടിയായ നാവ്
The indiscreet tongue	അവിവേകം/ബുദ്ധിശൂന്യമായ നാവ്
The silent tongue	ശാന്തമായ നാവ്

ഈ പറഞ്ഞിട്ടുള്ളതിൽനിന്നും തിരഞ്ഞെടുക്കുന്ന ചില നാവുകൾ ശ്രദ്ധിക്കുക.

1. വ്യാജമുള്ള അധരങ്ങൾ

വ്യാജം പറയുന്നതിൽ Ph.D എടുത്തിട്ടുള്ളവരുടെയും വ്യാജ ത്തിന്റെ പരസ്യകോലാഹലങ്ങളുടെയും നടുവിലാണ് നാം ജീവിക്കു ന്നത്. പകുതി സത്യം (Half-Truth) മാത്രം പറഞ്ഞും കൂട്ടിപ്പറഞ്ഞും (Exaggerate) കാര്യങ്ങൾ അവതരിപ്പിക്കുന്നവർ വർദ്ധിച്ചിരിക്കുന്നു. സദൃശവാക്യങ്ങൾ 12:22ൽ പറയുന്നു. *വ്യാജമുള്ള അധരങ്ങൾ യഹോവക്കു വെറുപ്പാണ്.*

2. മുഖസ്തുതി പറയുന്ന നാവ്

അതിജീവനത്തിനുവേണ്ടി (Survive tactic) മുഖസ്തുതി പറയുന്ന ധാരാളം പേരുണ്ട്. ദാനിയേലും യോസേഫും എസ്ഥേറുമൊന്നും മുഖസ്തുതി പറഞ്ഞല്ല മാനിക്കപ്പെട്ടതെന്ന് ബൈബിൾ വായിക്കു മ്പോൾ മനസ്സിലാക്കാൻ കഴിയും.

3. വളച്ചൊടിച്ചു പറയുന്ന/കൗശലത്തിന്റെ നാവ്

ശിംശോനെ കൗശലത്തിൽ വീഴ്ത്തിയ ദലീലാ-ഫോബിയ (Delilah - Phobia) ഞെട്ടിപ്പിക്കുന്നതാണ്. *'നീ എന്നെ സ്നേഹിക്കുന്നു വെങ്കിൽ'* .... തന്ത്രത്തിൽ വീണുപോയ ശക്തനായ ശിംശോന്റെ ദുരന്തം വേദനാജനകമാണ്.

4. വിഭാഗീയതയുടെ നാക്ക്

പിളർത്തുക, കീഴടക്കുക (divide & conquer) സാത്താന്റെ പ്രധാന തന്ത്രമാണ്. ഐക്യതയോടെ ജീവിക്കുമ്പോഴുള്ള അനുഗ്രഹം കുടുംബ ങ്ങളിൽ നിന്നും, സഭകളിൽ നിന്നും തച്ചുടയ്ക്കുവാനുള്ള തന്ത്രങ്ങൾ നാം തിരിച്ചറിയണം. എഫെ. 4:3ൽ പറയുന്നു *ആത്മാവിന്റെ ഐക്യത സമാധാനബന്ധത്തിൽ കാക്കാൻ ശ്രമിക്കുകയും ചെയ്വിൻ.* നാം

ഒരിക്കലും Peace - breaker (സമാധാനം ഉടയ്ക്കുന്ന ആൾ) ആവരുത്; പകരം Peace - maker (സമാധാനം ഉണ്ടാക്കുന്ന ആൾ) ആകേണം.

5. ആത്മപ്രശംസതയുടെ നാക്ക്

ബഡായി വിളമ്പുന്നവർ എവിടെയുമുണ്ട്. സോഷ്യൽ മീഡിയ യൊക്കെ വന്നതോടെ, അതിന്റെ തീവ്രത വർദ്ധിച്ചിരിക്കുന്നു. താരതമ്യങ്ങളുടെ ലോകത്തിൽ അനാവശ്യമായി ഡംഭത്തിനുവേണ്ടി വാഹനങ്ങളും വീടുകളും ഗാഡ്ജറ്റുകളും എന്തിനേറെ ബന്ധങ്ങൾ വരെ ആ തുലാസിൽ തൂക്കിനോക്കുന്നവർ പെരുകിയിരിക്കുകയാണ്.

1 കൊരിന്ത്യർ 4:7ൽ പറയുന്നു. *നിന്നെ വിശേഷിപ്പിക്കുന്നത് ആർ? ലഭിച്ചതല്ലാതെ നിനക്ക് എന്തുള്ളൂ? ലഭിച്ചതെങ്കിലോ ലഭിച്ചതല്ല എന്നപോലെ പ്രശംസിക്കുന്നത് എന്ത്?*

6. സ്വയമേ മറുത്തുപറയുന്ന വാക്ക്/താഴ്ത്തിക്കെട്ടുന്ന

Self-deprication പലപ്പോഴും താഴ്മയുമായി തെറ്റിദ്ധരിക്കാറുണ്ട്; പക്ഷേ യാഥാർത്ഥ്യത്തിൽ, അത് പലപ്പോഴും ദൈവവചനത്തിന്റെ നിരസിക്കലാണ്. അത് ദൈവത്തിൽ അപ്രീതി (displease) ഉളവാക്കുന്ന താണ്. ദൈവത്തോട് 'വാക്സാമർത്ഥ്യമില്ല' എന്ന excuse പറയുന്ന മോശെയെ പുറപ്പാട് 4:10ൽ കാണാം. പുറപ്പാട് 4:11-12ൽ ദൈവത്തിന്റെ മറുപടി ഇപ്രകാരമാണ്.

അതിനു യഹോവ അവനോട്: മനുഷ്യനു വായ് കൊടുത്തത് ആർ? അല്ല, ഊമനെയും ചെകിടനെയും കാഴ്ചയുള്ളവനെയും കുരുടനെയും ഉണ്ടാക്കിയത് ആർ? യഹോവയായ ഞാൻ അല്ലയോ? ആകയാൽ നീ ചെല്ലുക; ഞാൻ നിന്റെ വായോടു കൂടെ ഇരുന്ന്, നീ സംസാരി ക്കേണ്ടത് നിനക്കു ഉപദേശിച്ചു തരും എന്ന് അരുളിച്ചെയ്തു.

ദൈവത്തിന്റെ വാഗ്ദാനങ്ങൾ വില കുറച്ചു കാണരുത്.

7. അപവാദം പറയുന്ന/ദുർവാക്കു പറയുന്ന നാക്ക്

3 യോഹന്നാൻ 1:10ൽ – പ്രധാനിയാകുവാൻ ആഗ്രഹിച്ച് ദുർവാക്കുകൾ പറയുന്ന ദിയൊത്രെഫേസിനെ കാണുവാൻ കഴിയും. ഇങ്ങനെയുള്ളവർ എല്ലായിടത്തുമുണ്ട്. ഇങ്ങനെയുള്ള സാഹചര്യ ങ്ങളിൽ ആസാഫിന്റെ പ്രാർത്ഥന (സങ്കീർത്തനങ്ങൾ 75: 4-7) ഉത്തമമാണ്. നാം നമ്മുടെ കൊമ്പ് ഉയർത്തരുത്, ഡംഭം കാട്ടരുത്, ശാഠ്യത്തോടെ സംസാരിക്കരുത്. ന്യായാധിപതിയായി ദൈവമാണ് ഉയർച്ച തരുന്നതെന്ന് തിരിച്ചറിയുക.

8. അന്യകാര്യങ്ങളിൽ തലയിടുന്ന നാവ്

2 തെസ്സലോനിക്യർ 3:11ൽ പറയുന്നു. നിങ്ങളിൽ ചിലർ ഒട്ടും വേല ചെയ്യാതെ പരകാര്യം നോക്കി ക്രമം കെട്ടു നടക്കുന്നു എന്നു കേൾക്കുന്നു. മറ്റുള്ളവരുടെ കാര്യങ്ങൾ ലെൻസിലൂടെ നോക്കു ന്നത് പലരുടെയും ഒരു വീക്ക്നെസ് ആണ്. സദൃശവാക്യങ്ങൾ 26:17ൽ ഇങ്ങനെ പറയുന്നു. 'തന്നെ സംബന്ധിക്കാത്ത വഴക്കിൽ ഇടപെടുന്നവൻ വഴിയെ പോകുന്ന നായുടെ ചെവിക്കു പിടിക്കുന്ന വനെപ്പോലെ'. അന്യകാര്യങ്ങളിൽ ഇടപെടുമ്പോൾ സ്വയം ചിന്തിക്കുക "നിഷ്കളങ്കമായ, സ്വാർത്ഥതയില്ലാത്ത നല്ല ഫല ത്തിനു വേണ്ടിയുള്ള ലക്ഷ്യമാണോ നിങ്ങളെ ഭരിക്കുന്നത്?

9. ശപിക്കുന്ന നാവ്

ഒരു വായിൽ നിന്നു തന്നെ സ്തോത്രവും ശാപവും പുറപ്പെടുന്നു. സഹോദരന്മാരേ, ഇങ്ങനെ ആയിരിക്കുന്നതു യോഗ്യമല്ല (യാക്കോബ് 3:10) അസഭ്യമായ, ലൗകികമായ വാക്കുകൾ ദൈവ പൈതലിൽ നിന്നും പുറപ്പെടരുത്. തങ്ങളുടെ വാക്കുകൾക്കു വില കിട്ടുവാനും ആഘാതം കൂട്ടുന്നതിനും ശാപവാക്കുകൾ ഉരു വിടുന്നവരുണ്ട്. നിരാശപ്പെടുന്ന സാഹചര്യങ്ങളിൽ അസഭ്യ വാക്കുകൾ പുറത്തുവിട്ട് അനിഷ്ടം വെളിപ്പെടുത്തുന്ന കൂട്ടരുമുണ്ട്.

ലൂക്കോസ് 6:45ൽ പറയുന്നു. "നല്ല മനുഷ്യൻ തന്റെ ഹൃദയത്തിലെ നല്ല നിക്ഷേപത്തിൽ നിന്നു നല്ലതു പുറപ്പെടുവിക്കുന്നു; ദുഷ്ടൻ ദോഷമായതിൽ നിന്ന് ദോഷം പുറപ്പെടുവിക്കുന്നു. ഹൃദയത്തിൽ നിറഞ്ഞു കവിയുന്നതല്ലോ വായ് പ്രസ്താവിക്കുന്നത്."

10. ശാന്തമായ വാക്ക്

അർത്ഥവത്തായ ബന്ധങ്ങൾ നിലനിർത്താൻ സംഭാഷണങ്ങൾ അനിവാര്യമാണ്. എല്ലായ്പോഴും നിശബ്ദമായിരിക്കുന്നത് നല്ലതല്ല. ഭാര്യയും ഭർത്താവും വഴക്കിട്ടപ്പോൾ സംസാരം നിർത്തി എഴുത്ത് മാത്രമാക്കിയ കഥ മിക്കവരും കേട്ടിട്ടുണ്ടാകും. ഒരു രാത്രി കിടക്കുന്നതിനുമുൻപ് ഭർത്താവ് കുറിപ്പെഴുതി കട്ടിലിനരികെ ഭാര്യ കാൺകെ വെച്ചു. നാളെ രാവിലെ 5 മണിക്ക് എന്നെ വിളിക്കണം. കാരണം പ്രഭാതത്തിലെ ഫ്ളൈറ്റിൽ എനിക്ക് യാത്ര ചെയ്യാനുള്ള താണ്. രാവിലെ താമസിച്ച് ചില മണിക്കൂറുകൾ കഴിഞ്ഞാണ് അയാൾ എഴുന്നേറ്റത്. ഭാര്യയോടു ദേഷ്യപ്പെടാനായി ചാടിയെഴു ന്നേറ്റ അയാൾ തൊട്ടടുത്തുള്ള സ്റ്റാൻഡിൽ കണ്ട മറ്റൊരു കുറിപ്പ്

കണ്ടു ഞെട്ടി: ഇപ്പോൾ സമയം 5 മണി ആയിരിക്കുന്നു, എഴുന്നേല്‍ ക്കുക.

മത്തായി 18:15ൽ പറയുന്നു. *നിന്റെ സഹോദരൻ നിന്നോടു പിഴച്ചാൽ നീ ചെന്നു നീയും അവനും മാത്രമുള്ളപ്പോൾ കുറ്റം അവനു ബോധം വരുത്തുക; അവൻ നിന്റെ വാക്കു കേട്ടാൽ നീ സഹോദരനെ നേടി.*

പ്രിയപ്പെട്ട സുഹൃത്തുക്കളേ, ദിനന്തോറും ഒരു "tongue evaluation check up" നടത്തുക. ദൈവവചനം നന്നായി ധ്യാനിക്കുക. ദൈവ ത്തോടു പ്രാർത്ഥിക്കുക. ആത്മാർത്ഥമായി പരിശ്രമിക്കുക. കൊലോ സ്യർ 4:6ൽ പൗലോസ് പറയുന്നു *ഓരോരുത്തനോടു നിങ്ങൾ എങ്ങനെ ഉത്തരം പറയേണം എന്ന് അറിയേണ്ടതിനു നിങ്ങളുടെ വാക്ക് എപ്പോഴും കൃപയോടു കൂടിയതും ഉപ്പിനാൽ ശുചിവരുത്തിയതും ആയിരിക്കട്ടെ.* സങ്കീർത്തനങ്ങൾ 49:3ലെ വാക്യം ദിനന്തോറുമുള്ള തീരുമാനമാകട്ടെ. *എന്റെ വായ് ജ്ഞാനം പ്രസ്താവിക്കൂ; എന്റെ ഹൃദയത്തിലെ ധ്യാനം വിവേകം തന്നെ ആയിരിക്കും.*

മെട്രോ റയിലും-കേരളവും

2017, ഓഗസ്റ്റ് 2015 ൽ ബാലരമ ഡൈജസ്റ്റിൽ വായിച്ചത്

"തീവണ്ടിയുടെ തലയന്ത്രം ഇരുമ്പുകൊണ്ടുള്ള ഒരു ഭയ
ങ്കര രാക്ഷസനാണ്. ഭീകരമാണ് അവന്റെ ഒച്ച. കോഴിമുട്ട
വിരിയുകയില്ല. ഒച്ചയുടെ ഊക്കിൽ കോഴിമുട്ട കുടുങ്ങി
പ്പൊട്ടും.

ഇന്ന് കേരളത്തിലെ പരിഷ്കൃതനഗരമായ എറണാകുളത്ത്
1902 ൽ ആദ്യമായി തീവണ്ടിയോടും മുമ്പു പ്രചരിച്ച കഥ
യാണിത്. അന്ന് ആളുകൾ തീവണ്ടിയെ പിശാചിന്റെ പര്യാ
യമായി കരുതി. ജനവാസമില്ലാത്ത പ്രേതപ്പറമ്പാണ് ഇട
പ്പള്ളി ഭാഗത്തു റെയിൽപ്പാതയ്ക്കായി വിട്ടുകൊടുത്ത്.
അവിടുത്തെ ഭൂതപ്രേതങ്ങൾ തീവണ്ടിയെ നേരിടുന്നതു
കാണാൻ റെയിൽപ്പാതയുടെ ഉദ്ഘാടനദിവസം ആളുകൾ
ദൂരെമാറി ആകാംക്ഷയോടെ കാത്തുനിന്നു. എന്നാൽ,
ഒന്നും സംഭവിക്കാതെ തീവണ്ടിയങ്ങ് ഓടിപ്പോയി.
കൃത്യം 115 വർഷങ്ങൾക്കുശേഷം അതേ എറണാകുളത്ത്
മെട്രോ ട്രെയിന്റെ ഉദ്ഘാടനം നടന്നു."

'കാലം' വരുത്തിയ മാറ്റം!

'വിദ്യാഭ്യാസം' നമ്മുടെ നാടിനു വരുത്തിയ മാറ്റം!

'പള്ളിക്കൂടങ്ങൾ' വരുത്തിയ മാറ്റം!

കേരളത്തിൽ ജനിക്കാൻ ലഭിച്ച ഭാഗ്യത്തിനായി സ്തോത്രം.

ഷാർലെറ്റ് പി. മാത്യു

മദ്യപാനത്തോടു 'നോ' പറയുക - Say No' to Alcohol

വീഞ്ഞു "പരിഹാസിയും"
മദ്യം "കലഹക്കാരനും" ആകുന്നു.
അതിനാൽ ചാഞ്ചാടി നടക്കുന്ന ആരും "ജ്ഞാനിയാകയില്ല"

(സദൃശവാക്യങ്ങൾ 20:1)

ഞാൻ കണ്ട ചില മദ്യപന്മാർ

1. 16 വർഷങ്ങൾക്കു മുൻപ് ഒരു ഇൻഡ്യൻ മൾട്ടിനാഷണൽ കമ്പനിയിൽ ഞാൻ ജോലിക്കു ചേരുമ്പോൾ കോട്ടയംകാരനായ ഒരു സഹപ്രവർത്തകൻ ഉണ്ടായിരുന്നു. മദ്യപിക്കുമ്പോൾ അദ്ദേഹത്തിന്റെ പ്രത്യേകത, മുഖം നന്നായി ഫെയ്സ് വാഷ് ഉപയോഗിച്ചു കഴുകും, ഫെയർ & ലവ്‌ലി തേച്ചു സുന്ദരക്കുട്ടപ്പനാകും. ഒരു കണ്ണാടി എടുത്തു മുൻപിൽ വെയ്ക്കും. എന്നിട്ട് മദ്യപാനം തുടങ്ങും. ട്രെയിനിലൊക്കെ യാത്ര ചെയ്യുമ്പോൾ Fanta, 7 up, Cocoa Cola ബോട്ടിലിനകത്ത് മദ്യം നിറച്ച് സഹയാത്രികർക്കൊക്കെ കൊടുക്കുന്നതും ട്രെയിനിൽ വാളു വെയ്ക്കുന്നതുമെല്ലാം തനിക്കൊരു ഹോബിയായിരുന്നു. പക്ഷേ താൻ പറയുന്ന മിക്ക കാര്യങ്ങളും ശുദ്ധമണ്ടത്തരമാണെന്ന് സുബോധമുള്ള, മദ്യപിക്കാത്ത സുഹൃത്തുക്കൾക്കു വേഗത്തിൽ തിരിച്ചറിയാൻ കഴിയുമായിരുന്നു. വെള്ളമടി മൂത്തിട്ട് വീട്ടുകാർ മേടിച്ചു കൊടുത്ത സ്വന്തം കാർ വിറ്റ് ഓട്ടോ വാങ്ങി. അതു വാടകയ്ക്കു മറ്റൊരാൾക്കു കൊടുത്ത് ദിവസവും വൈകിട്ട് കിട്ടുന്ന 100 രൂപ വാടക കൊണ്ട് മദ്യപിച്ചു ജീവിച്ച് ആ ചെറുപ്പക്കാരൻ കുടുംബജീവിതമൊക്കെ ത്തകർന്ന് എവിടെയോ ജീവിക്കുന്നു. പരിഹാസമായിത്തീർന്ന ദുരന്തജീവിതം!

2. ഏകദേശം 8 വർഷം മുൻപ് ഒരു ഫ്ളാറ്റിൽ, അയൽവാസിയായി ഒരു സംവിധായകനും കുടുംബവും വന്നു. കണ്ടാൽ മാന്യൻ, നന്നായി ഇടപെഴകാൻ അറിയും. പക്ഷേ രാത്രി മദ്യപാനം

തുടങ്ങിയാൽ ബഹളം തുടങ്ങും. ലൗഡ് സ്പീക്കർ മുഴങ്ങുന്ന ശബ്ദത്തിൽ ഭാര്യയുടെ അപ്പനും അമ്മയ്ക്കും വിളിക്കുന്നത് കേൾക്കാൻ തുടങ്ങി. നല്ല മിടുക്കനായ കൊച്ചു മകൻ ശല്യം കാരണം ഉറക്കെ നിലവിളിച്ചുകൊണ്ട് വാതിലടയ്ക്കുന്ന ശബ്ദം ഇടക്കിടക്കു കേട്ടുതുടങ്ങി. മദ്യം അയാൾക്ക് സമ്മാനിച്ചത് കലഹം മാത്രമായിരുന്നു. ശല്യം കാരണം ഫ്ലാറ്റിലെ അസോസിയേഷൻ, അവസാനം അവരെ പുറത്താക്കി.

3. വെള്ളമടിച്ചു കഴിഞ്ഞാൽ ഇംഗ്ലിഷ് മാത്രം പറയുന്ന ഒരു ഓഫീസ് അസിസ്റ്റന്റ് എന്റെ ആദ്യത്തെ കമ്പനിയിലുണ്ടായിരുന്നു. മദ്യപിച്ചു കഴിഞ്ഞാൽ, സന്ധ്യാപ്രാർത്ഥനയിൽ എല്ലാ പാട്ടും തനിക്കു തന്നെ പാടണമെന്നും യാതൊരു ബോധവുമില്ലാതെ, പല ആവർത്തി ചെയ്ത്, ഉപദേശങ്ങൾക്കൊന്നും ചെവി തരാതെ ജീവിച്ച ഒരു ചേട്ടനെയും എനിക്കറിയാം.

4. ഒരു കമ്പനിയിൽ ജോലി ചെയ്തിരുന്ന ചെറുപ്പക്കാരൻ 39 വയ സ്സിൽ മദ്യപിച്ച് ജീവിതം തുലച്ച വ്യക്തിയായിരുന്നു. എല്ലാ വരോടും നല്ല രീതിയിൽ പെരുമാറുമായിരുന്ന തനിക്ക് ദിവസവും 10-12 പെഗ് മദ്യപിച്ചില്ലെങ്കിൽ ഉറക്കം വരില്ലായിരുന്നുവെന്നും, അവസാന കാലത്ത് ഒരു ഒപ്പിടണമെങ്കിൽപ്പോലും ഒരു പെഗ് അടിക്കണമായിരുന്നുമെന്നൊക്കെ കേട്ടിട്ടുണ്ട്. ചാഞ്ചാടി ജീവിച്ച തന്റെ ജീവിതത്തെ മദ്യം നേരത്തെ അവസാനിപ്പിച്ചു.

♦ മദ്യപാനം മൃത്യുപാനമാണെന്നൊക്കെ കൂട്ടുകാർ ഉപദേശിക്കു മ്പോൾ പറയുന്ന മറുപടി, മറ്റുള്ളവരും മരിക്കുന്നില്ലേ എന്നൊക്കെ യാണ്.

♦ "ശരീരത്തിന് ഹാനികരമാണ്" എന്നെഴുതി വെച്ചിരിക്കുന്ന സാധനം ആർത്തിയോടെ കുടിക്കുന്നവരെ കാണുമ്പോൾ കഷ്ടം തോന്നാറുണ്ട്.

♦ ആണായാൽ അടിക്കണം എന്നു പറഞ്ഞു അനേകരെ നിർബ ന്ധിച്ചു കുടിപ്പിക്കുന്നവരെയും അതിൽ വീണുപോയവരെയും ഞാൻ കണ്ടിട്ടുണ്ട്.

♦ "RUM" ന്റെ ഫുൾ ഫോം - Regular Used Medicine എന്നാ ണെന്നു പറയുന്ന സുഹൃത്തുക്കളോട് സഹതാപം തോന്നിയി ട്ടുണ്ട്, ഉപദേശിച്ചിട്ടുണ്ട്.

♦ എന്റെ അപ്പൻ മദ്യപനായതുകൊണ്ട് സ്വസ്ഥതയില്ല, പഠിക്കാൻ പറ്റുന്നില്ല, എന്നു പറഞ്ഞു കരയുന്ന നൂറുകണക്കിനു സങ്കടങ്ങൾ കേട്ടിട്ടുണ്ട്.

♦ അമ്മയെ മദ്യപിച്ചിട്ട് തല്ലുന്ന അപ്പനെ കാണുന്നത് അറപ്പാണെന്നു പറയുന്ന മക്കളെ കണ്ടിട്ടുണ്ട്.

♦ 'കുടിച്ചു മുടിച്ചു' എന്ന പറച്ചിൽ നാം മിക്കവാറും കേൾക്കുന്ന ഒന്നാണല്ലോ.

സദൃശവാക്യങ്ങൾ 23:29-ലെ അര ഡസൻ ചോദ്യങ്ങൾ വളരെ പ്രസക്തമാണ്.

ആർക്കു കഷ്ടം? } Emotional problem (വൈകാരികമായ
ആർക്കു സങ്കടം? }   പ്രശ്നങ്ങൾ)

ആർക്കു കലഹം? } Relational problem (ബന്ധങ്ങളിലുള്ള
ആർക്കു ആവലാതി? }   പ്രശ്നങ്ങൾ)

ആർക്ക് അനാവശ്യമായ മുറിവുകൾ? } Physical problems
ആർക്ക് കൺചുവപ്പ്? }   (ശാരീരികമായ പ്രശ്നങ്ങൾ)

മദ്യപന്മാർ തിരിച്ചറിയാത്ത ഒരു കാര്യം, മദ്യം തന്നിൽ മാത്രമല്ല പ്രശ്നങ്ങൾ സൃഷ്ടിക്കുന്നത്. അതു വൈകാരികമായും ശാരീരിക മായും വിപത്തുകൾ സൃഷ്ടിക്കുന്നു.

♦ 30-ാം വാക്യം പറയുന്നു, ഇതൊക്കെ സംഭവിക്കുന്നത് വീഞ്ഞ് കുടിച്ചുകൊണ്ട് നേരം വൈകിക്കുന്നവർക്കും മദ്യം രുചി നോക്കുവാൻ പോകുന്നവർക്കും തന്നെയാണെന്നാണ്

♦ 31-ാം വാക്യം പറയുന്നത് - അതുകൊണ്ട് "വീഞ്ഞു ചുവന്നു പാത്രത്തിൽ തിളങ്ങുന്നതും രസമായി ഇറക്കുന്നതും നീ നോക്കരുത്."

♦ 32 മുതൽ 35 വരെയുള്ള അനന്തരഫലങ്ങൾ ശ്രദ്ധിക്കുക "ഒടുക്കം അതു സർപ്പം പോലെ കടിക്കും, അണലി പോലെ കൊത്തും, നിന്റെ കണ്ണു പരസ്ത്രീകളെ നോക്കും; നിന്റെ ഹൃദയം വക്രത പറയും, നീ നടുക്കടലിൽ ശയിക്കുന്നവനെപ്പോലെയും പാമരത്തിന്റെ മുകളിൽ ഉറങ്ങുന്നവനെപ്പോലെയും ആകും. അവർ എന്നെ അടിച്ചു, എനിക്കു നൊന്തില്ല; അവർ എന്നെ തല്ലി, ഞാൻ അറിഞ്ഞതുമില്ല. ഞാൻ എപ്പോൾ ഉണരും? ഞാൻ ഇനിയും അതു തന്നെ തേടും എന്നു നീ പറയും.

എത്ര ദുരന്തപൂർണ്ണമായ ക്ലൈമാക്സ് ആണിത്! ഞാൻ മദ്യപിച്ച് മദ്യപിച്ച്, എന്റെ കുടുംബം നന്നായി എന്ന് ആർക്കും പറയുവാൻ കഴിയുകയില്ല. Generally it begins delightfully, and ends with displeasure and destruction (സാധാരണ സന്തോഷത്തോടെ തുടങ്ങി, അസ്വസ്ഥതയിലും നാശത്തിലും അത് അവസാനി ക്കുന്നു). മദ്യപാനം യാഥാർത്ഥ്യങ്ങളെ വികലമാക്കുന്നു, മങ്ങ ലേല്പിക്കുന്നു. മദ്യപിച്ചു ബോധം നശിച്ചവർ കാറോടിക്കുന്നതു കണ്ടിട്ടില്ലേ? അവർ സൃഷ്ടിക്കുന്ന അപകടങ്ങൾ വളരെയേറെ യാണ്.

പ്രിയപ്പെട്ട ചെറുപ്പക്കാരേ,

തിരിച്ചറിഞ്ഞ രണ്ടു യാഥാർത്ഥ്യങ്ങൾ പറഞ്ഞുകൊണ്ട് എന്റെ ചിന്ത അവസാനിപ്പിക്കട്ടെ.

1. സ്കൂളിലും കോളേജിലും പഠിക്കുമ്പോൾ, ഒരുപക്ഷേ നാം ചിന്തി ക്കും, ഇവിടെ മാത്രമേ കള്ളുകുടിയന്മാരുള്ളൂ. അതുകൊണ്ട് ഈ സമയത്ത് അടിച്ചുപൊളിക്കാം. ജോലിയൊക്കെ കിട്ടിക്കഴിയു മ്പോൾ ഡീസന്റാകാം. തിരിച്ചറിയുക, കലാലയങ്ങളിലെക്കാൾ വമ്പൻമാർ, സ്പെഷ്യലിസ്റ്റുകൾ ജോലിസ്ഥലത്തൊക്കെ നിങ്ങളെ കാത്തിരിപ്പുണ്ട്. ഒരിക്കൽ വീണുപോയാൽ കരകയറാൻ കഠിനയത്നം വേണ്ടി വരും. അതുകൊണ്ട് Say No to alcohol

2. നിർബന്ധിക്കുന്ന, കളിയാക്കുന്ന സുഹൃത്തുക്കൾ എല്ലായിടത്തു മുണ്ട്. ആണുങ്ങളായാൽ രണ്ടെണ്ണം അടിക്കണം എന്നൊക്കെ പറഞ്ഞ് അഭിമാനത്തെ ചോദ്യം ചെയ്യും. നിങ്ങൾ ആദ്യമേ No പറഞ്ഞു ശീലിക്കണം. അപ്പോൾ രണ്ടാമതു സമ്മർദ്ദം ചെലുത്തും, അപ്പോഴും No പറയണം. കൂട്ടുകാരെ വേണമെന്നുണ്ടെങ്കിൽ, ഒരു Team Player ആകണമെങ്കിൽ മദ്യപിച്ചേ പറ്റൂ എന്നൊക്കെ പറയും. അപ്പോഴും 'No' ആയിരിക്കണം ഉത്തരം. പിന്നീടവർ തിരിച്ചറിയും ഇവൻ വ്യതിചലിക്കാത്തവനാണെന്ന്.

So go ahead. Say No to alcohol.

Social drinking, moderate alcoholism, corporate drinking ആശയങ്ങൾ വർദ്ധിക്കുന്ന ഈ കാലഘട്ടത്തിൽ തിരിച്ചറിയുക "ഗലാത്യർ 5:19 പറയുന്നു *ജഡത്തിന്റെ പ്രവൃത്തികളോ ദുർനടപ്പ്, ആശുദ്ധി, ദുഷ്കാമം, വിഗ്രഹാരാധന, ആഭിചാരം, പക, പിണക്കം, ജാരശങ്ക, ക്രോധം, ശാഠ്യം, ദ്വന്ദ്വപക്ഷം, ഭിന്നത, അസൂയ, മദ്യപാനം, വെറിക്കൂത്ത് മുതലായവ പ്രവർത്തിക്കുന്നവർ ദൈവരാജ്യം അവകാശമാക്കുകയില്ല"* 1 കൊരിന്ത്യർ 5:11ൽ ഉപദേശം കുറച്ചുകൂടി സ്ട്രോങ്ങ് ആണ്. *എന്നാൽ സഹോദരൻ എന്ന വേർപെട്ട ഒരുവൻ ദുർന്നടപ്പുകാരനോ, അത്യാഗ്രഹിയോ, വിഗ്രഹാരാധിയോ, വാവിഷ്ഠാ ക്കാരനോ, മദ്യപനോ, പിടിച്ചുപറിക്കാരനോ ആകുന്നു എങ്കിൽ, അവ നോടു സംസർഗ്ഗം അരുത്."*

So-say No to alcohol
Alcohol is a narcotic, not a food.

The solution to pullution is dilution (മലിനീകരണം ഇല്ലാതാ ക്കാനുള്ള ഒരേയൊരു പോംവഴി അതിനെ നേർപ്പിക്ക ലാണ്.) സമുദ്രമലിനീകരണംപോലുള്ള ആഗോളപ്രശ്ന ത്തിനു പരിഹാരമായി ഇപ്പോൾ പ്രയോഗിക്കുന്ന ഒരു പരിഹാരവാചകമാണിത്.

ശ്രദ്ധിക്കേണമെ-ക്രിസ്തീയജീവിതവുമായി ഇതിനെ താരതമ്യപ്പെടുത്തി ചിന്തിച്ചാൽ *dilution* ചെയ്യുക യെന്നത് പ്രായോഗികമായി തോന്നാം. പക്ഷേ, മാലി ന്യത്തെ, ദൈവം വെറുക്കുന്ന പ്രവൃത്തികളെ നേർപ്പി ക്കുകയല്ല, പൂർണ്ണമായി ഉപേക്ഷിക്കുകയാണ് ഒരു ദൈവ പൈതൽ ജീവിതത്തിൽ ചെയ്യേണ്ടത്.

ഷാർലെറ്റ് പി. മാത്യു

ദൈവത്തിനു ക്ലാസ്സെടുക്കുന്നവർ
People who take classes for God

ദുഷ്ടന്മാരുടെ ഹനനയാഗം വെറുപ്പാകുന്നു
അവൻ ദുരാന്തരത്തോടെ അത് അർപ്പിച്ചാൽ
എത്ര അധികം! (സദൃശവാക്യങ്ങൾ 21:27)

The sacrifice of the wicked is detestable – how much
More so when brought with evil intent.

(Proverbs 21:27)

ഇവിടെ മൂന്നു ജോഡി പദങ്ങൾ ശ്രദ്ധിക്കുക

♦ ദുഷ്ടന്മാരുടെ ഹനനയാഗം
♦ ദുരാന്തരത്തോടെ അർപ്പിക്കുന്നവർ
♦ എത്ര അധികം

നടനവൈഭവമുള്ളവരുടെ "അവാർഡു ലോകത്തിൽ" അഥവാ "പെർഫോമൻസ് ലോകത്തിലാണ്" നാം ജീവിക്കുന്നത്. ഈ വാക്യത്തെ ലളിതമായിപ്പറഞ്ഞാൽ ദുരുദ്ദേശ്യത്തോടുക്കൂടിയുള്ള religious performance-കൾ കാട്ടുന്ന വിരുതന്മാരെക്കുറിച്ചാണു പരാമർശിച്ചിരിക്കുന്നത്. കുറച്ചുകൂടി കൃത്യമായിപ്പറഞ്ഞാൽ Praise the Lord പറഞ്ഞ് ദൈവത്തെപ്പോലും ഞെട്ടിപ്പിക്കുന്നവർ പലയിടത്തു മുണ്ട്.

♦ ചിലപ്രാർത്ഥനകളൊക്കെ ദൈവത്തെ പഠിപ്പിക്കുന്ന ക്ലാസ്സുകളാണ്.
♦ നിനക്കറിയാമല്ലോ ഞാൻ ആരാണെന്ന് – ധിക്കാരം എവിടെ യൊക്കെയോ മുഴങ്ങിക്കേൾക്കുന്നു.

'ഹനനയാഗം' എന്ന പദം പഴയനിയമത്തിൽ ആദ്യം കാണു ന്നത് പുറപ്പാട് 18:12ൽ ആണ്. അവിടെ വിജാതീയനായ, "മോശെ യുടെ അമ്മായിയപ്പനായ യിത്രോ, ദൈവത്തിനു ഹോമവും

ഹനനയാഗവും കഴിച്ചു. അഹരോനും യിസ്രായേൽ മൂപ്പന്മാരെല്ലാവരും വന്ന് "മോശെയുടെ അമ്മായിയപ്പനോടു കൂടി ദൈവസന്നിധിയിൽ ഭക്ഷണം കഴിച്ചു. ദൈവത്തിന്റെ പ്രവൃത്തികളെ തിരിച്ചറിഞ്ഞ യിത്രോ യഹോവ സകല ദേവന്മാരിലും വലിയവൻ എന്നു ഞാൻ അറിയുന്നു" എന്നാണ് ഇവിടെപ്പറയുന്നത്. ദൈവശക്തിയുടെ വലുപ്പം തിരിച്ചറിഞ്ഞുകൊണ്ട് അർപ്പിച്ച ഹോമയാഗം എന്നു വേണമെങ്കിൽ പറയാം.

ഹോമയാഗത്തിന്റെ purposeനെക്കുറിച്ച് ഒരു കമന്ററിയിൽ വായിച്ചത് ഇങ്ങനെയാണ്. ആരാധനയിൽ സ്വമനസ്സാലെയുള്ള പ്രവൃത്തിയാണിത്. ദൈവത്തോടുള്ള 100% സമർപ്പണവും (commitment) പ്രതിബദ്ധതയും (dedication) ആണ് ഹോമയാഗത്തിലൂടെ reflect ചെയ്യേണ്ടത്.

സത്യത്തിൽ silly approach ഉം serious approach ഉം, തിയോളജിക്കൽ termsൽ പറഞ്ഞാൽ, Legalism വും Hypergrace ഉം തമ്മിലുള്ള ആശയസംഘട്ടനം പലപ്പോഴും സമൂഹത്തിൽ കാണാനാവും.

യോശുവ 22:26 മുതൽ 29 വരെയുള്ള വാക്യങ്ങൾ വായിക്കുമ്പോൾ, തലമുറകളിലേക്കു കൈമാറേണ്ടതായ ഒരു ചരിത്രമാണ് ഹോമയാഗത്തിന്റെ സത്യമെന്നു ഗ്രഹിക്കാം.

സങ്കീർത്തനങ്ങൾ 51:17-ൽ പറയുന്നു ദൈവത്തിന്റെ ഹനന യാഗങ്ങൾ തകർന്നിരിക്കുന്ന മനസ്സ്, തകർന്നും നുറുങ്ങിയുമിരിക്കുന്ന ഹൃദയത്തെ ദൈവമെ, നീ നിരസിക്കുകയുമില്ല.

സങ്കീർത്തനങ്ങൾ 54:6ൽ പറയുന്നു സ്വമേധാദാനത്തോടെ ഞാൻ നിനക്കു ഹനനയാഗം കഴിക്കും : യഹോവേ, നിന്റെ നാമം നല്ലത് എന്നു ചൊല്ലി ഞാൻ അതിനു സ്തോത്രം ചെയ്യും.

യെശയ്യാവ് 43:23ൽ പറയുന്നു - ഹനനയാഗങ്ങൾ ദൈവത്തെ ബഹുമാനിക്കാനുള്ളതാണ്.

പുതിയ നിയമത്തിൽ പറയുന്നു (മത്തായി 11:28-29) അദ്ധ്വാനി ക്കുന്നവരും ഭാരം ചുമക്കുന്നവരും ആയുള്ളോരെ, എല്ലാവരും എന്റെ അടുക്കൽ വരുവിൻ; ഞാൻ നിങ്ങളെ ആശ്വസിപ്പിക്കും. ഞാൻ സൗമ്യതയും താഴ്മയും ഉള്ളവൻ ആകയാൽ എന്റെ നുകം ഏറ്റുകൊണ്ട് എന്നോടു പഠിപ്പിൻ; എന്നാൽ നിങ്ങളുടെ ആത്മാക്കൾക്ക് ആശ്വാസം കണ്ടെത്തും.

യേശു പറഞ്ഞ ആശ്വാസത്തിന്റെ വാക്കുകളാണിത്.

മൂന്നു കാര്യങ്ങൾ ഇവിടെക്കാണാം. Come – Take - Learn (വരിക - എടുക്കുക - പഠിക്കുക). ക്രിസ്തീയജീവിതത്തിലെ യാത്രയുടെ process തന്നെയാണിത്)

ദൈവസഭയിൽ കടന്നുവന്ന് ദൈവത്തെ സ്തുതിക്കുന്നത് ദൈവത്തിന്റെ വലുപ്പമറിഞ്ഞു വേണം. കൈയടി വാങ്ങുവാനോ, ആഡംബരവും ശക്തിപ്രകടനവും നടത്തുവാനുള്ളതായ ഒരു വേദി ആയിട്ടോ ആരാധന അധ:പതിക്കരുത്.

Ritualism is not only worthless before God, but it is profoundly repulsive തിരിച്ചറിയുക when the worshippers brings with evil intent is so dangerous. അവിടുത്തെ ചെരിപ്പിന്റെ വാറഴിക്കാൻ യോഗ്യത യില്ലെന്നു പറഞ്ഞ ശുശ്രൂഷ ചെയ്ത യോഹന്നാൻ സ്നാപകന്റെ മാതൃക എത്രയോ മികച്ചതാണ്! കൈവീശി, മൂളിപ്പാട്ടും പാടി, അലസമായി നടന്നുകയറേണ്ടുന്ന ഒരു പരിപാടിയല്ലിത്. നിർഭാഗ്യ വശാൽ, അലസമായി തള്ളിക്കയറുന്ന ആൾക്കൂട്ടങ്ങളുടെ വർദ്ധന നമ്മുടെ സമൂഹത്തിൽ കാണുവാൻ കഴിയും.

'ന്യൂക്ലിയർ യുദ്ധത്തെ തോറ്റവരും ജയിച്ചവരും അവ ശേഷിക്കാത്ത യുദ്ധമെന്നു' ഒരു ചിന്തകൻ വിശേഷി പ്പിച്ചിട്ടുണ്ട്.

സോഷ്യൽ മീഡിയയിലൂടെയുള്ള അനാവശ്യമായ പല ആരോപണങ്ങളും, 'ഫേക്ക് ഫാക്ടറികൾ' സൃഷ്ടി ക്കുന്ന ചില ട്രോളുകളും കാണുമ്പോൾ തോറ്റവരും ജയിച്ചവരും അവശേഷിക്കാതെ പോകുന്ന യുദ്ധം‐ എന്നു തോന്നാറുണ്ട്.

ഷാർലെറ്റ് പി. മാത്യു

അദ്ധ്യായം 22

താഴ്മ
(Humility)

താഴ്മക്കും യഹോവാഭക്തിക്കും ഉള്ള പ്രതിഫലം
ധനവും മാനവും ജീവനും ആകുന്നു

(സദൃശവാക്യങ്ങൾ 22:4)

ഈ അധ്യായത്തിലെ ആശയങ്ങൾ കടമെടുത്തിരിക്കുന്നത് താഴ്മ എന്ന പുസ്തകത്തിൽ നിന്നാണ്. മലയാളത്തിൽ എന്നെ ഏറെ സ്വാധീ നിച്ചിട്ടുള്ള പുസ്തകങ്ങളിൽ ഒന്നാണിത്. നിങ്ങളെല്ലാവരും ഇത് വായിക്കണമെന്ന് ഞാൻ ആഗ്രഹിക്കുന്നു.

2 തിമൊഥെയോസ് 3:1 മുതൽ 3 വരെയുള്ള വാക്യങ്ങളിലെ ചില പദങ്ങൾ ലളിതമായി പറയുന്നതിങ്ങനെയാണ്. *"അന്ത്യകാലത്ത് അഹങ്കാരികളും ആത്മപ്രശംസ ചെയ്യുന്നവരും പെരുകും."* താഴ്മ യുടെ നഷ്ടം ഇത്രയധികം പേറുന്ന ഒരു തലമുറ ചരിത്രത്തിൽ ഉണ്ടാ യിട്ടുണ്ടോയെന്ന് സംശയമാണ്. എവിടെയും വമ്പിന്റെ വേലിയേറ്റങ്ങൾ – വാക്കുകളിൽ, ചടങ്ങുകളിൽ, നിർമ്മിതികളിൽ, ശുശ്രൂഷകളിൽ എല്ലാം നിഗളത്തിന്റെ വീർപ്പിക്കലുകൾ കാണുവാൻ കഴിയും.

ഓരോ സന്ദർഭത്തോടും സംഭവത്തോടുമുള്ള ഉരസലിൽ മാത്ര മാണ് നമ്മുടെ താഴ്മയില്ലായ്മ തിരിച്ചറിയുന്നത്. ഒരു ക്രൈസ്തവ വാരികയുടെ സ്റ്റാളിൽ കയറിവന്ന് അവരോടു കയർത്തു സംസാരിച്ചു ബഹളമുണ്ടാക്കിയ ആളുടെ പ്രശ്നം, അവർ നടത്തിയ ഉപവാസ പ്രാർത്ഥനയുടെ വാർത്ത നല്കിയതു പ്രസിദ്ധീകരിച്ചില്ല എന്നതാണ്. രണ്ടായിരം വർഷങ്ങൾക്കു മുൻപ് പരീശന്മാർക്കും ഇതേ മുഖമായിരുന്നു.

സെയ്ന്റ് അഗസ്റ്റിന്റെ ഒരു വാചകം ഇങ്ങനെയാണ്. മതത്തിലെ ആദ്യത്തെ കാര്യമെന്താണെന്നതു മാത്രമേ നിങ്ങൾ ചോദിച്ചിട്ടുള്ളു വെങ്കിലും എന്റെ മറുപടി : ഒന്നാമത്തേതും രണ്ടാമത്തേതും മൂന്നാമ ത്തേതും താഴ്മയാണെന്നാണ്.

137

മത്തായി 5:3ൽ പറയുന്നു. ആത്മാവിൽ ദരിദ്രരായവർ ഭാഗ്യവാന്മാർ; സ്വർഗ്ഗരാജ്യം അവർക്കുള്ളത്. സ്വർഗ്ഗരാജ്യത്തിന്റെ ഉടമസ്ഥത ആർക്കാണെന്ന് യേശു പറയുന്നു. താഴ്മയുള്ളവർക്കാണു സ്വർഗ്ഗരാജ്യം. പരീശന്മാർക്കു മുമ്പേ ചുങ്കക്കാരും വേശ്യകളും സ്വർഗ്ഗരാജ്യത്തിൽ കയറുമെന്ന് യേശു പറയുവാനുള്ള കാരണം പരീശന്മാർ താഴ്മയോടെ യേശുവിനെ ആശ്രയിക്കാത്തവരായിരുന്നു എന്നതാണ്.

എഫ്യസ്യർ 6:12ൽ പറയുന്നു നമുക്കു പോരാട്ടമുള്ളതു ജഡരക്ത ങ്ങളോടല്ല, വാഴ്ചകളോടും അധികാരങ്ങളോടും ഈ അന്ധകാരത്തിന്റെ ലോകാധിപതികളോടും സ്വർലോകത്തിലെ ദുഷ്ടാത്മസേനയോടും അത്രേ. ഈ പോരാട്ടത്തിൽ നാം ഏതു പക്ഷത്താണെന്നു തിരിച്ചറി യുന്നത് താഴ്മയെയും നിഗളത്തെയും കൂടി അടിസ്ഥാനമാക്കിയാണ്. നിഗളിക്കുകയാണെങ്കിൽ, നാം ശത്രുപക്ഷത്താണ്. കാരണം ദൈവം നിഗളികളോട് എതിർത്തു നില്ക്കുന്നു.

"ക്രിസ്തു ഈ വീടിന്റെ നായകൻ" എന്ന ബോർഡ് നോക്കിയല്ല ദൈവം സഹവസിക്കുന്നത്. യെശയ്യാവ് 57: 15ൽ പറയുന്നു ഞാൻ ഉന്നതനും പരിശുദ്ധനുമായി വസിക്കുന്നു; താഴ്മയുള്ളവരുടെ മനസ്സിനും മനസ്താപമുള്ളവരുടെ ഹൃദയത്തിനും ചൈതന്യം വരുത്തുവാൻ മനസ്താപവും മനോചിന്തയുമുള്ളവനോടു കൂടെയും വസിക്കുന്നു. "താഴ്മയുടെ ബോർഡ്" നിർണ്ണായകമാണ്.

മോശെയെക്കുറിച്ച് വളരെ ശ്രദ്ധേയമായ ഒരു പ്രസ്താവന ബൈ ബിളിലുണ്ട്. മോശ എന്ന പുരുഷനോ ഭൂതലത്തിൽ ഉള്ള സകല മനു ഷ്യരിലും അതിസൗമ്യനായിരുന്നു. ഇതിനോടു ചേർത്തു വായിക്കേണ്ട വാക്യമാണ്. ആവർത്തനം. 34:12 "യഹോവ അഭിമുഖമായി അറിഞ്ഞ മോശെയെപ്പോലെ ഒരു പ്രവാചകൻ യിസ്രായേലിൽ പിന്നെ ഉണ്ടാ യിട്ടില്ല." താഴ്മയുടെ പ്രകാശം ദൈവത്തെ അറിയുന്നതിന് മോശെക്ക് ഇടനിലക്കാരനായി. യാക്കോബ് 3:13ൽ പറയുന്നു. നിങ്ങളിൽ ജ്ഞാനി യും വിവേകിയുമായവൻ ആർ? അവൻ ജ്ഞാനലക്ഷണമായ സൗമ്യ തയോടെ നല്ല നടപ്പിൽ തന്റെ പ്രവൃത്തികളെ കാണിക്കട്ടെ.

തിരുവചനം മനസ്സിലാക്കാൻ വേണ്ടതും താഴ്മയാണ്. ദൈവ വചന ത്തിനു മുൻപിൽ "ഞാൻ മനസ്സിലാക്കി"എന്നൊന്നില്ല, ദൈവം വെളി പ്പെടുത്തിത്തന്നു എന്നേയുള്ളൂ. 1 കൊരിന്ത്യർ 2:10 പറയുന്നു. "നമുക്കോ ദൈവം തന്റെ ആത്മാവിനാൽ വെളിപ്പെടുത്തിയിരിക്കുന്നു; ആത്മാവു

സകലത്തെയും ദൈവത്തിന്റെ ആഴങ്ങളെയും ആരായുന്നു.

മീഖാ 6:8ൽ പറയുന്നു. *"ന്യായം പ്രവർത്തിപ്പാനും ദയാതല്പര നായിരിപ്പാനും നിന്റെ ദൈവത്തിന്റെ സന്നിധിയിൽ താഴ്മയോടെ നടപ്പാനും അല്ലാതെ എന്താകുന്നു യഹോവ നിന്നോടു ചോദിക്കുന്നത്.* ദൈവത്തിന്റെ ആഗ്രഹങ്ങളെ കാച്ചിക്കുറുക്കിയാലുള്ള ശേഷിപ്പുകളി ലൊന്ന് താഴ്മയാണ്.

പ്രാർത്ഥനയും താഴ്മയും തമ്മിൽ ഇഴപിരിക്കാനാവാത്ത ബന്ധമാണുള്ളത് : താഴ്മയുള്ളവനേ പ്രാർത്ഥിക്കാനാകൂ, പ്രാർത്ഥിക്കു ന്നവനേ താഴ്മയുണ്ടാകൂ. ആത്മാവിൽ ദരിദ്രനായവന്റെ ഭാഷയാണു പ്രാർത്ഥന. പ്രാർത്ഥന അപേക്ഷയായതുകൊണ്ട് പദവിയിൽ താഴെ യുള്ളവരാണ് അപേക്ഷിക്കുന്നത്.

എന്തെല്ലാം താഴ്മയല്ലെന്നു നാം തിരിച്ചറിയേണം. കാരണം താഴ്മ യുടെ വ്യാജന്മാർ അത്രയധികം ഉണ്ട്. ഒരു എഴുത്തുകാരന്റെ വാക്കുകൾ ഇങ്ങനെയാണ് "സാത്താന്റെ ഇഷ്ടപാപമാണ് താഴ്മയുടെ കൃത്രിമാനു കരണം. താഴ്മയെന്നു നാം ചിന്തിക്കുന്ന പലതും താഴ്മയുടെ തോലണിഞ്ഞ അഹങ്കാരങ്ങളാണ്. തിരിച്ചറിയുക ബാഹ്യമോ അന്തർ മുഖത്വമോ അല്ല താഴ്മ. ശാരീരികവൈകല്യങ്ങളോ ദയനീയാനുഭവ ങ്ങളോ സ്വയം മോശമായി ചിന്തിക്കുന്നതോ ചെറുതാക്കി സംസാരിക്കുന്നതോ പ്രതികരിക്കാതിരിക്കുന്നതോ അല്ല താഴ്മ.

താഴ്മയെക്കുറിച്ചുള്ള ചില നിർവ്വചനങ്ങൾ ഇങ്ങനെയാണ്.

◆ Humility is having a devotional attitude in the presence of God because of the knowledge about our nothingness. (ഞാൻ ശൂന്യനാണെന്ന അറിവിൽ സമർപ്പണ മനോഭാവത്തോടെ ദൈവസന്നിധിയിൽ ആയിരിക്കുന്നതാണ് താഴ്മ)

◆ All creatures are in a state of complete dependence upon God. Humility is accepting this path in a practical way (പൂർണ്ണമായും ദൈവാശ്രയത്തിലായിരിക്കുന്ന ഒരവസ്ഥയിലാണ് എല്ലാ സൃഷ്ടികളും. ഈ സത്യം അംഗീകരിക്കുകയും, പ്രാവർ ത്തികമായി പ്രതിഫലിപ്പിക്കുകയും ചെയ്യുന്നതാണു താഴ്മ)

◆ It is the unconscious result of our life being rightly related to God and centered in Him. (ദൈവത്തോടുള്ള ശരിയായ

ബന്ധത്തിന്റെയും ദൈവകേന്ദ്രീകൃതമായ ജീവിതം നയിക്കുന്ന തിന്റെയും ബോധപൂർവ്വമല്ലാത്ത ഫലമാണു താഴ്മ).

ദൈവത്തെക്കുറിച്ചുള്ള ബോധ്യത്തിൽ നിന്നാണു താഴ്മയുണ്ടാ കുന്നത്. ദൈവത്തെ ശരിയായി കാണുമ്പോൾ, തിമിരം നിറഞ്ഞ നമ്മുടെ കണ്ണുകൾ തെളിയാൻ തുടങ്ങും. ഇരുണ്ട വെള്ളത്തിലായിരി ക്കുമ്പോൾ, അഴുക്കു പുരണ്ട വസ്ത്രത്തിലെ അഴുക്കുകൾ കാണാൻ സാധിക്കുകയില്ല.

തിരിച്ചറിയുക. വെന്റിലേറ്ററിൽ കിടക്കുന്ന ഒരു രോഗിക്ക് വെന്റി ലേറ്റർ എങ്ങനെയാണോ അങ്ങനെയാണ് ആത്മാവിൽ ദരിദ്രന് ദൈവം. ദൈവത്തെ ഒഴിവാക്കി അവനൊരു ലോകമില്ല. താഴ്മയോടെ ജീവി ക്കാൻ ശ്രമിക്കുമ്പോൾ, പരിഹാസവും നിന്ദയുമൊക്കെ ഒരുപക്ഷേ ഉണ്ടായേക്കാം. ദാവീദിന്റെ ജീവിതത്തിലെ ശ്രേഷ്ഠമാർന്ന ഒരിതളാണ് ശൗലിന്റെ കുടുംബത്തിലെ ശിമെയിയോടുള്ള തന്റെ പ്രതികരണം. *"നീചാ പോ, പോ"* എന്നു താൻ ദാവീദിനെ ശപിച്ചപ്പോൾ ദാവീദിന്റെ കൂട്ടത്തിലെ അബീശായി പറയുന്നു. *"ഈ ചത്ത നായ എന്റെ യജമാനനായ രാജാവിനെ ശപിക്കുന്നതെന്ത്? ഞാൻ ചെന്ന് അവന്റെ തല വെട്ടിക്ക ളയട്ടെ?"* എന്നാൽ ദാവീദിന്റെ പ്രതികരണം മറ്റൊന്നായിരുന്നു. 2 ശമൂവേൽ 16ൽ നമുക്കതു കാണുവാൻ കഴിയും. ശൗലിനോടുള്ള ബന്ധത്തിൽ സഹിഷ്ണുതയും താഴ്മയും വളരെയധികം പഠിച്ചിരുന്ന ദാവീദ്, ഇപ്പോൾ സ്വഭാവശ്രേഷ്ഠതയിൽ ഒരു പടി കൂടെ ഉയരുകയാണ്.

മികവിനുവേണ്ടിയുള്ള ആവേശം
(Passion for Excellence)

ആപ്പിൾ കമ്പനിയിലെ എൻജിനീയർമാർ, ഐപോഡിന്റെ ആദ്യമാതൃകയുണ്ടാക്കിയശേഷം അതു കാണിക്കുവാ നായി സ്റ്റീവ് ജോബ്സിന്റെയടുക്കലെത്തി. രൂപകല്പന യിൽ അങ്ങേയറ്റം ശ്രദ്ധാലുവായ അദ്ദേഹം പറഞ്ഞു, വലുപ്പം കൂടുതലാണ്, ഇനിയും ചെറുതാകണം. തീർച്ച യായും ബുദ്ധിമുട്ടായ കാര്യമാണെന്ന് എൻജിനീയർമാർ പറഞ്ഞപ്പോൾ, അല്പം ആലോചിച്ചശേഷം സ്റ്റീവ് ജോബ്സ് ആ മാതൃകയെടുത്തു സമീപത്തിരുന്ന ഒരു അക്വേറിയത്തിലിട്ടു. കൂടെയുള്ളവർ അന്തംവിട്ടു നില്ക്ക യാണ്. ഐപോഡ് താഴ്ന്നു പോകുന്നതോടൊപ്പം വായു കുമിളകൾ മുകളിലോട്ടു വന്നുകൊണ്ടിരുന്നു. "കണ്ടില്ലേ..., വായു കുമിളകൾ. അതിനുള്ളിൽ ഇനിയും സ്ഥലം ബാക്കി യുണ്ടെന്നർത്ഥം. അപ്പോൾ വീണ്ടും ചെറുതാക്കാം.

ദൈവരാജ്യത്തിൽ ഓരോ പ്രവൃത്തിയും ചെയ്യുമ്പോൾ ഏറ്റവും മികച്ച രീതിയിൽ, ദൈവികമായി (Godliness+ excellence) ചെയ്യുവാൻ എത്രത്തോളം ആവേശം എന്നെയും നിങ്ങളെയും ഭരിക്കുന്നുണ്ട്.

ഷാർലെറ്റ് പി. മാത്യു

വൃദ്ധരായ മാതാപിതാക്കളെ അനാഥരാക്കരുത്
Don't Forget Old Parents

നിന്നെ ജനിപ്പിച്ച അപ്പന്റെ വാക്കു കേൾക്ക;
നിന്റെ അമ്മ വൃദ്ധയായിരിക്കുമ്പോൾ
അവളെ നിന്ദിക്കരുത്
നിന്റെ അമ്മയപ്പന്മാർ സന്തോഷിക്കട്ടെ
നിന്നെ പ്രസവിച്ചവൾ ആനന്ദിക്കട്ടെ

(സദൃശവാക്യങ്ങൾ 23 : 22, 25)

Listen with respect to the father who raised you
and when your mother grows old, don't neglect her.
So make your father happy
Make your mother proud (MSG)

(Proverbs 23 : 22, 25)

ഈ വാക്യങ്ങളിലെ ചിന്താവിഷയം എന്നു പറയുന്നത് പ്രായമായ മാതാപിതാക്കളോടുള്ള മുതിർന്ന മക്കളുടെ ബന്ധമാണ്.

ഈയിടെ വാട്സാപ്പിൽ വന്ന ഒരു ചിന്ത ഇങ്ങനെയാണ്.
'അനാഥമന്ദിരങ്ങൾ നിറയെ
ദരിദ്രകുടുംബങ്ങളിലെ കുട്ടികളാണ്
വൃദ്ധമന്ദിരങ്ങളിൽ സമ്പന്നരുടെ
മാതാപിതാക്കളും.'

കരിയറും, വിദേശമണ്ണും തിരക്കും പരിഷ്കാരവും വർദ്ധിക്കുമ്പോൾ, മാതാപിതാക്കളോടുള്ള കടപ്പാടുകൾ ഉപേക്ഷിക്കുന്നവരായി നാം മാറരുത്. പത്തു കല്പനകളിലെ, 5-ാമത്തെ കല്പന പറയുന്നു, *'നിന്റെ ദൈവമായ യഹോവ നിനക്കു തരുന്ന ദേശത്ത് നിനക്കു ദീർഘായു സ്സുണ്ടാകുവാൻ നിന്റെ അപ്പനെയും അമ്മയെയും ബഹുമാനിക്ക* (പുറപ്പാട് 20 : 12).

പുതിയനിയമത്തിൽ നൂറ്റാണ്ടുകൾക്കുശേഷം പൗലോസും ഇതേ കല്പന ആവർത്തിക്കുന്നു. എഫെസ്യർ 6:1-ൽ പറയുന്നു. *മക്കളേ,*

നിങ്ങളുടെ അമ്മയപ്പന്മാരെ കർത്താവിൽ അനുസരിപ്പിൻ. അതു ന്യായ മല്ലോ.

പ്രായമായ മാതാപിതാക്കൾ (ageing parents) വിലയില്ലാത്തവർ (insignificant) ആണെന്നു ധരിക്കരുത്. അതുപോലെ തന്നെ ആത്മീ യമായും സാമൂഹികമായും പക്വതയോടെ ജീവിക്കുന്ന മക്കൾ, മാതാപി താക്കൾക്ക് അനുഗ്രഹം തന്നെയാണ്.

മാതാപിതാക്കളെ ഉപദ്രവിക്കുന്നതും ഉപേക്ഷിക്കുന്നതുമായ വാർത്തകൾ വേദനിപ്പിക്കുന്നതാണ്. പുറപ്പാട് 21 : 15-ൽ പറയുന്നു. *തന്റെ അപ്പനെയോ അമ്മയെയോ അടിക്കുന്നവൻ മരണശിക്ഷ അനുഭ വിക്കേണം.* മാതാപിതാക്കൾ വൃദ്ധരാകുമ്പോൾ കുടുംബങ്ങൾ, അഥവാ മക്കൾ ഒത്തുചേർന്ന് അവരുടെ സകല resources ഉം ഉപയോ ഗിച്ച് അവരെ കരുതണം.

ഇനി ഈ സദൃശവാക്യങ്ങൾ രചിച്ച ശലോമോന്റെ ദൃഷ്ടിയിൽ, ഇന്നത്തെ തലമുറയെ നാം വീക്ഷിക്കുന്നതു നന്നായിരിക്കും. അദ്ദേഹം തന്റെ മകനെ ഇത് ഉപദേശിക്കുമ്പോൾ മൂന്നു തലമുറയെ നമുക്കിവിടെ ദർശിക്കാൻ കഴിയും. അദ്ദേഹത്തിന്റെ അപ്പനാകുന്ന ദാവീദിന്റെ ഒന്നാം തലമുറ, ശലോമോൻ ഉൾപ്പെടുന്ന രണ്ടാം തലമുറ, തന്റെ മക്കളാകുന്ന രെഹബെയോം ഉൾപ്പെടുന്ന മൂന്നാം തലമുറ. ഒന്നാം തലമുറയ്ക്ക് വിശ്വാസവും ഉത്തരവാദിത്വങ്ങളുമെല്ലാം ഒരു conviction (ഉറച്ച ബോധ്യം) ആയിരുന്നു. രണ്ടാം തലമുറക്ക് പലപ്പോഴും ഇതൊരു belief (കേവലം വിശ്വാസം) മാത്രമാണ്. മൂന്നാം തലമുറക്കാകട്ടെ പലപ്പോഴും ഇതൊരു opinion (അഭിപ്രായം) മാത്രമാണ്. ശലോമോന്റെ അമ്മയും ധാരാളം ഉപദേശം കൊടുത്തിട്ടുണ്ടാവണം. ബത്ശേബയുടെ ജീവി തത്തിന്റെ പ്രാരംഭത്തിൽ വീഴ്ച വന്നുവെങ്കിലും പിന്നീടുള്ള കാലഘട്ടം മാനസാന്തരവും താഴ്മയുമുള്ള സ്ത്രീയായും അമ്മയായും കാണാൻ കഴിയുമെന്നാണു വേദപണ്ഡിതർ പറയുന്നത്. ആ അമ്മ ശലോമോനെ ഉപദേശിച്ചു കാണും, നിന്നെ ലഭിച്ചതു തന്നെ ദൈവത്തിന്റെ മഹാകാരു ണ്യം കൊണ്ടാണ്. ഇതു വായിക്കുന്ന വൃദ്ധരായ മാതാപിതാക്കളുടെ മക്കളേ, നിങ്ങളുടെ അമ്മയപ്പന്മാർ സന്തോഷിക്കട്ടെ, നിങ്ങളെ പ്രസവി ച്ചവർ ആനന്ദിക്കട്ടെ!

പ്രായമായവരെ സാധാരണ കോമഡിക്കാരൊക്കെ 'പുരാ വസ്തു' എന്നൊക്കെപ്പറഞ്ഞ് കളിയാക്കാറുണ്ട്. അതെല്ലാം വിഷമിപ്പിക്കുന്ന,

O	Omit ചെയ്യരുത്	Orphan അല്ല
L	Listen ചെയ്യണം	Liability (ബാധ്യത) അല്ല
D	Darling ആയി കരുതേണം	Delicate (ലോലമായ) ശരീരവും വികാരവുമാണുള്ളത്.

വേദനിപ്പിക്കുന്ന കളിയാക്കലാണ്. "OLD" age-ലെ 'OLD' എന്ന പദത്തിൽ നിന്ന് മക്കൾ തിരിച്ചറിയേണ്ടുന്ന മൂന്നു കാര്യങ്ങൾ ഒരു ഫോർമുല പോലെ പറയാൻ ആഗ്രഹിക്കുന്നു.

OMIT ചെയ്യരുത് - Orphan അല്ല

വാർദ്ധക്യത്തിലെത്തിയതിന്റെ പേരിൽ അവരെ അവഗണിക്കരുത്. മക്കളായ നമ്മൾ ഒരു വയസ്സു മുതൽ 10 വയസ്സുവരെ അനാഥരായി വളർന്നാൽ, ഹൃദയത്തിൽ വരാൻ സാധ്യതയുള്ള ശൂന്യതകൾ ചിന്തിക്കുക. അതുപോലെ ഒരു അനാഥത്വം നമ്മളുള്ളപ്പോൾ അവർ അനുഭവിക്കാൻ പാടില്ല. നിസ്സാരകാര്യങ്ങൾക്ക് Old Age Home (വൃദ്ധ സദനത്തിൽ) മാതാപിതാക്കളെ ഉപേക്ഷിക്കുന്നവർ തിരിച്ചറിയുക, നിങ്ങ ളുടെ മാതാപിതാക്കൾ അവരുടെ വിലപ്പെട്ട സമയവും കരുതലും തങ്ങളുടെ ജോലിത്തിരക്കിലും നിങ്ങൾക്കു തന്നിരുന്നു.

LISTEN ചെയ്യണം - Liability അല്ല

ദീർഘവർഷങ്ങൾ ജീവിച്ച അവർക്ക് ഒരുപാട് അനുഭവങ്ങൾ പറയാനുണ്ടാകും. അവർ പറയുന്നത് കേൾക്കുവാൻ വേണ്ടി മന:പൂർവ്വം സമയം കണ്ടെത്തുക. അവരോടൊത്ത് ഒരു നേരമെങ്കിലും (റ്റിവിയും മൊബൈലും ഓഫ് ചെയ്തു വെച്ച്) ഭക്ഷണം കഴിക്കുക. നമ്മുടെ ശൈശവത്തിൽ അവർ നമ്മൾ പറയുന്നതു കേട്ടതുകൊണ്ടും നാം ഒരു ബാധ്യതയല്ലെന്നും അവർ കരുതിയതുകൊണ്ടുമാണ് നാം ഇന്നത്തെ മിടുക്കന്മാരായതെന്നു തിരിച്ചറിയുക.

Darling ആയി കരുതണം - Delicate (ലോലമായ) ശരീരവും വികാരവും ആണ്.

ഒരു കൊച്ചു ബേബിയെ 'darling വാവയായി' കരുതുന്നതു പോലെ, അവരെ കരുതുക. നമുക്കു കിട്ടിയ ഓമനത്വവും കൊഞ്ചലും കരുതലു മൊക്കെ കുറച്ചെങ്കിലും തിരിച്ചു കൊടുക്കാൻ ഒരു ശ്രമം നടത്തുക. നമ്മുടെ വേഗവും ബലവും ആരോഗ്യവും അവരുടെ ലോലമായ ശരീര

ത്തിനും മനസ്സിനും ഇല്ലെന്നും തിരിച്ചറിയുക. ഇതു വായിക്കുന്ന വൃദ്ധ രായ മാതാപിതാക്കളേ, ചില കാര്യങ്ങൾ നിങ്ങളോടു പറയാൻ ആഗ്രഹിക്കുന്നു (The Joy of ageing എന്ന പുസ്തകത്തിൽ വായിച്ച ചില കാര്യങ്ങളാണിത്)

1. Enjoy the joy of ageing (പ്രായമാകുന്ന സന്തോഷം നിങ്ങൾ ആസ്വദിക്കുക)

2. സത്യത്തിൽ ജീവിതം ആരംഭിക്കുന്നത് 40 വയസ്സിലല്ല; യഥാർത്ഥ ത്തിൽ അത് തുടങ്ങുന്നത് 65-ലാണ് (Life doesn't begin at 40 at all - it really begins at 65)

3. ഇനിയുള്ള സമയം തുരുമ്പെടുത്തു കളയാൻ അനുവദിക്കരുത് (Don't let it rust)

4. Life is a relay (ജീവിതം ഒരു റിലേ മത്സരം പോലെയാണ് - ബാറ്റൺ കൈമാറുക എന്ന ദൗത്യം മറക്കാതിരിക്കുക)

5. വായനശീലവും ലൈബ്രറിയും മാറ്റി വെക്കരുത് (Use your Library; Don't quit reading)

6. Short & sweet in communication (സംസാരിക്കുമ്പോൾ ഏറ്റവും കുറച്ചും മാധുര്യത്തോടെയും ഉള്ള ശീലം നല്ലതാണ്. പ്രത്യേകിച്ച് പുത്തൻ തലമുറയോട് - നീണ്ട വർത്തമാനങ്ങൾ പൊതുവെ അവരുടെ ശൈലിയല്ല).

7. Play with your grand children (കൊച്ചുമക്കളോടൊത്ത് കളിക്കാൻ സമയം കണ്ടെത്തുക)

8. Be a brand ambassador of spreading joy (നിങ്ങൾ ചെല്ലുന്നെയിട ത്തെല്ലാം നിങ്ങളുടെ സാന്നിധ്യം സന്തോഷം പടർത്തണം)

9. Avoid unncessary fears (അനാവശ്യമായ പേടികൾ ഒഴിവാക്കുക).

10. Keep fellowship with Godly people (ദൈവഭക്തരായ ആളുകളു മായുള്ള സൗഹൃദം പാലിക്കുക)

ചായയും കോഫിയും രുചിച്ച് അതിന്റെ ഗുണനിലവാരം നിശ്ചയിക്കുന്ന ടീ ടെസ്റ്റർമാർ (Tea Taster), കോഫി ടെസ്റ്റർമാർ (Coffee Taster) വലിയ ചായ കാപ്പിക്കമ്പനികൾക്കുണ്ട്.

ഇവരുടെ അഭിപ്രായത്തിന്റെ അടിസ്ഥാനത്തിലാണു പലപ്പോഴും വില നിശ്ചയിക്കുന്നതുപോലും. രുചിയറിയാനുള്ള നാവിന്റെ കഴിവ് നഷ്ടപ്പെടാതെ സൂക്ഷിക്കലാണ് ഇവരുടെ വെല്ലുവിളി.

ഇതിനെ ആത്മീയമായി ബന്ധപ്പെടുത്തി ചിന്തിച്ചാൽ ദൈവവചനത്തിന്റെ മാധുര്യം സ്വന്തം അനുഭവത്തിൽ രുചിച്ചറിഞ്ഞുവേണം നാം ജീവിക്കേണ്ടത്. രുചിയറിയാനുള്ള ആത്മാവിന്റെ വാഞ്ച നഷ്ടപ്പെടുത്താതെ കാത്തുസൂക്ഷിക്കണം. ക്രിസ്ത്യാനിത്വത്തിന്റെ ശ്രേഷ്ഠമായ നിലവാരം, ഒരു ക്രിസ്ത്യാനിയെ നോക്കിയാണ് പലപ്പോഴും ബാഹ്യ ലോകം അളക്കുന്നത്. അതെ, നമ്മുടെ മുൻപിലുള്ള വെല്ലുവിളി വലുതാണ്.

ഷാർലെറ്റ് പി. മാത്യു

അദ്ധ്യായം 24

ക്രിസ്തീയ ജീവിതം ഒരു ക്യാരക്ടർ പ്രഫഷൻ
(Christian Life is a Character Profession)

കഷ്ടകാലത്തു കുഴഞ്ഞുപോയാൽ
നിന്റെ ബലം നഷ്ടം തന്നെ
(സദൃശവാക്യങ്ങൾ 24 : 10)

If you falter in times of trouble
How small is your strength - (NIV)

If you faint in the day of adversity
Your strength is small (NKJV)

If you lose heart when misfortune comes
Miserable is your strength (The new community Bible Catholic edition)

ആപത്തു ഘട്ടങ്ങളിൽ പതറിപ്പോകുന്നവൻ
ദുർബലനത്രേ (പി.ഒ.സി. ബൈബിൾ)

If you are stack in the day of distress
Your strength is limited

സദൃശവാക്യങ്ങളിൽ എനിക്കേറ്റവും ഇഷ്ടപ്പെട്ടതും എന്നെ ബലപ്പെടുത്തുന്നതുമായ ഒരു വാക്യമാണിത്. എന്റെ കൗമാരപ്രായ ത്തിൽ പിതാവ് ഈ ലോകത്തോടു വിട പറഞ്ഞപ്പോൾ, നിരാശനായ എന്റെ മുമ്പിൽ ഭാവിയെക്കുറിച്ചുള്ള ചോദ്യങ്ങളുയർന്നപ്പോൾ ജീവി തയാത്രയിൽ എന്നെ ധൈര്യപ്പെടുത്തിയ ഒരു വാക്യമാണിത്.

ഈ വാക്യത്തിൽ എന്റെ പേരു ചേർത്തുവെച്ച് ഓരോ സാഹചര്യ ത്തേയും ചേർത്തു വെച്ച് ഞാൻ പ്രാർത്ഥിക്കാറുണ്ട്.

• കഷ്ടകാലത്ത് • വേദനയുടെ കാലത്ത് • വേർപാടിന്റെ കാലത്ത് • ശൂന്യതയുടെ കാലത്ത് • രോഗത്തിന്റെ കാലത്ത് • സാമ്പത്തികഞെരുക്കത്തിന്റെ കാലത്ത് • ജോലിയില്ലാതെയിരിക്കുന്ന കാലത്ത് • ആരും ആശ്വസിപ്പിക്കാതെ മാറി നില്ക്കുന്ന കാലത്ത് • പരീക്ഷകളിൽ പരാജയപ്പെടുന്ന കാലത്ത് • പപ്പയും മമ്മിയും തിരിഞ്ഞു നോക്കാതിരിക്കുന്ന കാലത്ത് • മക്കൾ നിങ്ങളെ അവഗണിക്കുന്ന കാലത്ത് • ശുഭഭാവിയുടെ വഴികൾ അടഞ്ഞിരിക്കുന്ന കാലത്ത് • ഇന്റർവ്യൂകളിൽ പരാജയപ്പെടുന്ന കാലത്ത് • ഭവനമില്ലാതെ അലയുന്ന കാലത്ത് • സമൃദ്ധിയുടെ കാലത്ത് • പണവും വാഹനവും ലഭിച്ച കാലത്ത് • ജോലിയും തിരക്കുമുള്ള കാലത്ത്	കുഴഞ്ഞുപോയാൽ

ഈ വാക്യത്തിന്റെ രണ്ടാം ഭാഗം ശ്രദ്ധിക്കുക.

• നിന്റെ ബലം • ദൈവം ദാനമായിത്തന്ന ബലം • പ്രാർത്ഥന തന്ന ബലം • ദൈവവചനധ്യാനം തന്ന ബലം • ഉപവാസപ്രാർത്ഥനകൾ തന്ന ബലം • പ്രവചനശബ്ദങ്ങൾ തന്ന ബലം • മാതാപിതാക്കൾ തന്ന ബലം • അനുഭവങ്ങൾ തന്ന ബലം	നഷ്ടം തന്നെ

നിങ്ങളുടെ ഓരോ വിഷയവും ഇവിടെച്ചേർത്തു വായിക്കുക

- ഇവിടെപ്പരാമർശിച്ചിരിക്കുന്ന കഷ്ടകാലത്തെ താഴെപ്പറയുന്ന വാക്യങ്ങളുമായി താരതമ്യം ചെയ്യാവുന്നതാണ്.

- **സങ്കീർത്തനങ്ങളിൽ 25:17-ലെ മന:പീഡകൾ (Intense Inner Struggle)** എനിക്കു മന:പീഡകൾ വർദ്ധിച്ചിരിക്കുന്നു എന്റെ സങ്കടങ്ങളിൽ നിന്ന് എന്നെ വിടുവിക്കേണമേ.

- **യിരെമ്യാവ് 4:31-ലെ, പ്രസവവേദന അനുഭവിക്കുന്ന സ്ത്രീയുടെ വേദന (A woman in labour)**

- **യിരെമ്യാവ് 6:24-ലെ, യുദ്ധമുന്നണിയിൽ നില്ക്കുമ്പോൾ ശത്രു വിന്റെ വലുപ്പം നിമിത്തം ഉണ്ടാകുന്ന ധൈര്യക്ഷയം (horror felt in the face of foreign military)**

ഈ സമാനസാഹചര്യങ്ങളൊക്കെ കഷ്ടകാലത്തിനു തുല്യമാണ്.

കേവലം ചില അസൗകര്യങ്ങളുടെ (inconvenience) ഒരു പ്രശ്ന മല്ലിത്; മറിച്ച് അന്ധകാരത്തിന്റെയും പ്രയാസങ്ങളുടെയും കാലമാണിത്.

ഇതിന്റെ നടുവിൽ 'കുഴഞ്ഞുപോകുക' എന്നത് ഗുരുതരമായ ഒരു കാര്യമാണ്. ആത്മീയ നിലവാരത്തിൽ നിന്നും ദൈവം ഏല്പിച്ച ഉത്തരവാദിത്വങ്ങളിൽ നിന്നും മുങ്ങിപ്പോകുക, താഴേക്കു പോകുക, പിന്മാറുക എന്നൊക്കെ വേണമെങ്കിൽ പറയാം. മിക്കപേരും സമ്മർദ്ദം വരുമ്പോൾ കുഴഞ്ഞുപോകാറുണ്ട്. പക്ഷേ ഈ "ന്യൂനമർദ്ദങ്ങൾ" നമ്മുടെ ബലം തെളിയിക്കേണ്ട സാഹചര്യമാണ്. ദൈവത്തിൽ ആശ്ര യിച്ച് നട്ടെല്ലുവള്ളവരായി നിവർന്നു നില്ക്കണം. 24:5-ൽ പറയുന്നു *'ജ്ഞാനിയായ പുരുഷൻ ബലവാനാകുന്നു; പരിജ്ഞാനമുള്ളവൻ ബലം വർദ്ധിപ്പിക്കുന്നു.*

റോമർ 5:3-5-ൽ *പറയുന്നു കഷ്ടത സഹിഷ്ണുതയെയും സഹിഷ്ണുത സിദ്ധതയെയും സിദ്ധത പ്രത്യാശയെയും ഉളവാക്കുന്നു വെന്നറിഞ്ഞ് നാം കഷ്ടങ്ങളിലും പ്രശംസിക്കുന്നു.*

(Sufferings - Perseverance - Character - Hope)
(Tribulation - Patience - experience - Hope)

ഇവിടെ മലയാളത്തിൽ, 'സിദ്ധത' എന്ന പദത്തിന്റെ അർത്ഥം പൊതുവെ നാം തിരിച്ചറിയാറില്ല. നമ്മുടെ യഥാർത്ഥ സ്വഭാവം, തനി നിറം പുറത്തുകൊണ്ടു വരുന്നതാണ് പല കഷ്ടങ്ങളും. തിരിച്ചറിയുക,

ക്രിസ്തീയജീവിതം എന്നു പറയുന്നത് ഒരു 'Character Profession' ആണ്.

"Mr. Give Up", Mr. Quitter ആയി ഒരിക്കലും മാറരുത്. ബലം നഷ്ടപ്പെടുത്തിക്കളയുന്ന നാലു കാര്യങ്ങളെക്കുറിച്ച് ഒരു പുസ്തക ത്തിൽ വായിച്ചതിങ്ങനെയാണ്. ഇവരെ നേരിട്ടു കാണുവാൻ ബുദ്ധി മുട്ടാണെങ്കിലും തിരിച്ചറിഞ്ഞാൽ അതിജീവിക്കാൻ ശ്രമിക്കണം.

(1) Fatigue = തളർച്ച (State of being very tired)
പ്രതീക്ഷിക്കാത്ത നിലവാരത്തിൽ കാര്യങ്ങൾ നീങ്ങാതെ വരു മ്പോൾ, പ്രതീക്ഷിക്കാത്ത സ്ഥലങ്ങളിൽ നിന്നു തിരിച്ചടിയും കുറ്റംപറച്ചിലും അപവാദങ്ങളും കേൾക്കുമ്പോൾ തളർച്ച വരുന്നതു സ്വഭാവികമാണ്. ഗലാത്യർ 6:9-ൽ പറയുന്നു. *നന്മ ചെയ്കയിൽ നാം മടുത്തുപോകരുത്; തളർന്നു പോകാഞ്ഞാൽ തക്കസമയത്തു നാം കൊയ്യും.* Excellence-നു വേണ്ടിയുള്ള യാത്രയിൽ, time constraints വരുമ്പോൾ തളരരുത്. ഏറ്റെടുത്ത ദൗത്യം പൂർത്തീകരിക്കുക. അതിനുശേഷം ചെറിയൊരു ഇടവേള (time - out) യെടുക്കുന്നതിൽ തെറ്റില്ല. അതു നമ്മുടെ creativity-യെ പരിപോഷിപ്പിക്കുകത്തന്നെ ചെയ്യും.

(2) Boredom = മുഷിപ്പ് (tired by uninteresting talk or work)
പുതിയ ആശയങ്ങൾ (new ideas) ആവർത്തനവിരസതയെ മാറ്റു ന്നതാണ്. ക്ഷീണം സർവ്വസാധാരണമാണ്. പക്ഷേ മുഴുവൻ നേര വും കോട്ടുവായിട്ട്, അലസതയോടെ തള്ളിനീക്കാനുള്ളതല്ല സമയം. പുതിയ നല്ല കാഴ്ചപ്പാടുകൾ (insight) പകരുന്ന mentors- നെയും, സുഹൃത്തുക്കളെയും എപ്പോഴും കണ്ടെത്തുക. ക്രിയാത്മ കമായ വിമർശനം (Constructive criticism) കേൾക്കുന്നത് ഏറ്റവും മികച്ച നിലവാരത്തിൽ കാര്യങ്ങൾ ചെയ്യുവാൻ സഹായിക്കും. അലസന്മാരും ഉറക്കം തൂങ്ങികളും എപ്പോഴും കുറ്റം കണ്ടുപിടി ക്കാൻ നടക്കുന്ന വ്യക്തികളുമായിട്ടുള്ള സഹവാസം ശ്രദ്ധിക്കുക. സ്വയം മുഷിയാതിരിക്കുക – മറ്റുള്ളവരെ മുഷിപ്പിക്കാതിരിക്കുക.

(3) Doubt = സംശയം
സംശയരോഗം നല്ലതല്ല. പക്ഷേ തിരഞ്ഞെടുക്കേണ്ടുന്ന (options) വസ്തുതകൾ ശരിയാണോയെന്നു പരിശോധിക്കുന്നതു തെറ്റല്ല. സ്വന്തം ബുദ്ധിയിൽ ആശ്രയിക്കാതെ, ദൈവത്തിൽ ആശ്രയിക്കുക.

(4) Fear = ഭയം (Painful feeling caused by danger or evil)

ഭയത്തിനു പല രൂപങ്ങളുണ്ട്.

Fear of failure (പരാജയഭീതി)

Fear of rejection (അവഗണിക്കപ്പെടുമോയെന്ന ഭയം)

Fear of unemployment (തൊഴിൽ ലഭിക്കില്ലയെന്ന ഭയം)

Fear of ending up alone (അവസാനം ഒറ്റക്കാകുമോയെന്ന ഭയം)

Fear of the future (ഭാവിയെക്കുറിച്ചുള്ള ഭയം)

ഈ വാക്യം വായിക്കുമ്പോൾ നാം തിരിച്ചറിയേണ്ടതായ ഒരു പ്രധാന വസ്തുത, It is pointless claiming to be strong if your strength is never tested (നിങ്ങളുടെ ബലം ഇന്നുവരെ പരീക്ഷിക്കപ്പെട്ടിട്ടില്ലെങ്കിൽ ബലവനാണെന്നു പറയുന്നതിൽ അർത്ഥമില്ല). 2 കൊരിന്ത്യർ 12 9-10-ൽ പറയുന്നു. *എന്റെ കൃപ നിനക്കു മതി: എന്റെ ശക്തി ബലഹീനതയിൽ തികഞ്ഞുവരുന്നു. ആകയാൽ ക്രിസ്തുവിന്റെ ശക്തി എന്റെ മേൽ ആവസിക്കേണ്ടതിന് ഞാൻ അതിസന്തോഷത്തോടെ എന്റെ ബലഹീന തകളിൽ പ്രശംസിക്കും.* പൗലോസിന്റെ തുടർന്നുള്ള വാക്കുകൾ, *നമുക്കു സാധാരണ ഗതിയിൽ ചിന്തിക്കാൻ പോലും പറ്റുകയില്ല! അതുകൊണ്ട് ഞാൻ ക്രിസ്തുവിനുവേണ്ടി ബലഹീനത, കൈയേറ്റം, ബുദ്ധിമുട്ട്, ഉപദ്രവം, ഞെരുക്കം എന്നിവ സഹിപ്പാൻ ഇഷ്ടപ്പെടുന്നു. ബലഹീനനായിരിക്കുമ്പോൾത്തന്നെ ഞാൻ ശക്തനാകുന്നു.* ആകയാൽ തളർച്ചയും മുഷിപ്പും സംശയവും ഭയവും ബാധിച്ചു കുഴഞ്ഞുപോ കാതെ, ദൈവകൃപയിൽ മുന്നേറുക.

ഓസ്ട്രേലിയൻ ക്രിക്കറ്റ് മത്സരങ്ങൾ വരുമ്പോഴാണ് സാധാരണ കങ്കാരുക്കൾ എന്ന പദം നാം കൂടുതൽ കേൾക്കാറുള്ളത്. വലിയ ചാട്ടക്കാരാണ് കങ്കാരുക്കൾ. എന്നാൽ ഇവയ്ക്ക് പിന്നിലേക്ക് ചാടാനാവില്ല. ഇതു പറയുമ്പോൾ ക്രിസ്തീയ ജീവിതത്തിൽ പ്രായോഗികമാ ക്കേണ്ട ഒരു കാര്യം എന്റെ മനസ്സിൽ വരുന്നു. നമ്മുടെ ഓട്ടവും ചാട്ടവുമെല്ലാം മുൻപോട്ടുതന്നെയായിരിക്കട്ടെ. പിന്മാറ്റം കീഴടക്കരുത്.

ഷാർലെറ്റ് പി. മാത്യു

അദ്ധ്യായം 25

ദൈവത്തെ മാറ്റിവെച്ചിട്ട് വസ്തുവകകളുടെ പിന്നാലെ പോകരുത്
"Do not turn from "God" to "Goods"

ഇവയും ശലോമോന്റെ സദൃശവാക്യങ്ങൾ
യെഹൂദരാജാവായ ഹിസ്ക്കീയാവിന്റെ
ആളുകൾ അവയെ ശേഖരിച്ചിരിക്കുന്നു.
കാര്യം മറച്ചുവെയ്ക്കുന്നതു
ദൈവത്തിന്റെ മഹത്വം;
കാര്യം ആരായുന്നതോ
രാജാക്കന്മാരുടെ മഹത്വം

സദൃശവാക്യങ്ങൾ 25:1, 2

ഈ അദ്ധ്യായം ധ്യാനിച്ചുകൊണ്ടിരുന്നപ്പോൾ, ഓരോ പഴഞ്ചൊല്ലി ലെയും ആശയങ്ങളെക്കാളുപരി, ഇവിടെപ്പരാമർശിച്ചിരിക്കുന്ന 'ഹിസ്ക്കീയാവ്' എന്ന യെഹൂദാ രാജാവിൽ എന്റെ ചിന്ത കേന്ദ്രീകരി ക്കുവാൻ ഇടയായി. ശലോമോന്റെ കാലഘട്ടത്തിനുശേഷം, ഏകദേശം 250 – 275 വർഷം കഴിഞ്ഞ് യെഹൂദാ ഭരിച്ചിരുന്ന 13-ാമത്തെ രാജാവാ യിരുന്നു ഹിസ്ക്കീയാവ്.

◆ 2 രാജാക്കന്മാർ 18 മുതൽ 20 വരെ

◆ 2 ദിനവൃത്താന്തം 29 മുതൽ 32 വരെ

◆ യെശയ്യാവ് 36 മുതൽ 39 വരെ

ആകെ 11 അധ്യായങ്ങളിലായി ഹിസ്ക്കിയാവിന്റെ ചരിത്രം നമുക്കു കാണാം. ഹിസ്ക്കിയാവിന്റെ ജീവിതത്തിലെ പ്രധാന സംഭവങ്ങൾ പ്രാരംഭമായി പറയട്ടെ.

◆ 25-ാമത്തെ വയസ്സിൽ രാജാവായി (2 രാജാ. 18:2)

◆ ദൈവത്തിന് അനിഷ്ടമായതു മാത്രം ചെയ്ത രാജാവായിരുന്നു

153

ഹിസ്ക്കീയാവിന്റെ പിതാവായ ആഹാസ് (2 രാജാ. 16:2, 3). പക്ഷേ ഹിസ്ക്കീയാവ് തന്റെ അപ്പന്റെ മോശമായ പാതകളെ പിന്തുടർന്നില്ല.

◆ 29 വർഷം അദ്ദേഹം രാജാവായി വാണു (2 രാജാ. 18:2)

◆ അന്യായമായ സകലത്തെയും അദ്ദേഹം ഇടിച്ചുകളഞ്ഞു (2 രാജാ. 18:4)

◆ യഹോവയിൽ പൂർണ്ണമായി ആശ്രയിച്ചു. തന്റെ മുമ്പും പിമ്പും ഉണ്ടാ യിരുന്ന സകല യെഹൂദരാജാക്കന്മാരിലാരും തന്നെ ഹിസ്ക്കീ യാവിനോടു തുല്യനായിരുന്നില്ല (2 രാജാ. 18:5)

◆ അവൻ ചെന്നേടത്തൊക്കെയും കൃതാർത്ഥനായി വന്നു (2 രാജാ. 18:7)
He was successful in whatever he undertook.

◆ യഹോവയുടെ ആലയത്തിന്റെ വാതിലുകൾ തുറന്ന് അറ്റകുറ്റം തീർത്തു (2 ദിന. 29:3)
He opened the temple of the Lord and repaired them

◆ വിശുദ്ധമന്ദിരത്തിൽ നിന്ന് മലിനത നീക്കിക്കളഞ്ഞു (2 ദിന. 29:5)
Removed all defilement from the sanctuary

◆ യഹോവയുടെ ആലയത്തിലെ ആരാധന യഥാസ്ഥാനത്താക്കുന്നതിൽ മുഖ്യ പങ്കു വഹിച്ചു (2 ദിന. 29:35)
Service of the temple of the Lord was re-established.

◆ ജനത്തിനുവേണ്ടി പ്രാർത്ഥിച്ച രാജാവായിരുന്നു (2 ദിന. 30: 18, 19)

◆ യഹോവയുടെ ശുശ്രൂഷയിൽ സാമർത്ഥ്യം കാണിച്ച എല്ലാ ലേവ്യരോടും ഹൃദ്യമായി സംസാരിച്ച വ്യക്തി (2 ദിന. 30: 22)

(Hezekiah spoke encouragingly to all the levites, who showed good understanding of the service of the Lord).

◆ ജനത്തോടു ഹൃദ്യമായി സംസാരിച്ചു ബലപ്പെടുത്തിയ ആൾ (Motivational Speaker) (2 ദിന. 32:6–8)

◆ നിഗളം വന്നുവെങ്കിലും തിരിച്ചറിഞ്ഞപ്പോൾ തന്നെത്താൻ താഴ്ത്തി (2 ദിന. 32:25–26)

◆ ആലയത്തിലേക്കുള്ള ദശാംശം കൃത്യമായി കൊടുത്തയാൾ (2 ദിന. 31: 3–12)

◆ ആയുസിനോടു 15 വർഷം നീട്ടിക്കിട്ടിയ വ്യക്തി (2 രാജാ. 20:6)

ഇങ്ങനെയുള്ള സദ്ഗുണങ്ങളുടെ നീണ്ട നിരയുള്ള വ്യക്തിത്വത്തി നുടമായിരുന്ന ഹിസ്ക്കിയാവിന്റെ ജീവിതത്തിലെ പ്രധാനപ്പെട്ട രണ്ടു വസ്തുതകൾ നമുക്കൊന്നു ശ്രദ്ധിക്കാം.

1. The man who gathered or collected Godly wisdom resources

(ദൈവിക ജ്ഞാനത്തിന്റെ ഉറവിടമാകുന്ന കാര്യങ്ങളെ ശേഖരിച്ച വ്യക്തി)

സദൃശവാക്യങ്ങളിൽ നാം വായിച്ച രണ്ടാമത്തെ വാക്യം ഇങ്ങനെ യാണ്. കാര്യം ആരായുന്നത് രാജാക്കന്മാരുടെ മഹത്വം ആണ് (Search out a matter is the glory of kings). ഒരു കാലഘട്ടത്തിൽ ഒരു റ്റീമിനെ develop ചെയ്ത് ചില കാര്യങ്ങൾ ശരിക്കും ആരാഞ്ഞ് ശേഖരിച്ചുവെച്ച അനുഗൃഹീതനായ രാജാവ്. സദൃശവാക്യങ്ങൾ 25 മുതൽ 29 വരെയുള്ള 138 വാക്യങ്ങളടങ്ങിയ ശലോമോന്റെ പഴഞ്ചൊല്ലുകൾ ശേഖരിച്ചു വെയ്ക്കാൻ ദൈവത്താൽ നിയോഗിതനായ ഒരു റ്റീം ലീഡർ ആയിരുന്നു ഹിസ്ക്കീയാവ് എന്നു വേണമെങ്കിൽ പറയാം.

നല്ല കഴിവുകളുള്ള ഒരാളെ പിന്തുടരുകയും പഠിക്കുകയും ചെയ്താൽ, ആ കഴിവുകൾ നമുക്കും ആർജ്ജിച്ചെടുക്കുവാൻ കഴിയും. ഭരണപരമായ കഴിവുകൾ ശലോമോൻ പിതാവായ ദാവീദിൽ നിന്നു പഠിച്ചു. പക്ഷേ തന്റെ മകനായ രെഹബെയാം ശലോമോനിൽ നിന്ന് ഒന്നും പഠിക്കുന്നില്ല. ഇവിടെ ചില തലമുറകൾക്കിപ്പുറം ഹിസ്ക്കീയാവ് ഭരണത്തിൽ വന്നപ്പോൾ, അപ്പനായ ആഹാസിന്റെ ദുഷ്ടപ്രവൃത്തികളെ പിൻതുടരാതെ, യഹോവയുടെ സന്നിധിയിൽ വിശ്വസ്തതയോടും ഏകാഗ്ര ഹൃദയത്തോടും കൂടെ നടന്ന് പ്രസാദമായിട്ടുള്ള കാര്യങ്ങൾ ചെയ്യുന്നു. തന്റെ സുഹൃത്തായും കൗൺസിലറുമായി കൂടെയുള്ളത് പ്രവാചകനായ യെശയ്യാവാണ്. മോശമായ പാരമ്പര്യം, മോശമായ വഴിയിലേക്കു ഹിസ്ക്കീയാവിനെ നയിച്ചില്ല. ശക്തമായ പ്രാർത്ഥനാ ജീവിതം അദ്ദേഹത്തിനുണ്ടായിരുന്നു.

ഹിസ്ക്കീയാവ് ചെയ്ത ഏറ്റവും മികച്ച കാര്യങ്ങളിലൊന്നായി എനിക്കു തോന്നുന്നത് വരും തലമുറകൾക്കു വേണ്ടി താൻ ശേഖരിച്ചു വെച്ച കാര്യങ്ങളാണ്. ചില വേദപഠിതാക്കളുടെ അഭിപ്രായത്തിൽ സദൃശവാക്യങ്ങൾ കൂടാതെ സങ്കീർത്തനങ്ങൾ 120 മുതൽ 134

വരെയുള്ള അധ്യായങ്ങൾ ശേഖരിക്കുന്നതിലും എഴുതുന്നതിലും ഹിസ്ക്കീയാവിന്റെയും പങ്കുണ്ടെന്നാണ്. ഈ 15 ആരോഹണ ഗീത ങ്ങൾ ഹിസ്ക്കീയാവിനു നീട്ടിക്കിട്ടിയ 15 വർഷവുമായി ബന്ധപ്പെട്ടി രിക്കുന്നു എന്നാണവരുടെ അഭിപ്രായം. ശലോമോൻ 127ഉം ദാവീദ് 122, 124, 131, 133 എന്നിവ എഴുതുകയും ഹിസ്ക്കീയാവ് അവ ശേഖരിച്ചു വെച്ചുവെന്നും പറയപ്പെടുന്നു. ബാക്കിയുള്ളവ രചിച്ചതും ഹിസ്ക്കീയാവാണെന്നാണ് അവരുടെ അഭിപ്രായം. 2 ദിന. 32:22 -ൽ കാണുന്നതുപോലെ *"ഇങ്ങനെ യഹോവ ഹിസ്ക്കീയാവെയും യെരുശലേം നിവാസികളെയും അശൂർ രാജാവായ സൻഹേരിബിന്റെ കൈയ്യിൽ നിന്നും മറ്റെല്ലാവരുടെയും കൈയ്യിൽ നിന്ന് രക്ഷിച്ച് അവർക്കു ചുറ്റിലും വിശ്രമം നല്കി - ആ കാലഘട്ടത്തിലാണ് അദ്ദേഹം ഇവ ശേഖരിച്ചത്.*

ഇവിടെക്കാണുന്ന 'ഹിസ്ക്കീയാവിന്റെ ആളുകൾ (Men on Hezekiah)' എന്ന കൂട്ടരെക്കുറിച്ചു വായിച്ചപ്പോൾ സന്തോഷം തോന്നി. ന്യൂ ജനറേഷൻ ശൈലിയിൽ പറഞ്ഞാൽ അവരെ ഏല്പിച്ച ദൗത്യ മനുസരിച്ച് ദൈവവചനങ്ങൾ അവർ എഡിറ്റ് ചെയ്തതും, കോപ്പി ചെയ്തതും പരിശുദ്ധാത്മ നിയോഗത്താലത്രെ. ദൈവരാജ്യത്തിൽ ചെയ്യുന്ന ഓരോ ചെറിയ പ്രവൃത്തിക്കും വലിയ വിലയുണ്ടെന്നു തിരിച്ചറിയാതിരിക്കരുത്.

2. The man who lost favour because of pride

2 ദിനവൃത്താന്തം 32:31ൽ വാക്കുകൾ വളരെ ശ്രദ്ധിക്കേണ്ടതാണ്. തനിക്ക് ആയുസ്സ് നീട്ടിക്കിട്ടി; അഭിവൃദ്ധി പ്രാപിച്ച്, രാജ്യത്തിന്റെ പുരോ ഗതിക്കുവേണ്ടി വലിയ 'ടണലുകളും ഡാമുകളുമൊക്കെ' പണിത് മുൻപോട്ടു നീങ്ങുമ്പോൾ തന്റെ രാജ്യത്തുണ്ടായ അതിശയപ്രവൃത്തി കൾ കാണുവാൻ ബാബേൽ പ്രഭുക്കന്മാർ വരുമ്പോൾ രേഖപ്പെടുത്തി യിട്ടുള്ള വാക്യമാണിത്. *"എങ്കിലും ദേശത്തിൽ സംഭവിച്ചിരുന്ന അതി ശയത്തെക്കുറിച്ച് (miraculous sign) ചോദിക്കേണ്ടതിന് ബാബേൽ പ്രഭുക്കന്മാർ അവന്റെ അടുക്കൽ അയച്ച ദൂതന്മാരുടെ കാര്യത്തിൽ അവന്റെ ഹൃദയത്തിലുള്ളതൊക്കെയും അറിവാൻ തക്കവണ്ണം അവനെ പരീക്ഷിക്കേണ്ടതിനു ദൈവം അവനെ വിട്ടുകൊടുത്തു (God left him to test him).* 2 രാജാ. 20:13-ൽ പറയുന്നു. ഹിസ്ക്കീയാവ് അവരുടെ വാക്കു കേട്ട് തന്റെ ഭണ്ഡാരഗൃഹം മുഴുവനും പൊന്നും വെള്ളിയും സുഗന്ധവർഗ്ഗവും പരിമളതൈലവും തന്റെ ആയുധശാലയും തന്റെ

ഭണ്ഡാരങ്ങളിൽ ഉള്ളതൊക്കെയും അവരെ കാണിച്ചു. രാജധാനിയിലും തന്റെ ആധിപത്യത്തിലും ഹിസ്ക്കിയാവ് അവരെ കാണിക്കാത്ത ഒരു വസ്തുവും ഇല്ലായിരുന്നു. സാധാരണഭാഷയിൽ പറഞ്ഞാൽ ഈ മടയത്തരം നിമിത്തം/പൊങ്ങച്ചം നിമിത്തം രാജ്യത്തിന്റെ സകല രഹസ്യങ്ങളുടെയും സ്കെച്ചുമായിട്ടാണു ബാബേൽ പ്രഭുക്കന്മാർ മടങ്ങിപ്പോയത്. ചരിത്രം അതിനു സാക്ഷിയാണ്.

പൊങ്ങച്ചങ്ങളുടെ ഭാണ്ഡക്കെട്ടുമായി ഒരു ദൈവപൈതൽ സഞ്ചരിക്കരുത്. He turned from "God to goods". ദൈവത്തിൽ നിന്ന് വാണിജ്യവസ്തുക്കളിലേക്ക് അവന്റെ ശ്രദ്ധ തിരിഞ്ഞു. പരീക്ഷ ണങ്ങളുടെ സമയമാണ് നാം ആരാണെന്നു തിരിച്ചറിയുന്നത്. (Testing times reveals – who are you?) ഹിസ്ക്കിയാവിന്റെ ചരിത്രം നമ്മോടു പറയുന്ന മറ്റൊരു കാര്യം കൂടെയുണ്ട്. Past obedience to God does not remove the possibility of present disobedience. "പണ്ടു ദൈവത്തോ ടുണ്ടായിരുന്ന അനുസരണം – ഇന്നു സംഭവിക്കാൻ സാധ്യതയുള്ള അനുസരണക്കേടിനു വിലങ്ങുതടിയല്ല."

ചായയുടെ ഉപയോഗം യൂറോപ്പിൽ തുടങ്ങിയ കാല ഘട്ടത്തെക്കുറിച്ച് വായിച്ചതിങ്ങനെയാണ്. ഈ നൂറ്റാ ണ്ടിലെ ഏറ്റവും പുതിയ അനാവശ്യം എന്നു പറഞ്ഞ് അക്കാലഘട്ടങ്ങളിൽ ചിലർ ചായയെ പുച്ഛിച്ചു വിമർശി ച്ചിരുന്നു. പക്ഷേ ചായ ജീവിതത്തിന്റെ ഭാഗമായതിന് ചരിത്രം സാക്ഷിയാണ്.

നല്ല കാര്യങ്ങൾ, നല്ല പക്വതയോടെ ദൈവത്തിലാശ്രയിച്ചു പരിജ്ഞാനത്തോടെ ചെയ്യുമ്പോൾ വിമർശനം കേൾക്കാ റുണ്ടോ? ഭക്തിയോടെ, സ്വാർത്ഥതയില്ലാതെ യാത്ര തുട രുക. കാലം നിങ്ങളുടെ വില തിരിച്ചറിയും.

ഷാർലെറ്റ് പി. മാത്യു

അദ്ധ്യായം 26

മൂഢനും മടിയനും പിന്നെ നുണയനും
(The Fool, The Sluggard and the Trouble Maker)

◆ നായ് ഛർദ്ദിച്ചതിലേക്കു വീണ്ടും തിരിയുന്നതും മൂഢൻ തന്റെ
ഭോഷത്വം ആവർത്തിക്കുന്നതും ഒരുപോലെ
(സദൃശവാക്യങ്ങൾ 26:11)

◆ വഴിയിൽ കേസരി ഉണ്ട്, തെരുക്കളിൽ സിംഹം ഉണ്ട് എന്നിങ്ങനെ
മടിയൻ പറയുന്നു

(സദൃശവാക്യങ്ങൾ 26:13)

◆ വിറക് ഇല്ലാഞ്ഞാൽ തീ കെട്ടുപോകും;
നുണയൻ ഇല്ലാഞ്ഞാൽ വഴക്കും ഇല്ലാതെയാകും.

(സദൃശവാക്യങ്ങൾ 26:20)

സദൃശവാക്യങ്ങൾ 26-ാം അധ്യായത്തെ മൂന്നു ഭാഗങ്ങളായി
തരംതിരിച്ചാൽ മൂന്നു തരത്തിലുള്ള കൂട്ടരെ കാണുവാൻ കഴിയും.

1 മുതൽ 12 വരെയുള്ള വാക്യങ്ങളിൽ - മൂഢൻ

13 മുതൽ 16 വരെയുള്ള വാക്യങ്ങളിൽ - മടിയൻ

17 മുതൽ 28 വരെയുള്ള വാക്യങ്ങളിൽ - നുണയൻ

നുണയൻ എന്ന കാറ്റഗറിയിൽപ്പെട്ടവർക്കുള്ള പല പര്യായപദങ്ങൾ
ഇവിടെ കാണാം.

◆ വഴക്കുകാരൻ

◆ ഏഷണിക്കാരൻ

◆ കൂട്ടുകാരനെ വഞ്ചിച്ചിട്ട് അതു കളി എന്നു പറയുന്നവൻ

◆ പകെയ്ക്കുന്നവൻ

◆ കുഴി കുഴിക്കുന്നവൻ

◆ ഭോഷ്ക്കു പറയുന്ന നാവുള്ളവൻ

മൂഢൻ

നാം തിരിച്ചറിയേ≠ുന്ന ഒരു പ്രധാനപ്പെട്ട വസ്തുത സദൃശവാക്യ ങ്ങളിൽ പലപ്പോഴും പരാമർശിക്കുന്ന 'മൂഢൻ' കേവലം ഒരു വിഡ്ഢി യെപ്പറ്റി പറയുന്ന പദമല്ല. ബുദ്ധിയില്ലാത്ത വ്യക്തികളെ പരിഹസിക്കു വാൻ വേണ്ടി ഉപയോഗിക്കുന്ന വാക്കിനെക്കാളുപരി ഇതൊരു ആത്മീയ അവസ്ഥയാണ് (Spiritual Condition); ദൈവത്തെ നിരാകരിക്കുന്ന, ഗർവ്വു നിറഞ്ഞ അനുസരണക്കേടിന്റെ പ്രതിനിധിയാണിത്. പലപ്പോഴും ദൈവികമായ വെളിപ്പാടുകളോട് 'തലക്കനത്തോടെ' പ്രതികരിക്കുന്ന കൂട്ടർ. സത്യത്തിൽ മാനസികപ്രശ്നമൊന്നുമല്ല ഇതിനു പിന്നിൽ; മറിച്ച് ആത്മിക പരിഹാരങ്ങളോടുള്ള നിഷേധാത്മകതയാണു മൂലകാരണം. ഇങ്ങനെയുള്ള 'മൂഢർക്ക്' കിട്ടുന്ന ബഹുമാനം സമൂഹത്തെ നശിപ്പി ക്കാൻ സാധ്യതയുണ്ട്. ഇങ്ങനെയുള്ളവരെ ഒന്നും പഠിപ്പിക്കാൻ പറ്റുക യില്ല; അനുഭവങ്ങൾ അവരെ പഠിപ്പിക്കുകയുമില്ല.

റോമർ 12:16ൽ പറയുന്നു, *നിങ്ങളെത്തന്നെ ബുദ്ധിമാന്മാർ എന്നു വിചാരിക്കരുത്.*

ലൂക്കോസ് 18:11-12-ൽ പരീശനു പറ്റിയ അബദ്ധം പലർക്കും സംഭവിക്കുന്നുണ്ട്. പരീശന്റെയും ചുങ്കക്കാരന്റെയും പ്രാർത്ഥന നമുക്കി വിടെ ശ്രദ്ധിക്കാൻ കഴിയും. പരീശന്റെ പ്രാർത്ഥനാവാചകങ്ങൾ അഹങ്കാരത്തിന്റെയും താരതമ്യത്തിന്റെയുമാണ്. പക്ഷേ മാറത്തടിച്ചു പ്രാർത്ഥിച്ച ചുങ്കക്കാരന്റെ വാക്കുകൾ, ഹൃദയത്തിൽ നിന്നുള്ളവയാണ്. അവനോ നീതീകരിക്കപ്പെട്ടവനായി വീട്ടിലേക്കു പോകുന്നു.

1 കൊരിന്ത്യർ 3:18-ൽ പറയുന്ന കാര്യം പലപ്പോഴും 'ക്രിസ്ത്യാ നികൾ' എന്നു പറയുന്നവർക്കുപോലും സംഭവിക്കാൻ സാധ്യതയു ള്ളതാണ്. *ആരും തന്നെത്താൻ വഞ്ചിക്കരുത്. താൻ ഈ ലോകത്തിൽ ജ്ഞാനി എന്നു നിങ്ങളിൽ ആർക്കെങ്കിലും തോന്നിയാൽ, അവൻ ജ്ഞാനിയാകേണ്ടതിനു ഭോഷനായിത്തീരട്ടെ. ഈ ലോകത്തിന്റെ ജ്ഞാനം ദൈവസന്നിധിയിൽ ഭോഷത്വമത്രേ.*

2 തിമൊഥെയോസ് 2: 23 – *ബുദ്ധിയില്ലാത്ത മൗഢ്യതർക്കം ശണ്ഠ ജനിപ്പിക്കുന്നു എന്നറിഞ്ഞ് അത് ഒഴിഞ്ഞിരിക്ക.*

മടിയൻ

രണ്ടാമത്തെ ഭാഗം മടിയനെക്കുറിച്ചാണ്. മടിയുള്ളവർ സ്വന്തം

കാര്യങ്ങൾ, ഊഹോപോഹങ്ങൾ, ഗ്രഹണശക്തി, അഥവാ ധാരണകൾ ഉറപ്പിക്കുവാൻ വേണ്ടി ധാരാളം ഒഴിവുകഴിവുകൾ പറയുന്നവരാണ്. ഒരുതരം നെഗറ്റീവായ സ്വയം പ്രതിരോധമാണിത്. പലപ്പോഴും മടിയ ന്മാർ തങ്ങൾ ബുദ്ധിമാന്മാരാണെന്നതുപ്പോലെ സംസാരിക്കും. അങ്ങനെ യുള്ളവർ പ്രശ്നങ്ങൾ മാത്രമേ എപ്പോഴും മുൻപിൽ നിരത്തുകയുള്ളൂ.

Excuse പറഞ്ഞ് കാര്യങ്ങൾ മാറ്റിവെക്കുമ്പോൾ, പലപ്പോഴും ദൈവ ത്തിന്റെ കരുതലിനെയും സ്നേഹത്തെയുമാണു നാം മാറ്റിവെയ്ക്കു ന്നത്.

14-ാം വാക്യം, സത്യത്തിൽ ഒരു 'humour' പോലെയാണ്. കതക് ചുഴിക്കുറ്റിയിലെന്നപോലെ മടിയൻ തന്റെ കിടക്കയിൽ തിരിയുന്നു. മടിയുള്ള വ്യക്തിത്വത്തിന്റെ തനതായ ഉപമയാണിത്. കതക് പലപ്പോഴും ചലിക്കുന്ന വസ്തുവാണെങ്കിലും, അതു ആയിരിക്കുന്ന സ്ഥലം വിട്ടുപോകുകയില്ല. Motion without march, movement without mobility എന്നു തന്നെ പറയാം.

മടിയന്മാരുടെ ചില പ്രത്യേകതകൾ

Sluggards are liars   - മടിയന്മാർ വ്യാജം പറയുന്നവരാണ്
Sluggards are losers   - മടിയന്മാർ പരാജയപ്പെടുന്നവരാണ്
Sluggards are not leader - മടിയന്മാർക്കു നേതാവാകാൻ
                             പറ്റുകയില്ല.

ആരോ പറഞ്ഞ വാക്കുകൾ ഇങ്ങനെയാണ് (ദൈവഹിതത്തോടെ കാര്യങ്ങൾ ചെയ്യുന്നതു കഠിനാദ്ധ്വാനം രോമാഞ്ചവും സന്തോഷവു മുളവാക്കുന്നതാണ്). Hard work is a thrill and a joy, when you are in the will of God.

നുണയൻ

ഇവിടുത്ത മൂന്നാമത്തെ കൂട്ടർ 'നുണയന്മാർ' എന്ന കാറ്റഗറിയിൽ പെട്ടവരാണ്. 26:20-ൽ നാലു കാര്യങ്ങൾ കാണുവാൻ കഴിയും. "വിറക്" – "തീ" – "നുണയൻ" – "വഴക്ക്". വിഷയങ്ങളിൽ "വിറക്" അഥവാ ഇന്ധനം കോരിയൊഴിക്കുന്നവർ അപകടകാരികളാണ്. ഗോസിപ്പു പറയുന്നവർ, "കാതിൽ മന്ത്രിക്കുന്നവർ" ബന്ധങ്ങളിൽ വിള്ളൽ വീഴ്ത്തുവാൻ പലപ്പോഴും വിരുതന്മാരാണ്. അതുകൊണ്ട് കലഹം ജ്വലിപ്പിക്കാത്തവരായി ജീവിക്കാം. ഇപ്പോഴത്തെ പല സൈബർ

ട്രോളുകളും ശ്രദ്ധിച്ചാൽ "നുണകളുടെ" ആധിക്യം തിരിച്ചറിയാൻ കഴിയും. അധരം കൊണ്ടു വേഷം ധരിക്കാത്തവരായി ജീവിക്കുക. മറ്റുള്ളവരുടെ മേൽ കല്ല് ഉരുട്ടിയിടാതിരിക്കുക.

A 'True Christian' is much above than a 'good human' being.

Linta Sharlet Mathew

കൗൺസലിങ്ങും ആത്മീയമായ അച്ചടക്കവും
(Counselling & Spiritual Discipline)

സദൃശവാക്യങ്ങൾ 27-ാം അദ്ധ്യായം വായിക്കുമ്പോൾ, 'ഹൃദയം' എന്ന പദം രണ്ടു വാക്യങ്ങളിൽ കാണുവാൻ കഴിയും.

തൈലവും ധൂപവും ഹൃദയത്തെ സന്തോഷിപ്പിക്കുന്നു.
ഹൃദ്യാലോചനയുള്ള സ്നേഹിതന്റെ മാധുര്യവും അങ്ങനെ തന്നെ.

സദൃശവാക്യങ്ങൾ 27:9

Perfume and incense bruing joy to the heart and the pleasantness of a friend springs from their heartfelt advise.

വെള്ളത്തിൽ മുഖത്തിനൊത്തവണ്ണം മുഖത്തെ കാണുന്നു.
മനുഷ്യൻ തന്റെ ഹൃദയത്തിനൊത്തവണ്ണം മനുഷ്യനെ കാണുന്നു.

സദൃശവാക്യങ്ങൾ 27:19

As a water reflects the face,
So one's life reflects the heart

ആദ്യത്തെ വാക്യം വേണമെങ്കിൽ, ഒരു നല്ല 'സുഹൃത്തിന്റെ കൗൺസിലിങ്ങിനെ' അഭിനന്ദിച്ചുകൊണ്ടുള്ള വാക്യമെന്നു പറയാം.

രണ്ടാമത്തെ വാക്യം, മനുഷ്യന്റെ 'ചിന്താഗതിക്കനുസരിച്ച് മറ്റുള്ള വരെ വിലയിരുത്തുന്ന മനോഭാവത്തെ' പരാമർശിച്ചിരിക്കുന്നുവെന്നു പറയാം. നാടൻ ശൈലിയിൽ പറഞ്ഞാൽ, 'മഞ്ഞപ്പിത്തമുള്ളവർക്ക് കാണുന്നതെല്ലാം മഞ്ഞ" എന്ന ചൊല്ല് ഇവിടെ ചേർത്തു ചിന്തിക്കാ വുന്നതാണ്.

ഫ്രണ്ട്ഷിപ്പും - കൗൺസലിങ്ങും

ഫ്രണ്ട്ഷിപ്പിനു വളരെ പ്രാധാന്യം കൊടുക്കുന്ന 'ചങ്ക് ബ്രോക ളുടെ' കാലഘട്ടത്തിലാണു നാം ജീവിക്കുന്നത്. ഈ വാക്യത്തിന് മെസേജ് ബൈബിളിലെ പരിഭാഷ, "Sweet friendship refreshes the soul"

(മാധുര്യമുള്ള സൗഹൃദം ആത്മാവിന് ഉന്മേഷം പകരുന്നു) എന്നാണ്. നല്ല സുഹൃത്തുക്കൾ അതിഥികളായി വരുമ്പോൾ, തലയിൽ എണ്ണ പൂശി ബഹുമാനപൂർവ്വം സ്വാഗതം ചെയ്യുന്ന പാരമ്പര്യം യഹൂദന്മാർ ക്കിടയിൽ ഉണ്ടായിരുന്നുവെന്നുപോലും. നല്ല സുഹൃത്തുക്കൾ എല്ലാ കാലഘട്ടത്തിലും സന്തോഷം തന്നെയാണ്. Ointment and perfume rejoice the heart. So doth the sweetness of a man's friend by hearty counsel (KJV). ഹൃദയപൂർവ്വം, ഹൃദയത്തിൽ നിന്നുമുള്ള സുഹൃത്തുക്കളുടെ ഉപദേശങ്ങൾ അഥവാ കൗൺസലിങ്ങ് സുഗന്ധംപോലെയും എണ്ണ പോലെയും ഹൃദയത്തെ സന്തോഷിപ്പിക്കുന്നതാണ്. ജീവിതത്തിന്റെ അനുഭവങ്ങളിൽ നിന്ന് ആർജ്ജിച്ചെടുത്ത, പരിജ്ഞാനത്തിൽ നിന്നുള്ള ഉപദേശങ്ങൾ വിലപ്പെട്ടതാണ്. ഇവിടുത്തെ രണ്ടു പദങ്ങൾ ശ്രദ്ധിക്കുക; "Hearty Counsel" വളരെ പ്രധാനപ്പെട്ടതാണ്. Counsel that comes from the heart - ഒരാളോട് ഉപദേശം പറയുമ്പോൾ, നല്ല മാർഗ്ഗങ്ങൾ പറഞ്ഞു കൊടുക്കുമ്പോൾ, പ്രസംഗിക്കുമ്പോൾ, പാടുമ്പോൾ അതു ഹൃദയ ത്തിൽ നിന്നു ചെയ്യണം.

സങ്കീർത്തനം 141:5-ൽ പറയുന്നു *"നീതിമാൻ എന്നെ ശാസിക്കുന്നതു തലയ്ക്കു എണ്ണയാണ്"*. അഭിഷേകതൈലം തയ്യാറാക്കുന്നതു വളരെ ശ്രദ്ധയോടെയാണ്. ബൈബിൾ പഠിക്കുമ്പോൾ നമുക്കതു മനസ്സിലാ ക്കുവാൻ കഴിയും. കാൽവറി കുരിശിൽ യേശുക്രിസ്തു യാഗമായി ത്തീർന്നപ്പോൾ പുറപ്പെട്ട സുഗന്ധം തിരിച്ചറിഞ്ഞവർക്ക് ആ മാധുര്യ ത്തിന്റെ ആഴം അറിയുവാൻ കഴിയും.

ദൈവം തന്നെയാണ് ഏറ്റവും നല്ല സുഹൃത്തെന്നു തിരിച്ചറിയുക. സങ്കീർത്തനം 46:1-ൽ പറയുന്നു.*"ദൈവം നമ്മുടെ സങ്കേതവും ബലവും ആകുന്നു. കഷ്ടങ്ങളിൽ അവൻ ഏറ്റവും അടുത്ത തുണയായിരി ക്കുന്നു.* നാം നമ്മുടെ സുഹൃത്തുക്കൾക്ക് ആശ്വാസവും തണുപ്പുമായിരിക്കണം.

പരസ്പരം ബലപ്പെടുത്തുവാൻ പ്രോത്സാഹിപ്പിക്കുന്ന ധാരാളം വാക്യങ്ങൾ ബൈബിളിലുണ്ട്.

◆ എബ്രായർ 3:13 - അന്യോന്യം പ്രബോധിപ്പിച്ചു കൊൾവിൻ *(Encourage one another)*

◆ 1 തെസ്സലോനിക്യർ 4:18 - അന്യോന്യം ആശ്വസിപ്പിച്ചു കൊൾവിൻ *(Comfort one another)*

◆ 1 തെസ്സലോനിക്യർ 5:11 - അന്യോന്യം പ്രബോധിപ്പിച്ചും തമ്മിൽ

ആത്മീയ വർദ്ധന വരുത്തുവിൻ *(Encourage one another and build up one another)*

◆ റോമർ 15:14 - അന്യോന്യം പ്രബോധിപ്പിക്കാൻ പ്രാപ്തരാകുവിൻ *(Competent to instruct one another)*

കൗൺസലിങ്ങ് ചെയ്യുമ്പോൾ പരമപ്രധാനമായി പ്രാർത്ഥിക്കേ ണ്ടുന്ന ഒരു കാര്യം ഗലാത്യർ 6 : 1:2-ൽ പറഞ്ഞിട്ടുണ്ട്. "സഹോദരന്മാരേ, ഒരു മനുഷ്യൻ വല്ല തെറ്റിലും അകപ്പെട്ടു പോയെങ്കിൽ ആത്മീയരായ നിങ്ങൾ അങ്ങനെയുള്ളവനെ സൗമ്യതയുടെ ആത്മാവിൽ യഥാസ്ഥാന പ്പെടുത്തുവിൻ" 'നീയും പരീക്ഷയിൽ അകപ്പെടാതിരിപ്പാൻ സൂക്ഷിച്ചു കൊൾക. തമ്മിൽ തമ്മിൽ ഭാരങ്ങളെ ചുമപ്പിൻ.'

ആത്മീയ പക്വതയോടെ വേണം ഉപദേശിക്കേണ്ടത്. ദൈവത്തിന്റെ വചനം അപൂർണ്ണമാണെന്നും, പരിമിതികളുണ്ടെന്നും ആധുനികമല്ലെ ന്നുമുള്ള ധാരണ ഒരിക്കലുമരുത്. വ്യക്തികളുടെ ആഴത്തിലുള്ള വൈകാരികമാകുന്ന പ്രശ്നങ്ങൾക്ക് പരിഹാരം നല്കുവാൻ, ദൈവ വചനപ്രകാരമുള്ള കൗൺസലിങ്ങിന് കഴിയും.

ഉപദേശിക്കുന്ന (കൗൺസലിങ്ങ് ചെയ്യുന്ന) വ്യക്തി പാലിക്കേ ണ്ടുന്ന ആത്മീയമായ അച്ചടക്കങ്ങൾ

ഗലാത്യർ 6:1-ൽ കണ്ടതുപോലെ കൗൺസലിങ്ങ് ചെയ്യുന്ന വ്യക്തി പരീക്ഷയിൽ അകപ്പെടാതിരിക്കാൻ സൂക്ഷിക്കേണം. ഉപദേശിക്കുന്നവർ തിരിച്ചറിയേണ്ട ചില വസ്തുതകൾ;

1. ദൈവവുമായുള്ള നല്ല ബന്ധം (Relationship with the Lord)

◆ ദൈവവചനധ്യാനം ദൈനംദിന ജീവിതത്തിന്റെ ഭാഗമായിരിക്കണം (Reading God's word). ദൈവവചനത്തെ രാപ്പകൽ ആഹാരമാക്കു ന്നവൻ, തക്കകാലത്തു ഫലം കായ്ക്കുന്നതും ഇല വാടാത്തതുമായ വൃക്ഷംപോലെയായിരിക്കും.

◆ മനപ്പാഠമായി കഴിയുന്നത്ര വചനം ഹൃദയത്തിൽ ശേഖരിക്കുക (Scripture memorizing). കൃത്യസമയത്ത് സന്ദർഭോചിതമായി ദൈവവചനം ബന്ധപ്പെടുത്തി സംസാരിക്കുന്നത് ആന്തരിക സൗഖ്യം പ്രദാനം ചെയ്യുന്നതാണ്. ദൈവത്തിന്റെ വചനം ജീവനും ചൈതന്യവുമായതാണ്. ഹൃദയത്തിലെ ചിന്തകളെയും ഭാവങ്ങ ളെയും വിവേചിക്കുന്നതാണ്.

◆ പ്രാർത്ഥനാജീവിതം ഉണ്ടായിരിക്കേണം (Prayer) കൊലൊസ്യർ 4:2 - *പ്രാർത്ഥനയിൽ ഉറ്റിരിപ്പിൻ. സ്തോത്രത്തോടെ അതിൽ ജാഗരിപ്പിൻ.*

◆ ആരാധന (Worship) - കോർപ്പറേറ്റ് വർഷിപ്പിനേക്കാളുപരി, വ്യക്തി പരമായ ജീവിതത്തിൽ ആരാധനയ്ക്കു പ്രാധാന്യം കൊടുക്കുന്ന ആളായിരിക്കണം. വ്യക്തിപരമായ പ്രാർത്ഥനയും ആരാധന യുമില്ലാത്തത് അപകടകരമാണ്.

◆ ദൈവസഭയുമായി നല്ല ബന്ധം പുലർത്തുന്ന വ്യക്തിയായിരിക്കണം (Good relationship with local church). കുറെ പഠിച്ചുകഴിയുമ്പോൾ എനിക്കെല്ലാമറിയാം എന്ന രീതിയിൽ സ്വാർത്ഥതയോടെ നടക്കു ന്നവരുണ്ട്.

അപ്പോ. പ്രവൃ. 2: 42 *(അവർ അപ്പസ്തോലന്മാരുടെ ഉപദേശം കേട്ടു. കൂട്ടായ്മ ആചരിച്ചു. അപ്പം നുറുക്കിയും പ്രാർത്ഥന കഴിച്ചും പോന്നു)*

2. മറ്റുള്ളവരുമായുള്ള നല്ല ബന്ധം (Relationship with others)

◆ മറ്റുള്ളവരെ സ്നേഹിക്കുന്ന വ്യക്തിത്വം നിർണ്ണായകമാണ്. അന്യരെ സ്നേഹിക്കാൻ അറിയാത്ത വ്യക്തിക്ക് എങ്ങനെ അവരുടെ വേദന മനസ്സിലാക്കുവാൻ കഴിയും?

◆ സുവിശേഷം പറയുന്ന ആളായിരിക്കണം (Evangelising others). കാരണം, അതു കർത്താവിന്റെ കല്പനയാണ് (മത്തായി 28:19-20). നാലു ചുമരുകൾക്കുള്ളിൽ ഒതുങ്ങി നിൽക്കരുത്.

◆ ശിഷ്യത്വം അഭ്യസിപ്പിക്കുന്ന ആളായിരിക്കണം (Discipling others). യേശുവിന്റെ നല്ല ശിഷ്യത്വത്തിലേക്കു നയിക്കുവാനുള്ള സന്ദർഭങ്ങ ളാണ് ഉപദേശിക്കുവാൻ കിട്ടുന്ന അവസരങ്ങൾ.

മറ്റുള്ളവരെ ശുശ്രൂഷിക്കുന്ന ആളായിരിക്കണം. ക്രിസ്തു കാണിച്ചു തന്ന മാർഗ്ഗം 'Servant leadership' ആണ്

◆ നല്ല കുടുംബജീവിതം നയിക്കുന്ന ആളായിരിക്കേണം (Good family life)

മറ്റുള്ളവരെ ഉപദേശിക്കുന്നവർ സ്വന്തം വിവാഹജീവിതത്തിലും കുടുംബ ജീവിതത്തിലും മാതൃകയുള്ളവരായിരിക്കേണം.

3. സ്വയവുമായുള്ള ബന്ധം (Relationship with self)

◆ ദൈവത്തോട് അനുരൂപപ്പെടാനുള്ള ആഗ്രഹവും/ആശ്രയവും/ പരിശ്രമവും ഉണ്ടായിരിക്കേണം (Christlikeness)

◆ പാപത്തെ തിരിച്ചറിഞ്ഞ് അതിജീവിക്കണം (Response to sin) മത്തായി 5: 28–30 (സിൻ ഫ്രീ സോൺ ഇല്ല എന്നു തിരിച്ചറിയുക) ഇടർച്ചയുള്ളതിനെ മാറ്റി നിർത്തുക.

◆ ആത്മാവിന്റെ വരങ്ങളും ഫലങ്ങളും വ്യക്തിപരമായ ജീവിതത്തിൽ കാംക്ഷിച്ചും വർദ്ധിപ്പിച്ചും ഉത്സാഹത്തോടെ മുന്നേറണം.

"Snow Conditions bad"

1953 ജൂൺ ഒന്നാം തീയതി ലണ്ടനിലെ 'ദ് ടൈംസ്' പത്ര
ത്തിനു ലഭിച്ച ടെലഗ്രാഫ് സന്ദേശത്തിന്റെ തുടക്കം ഇതാ
യിരുന്നു. മലമുകളിലെ മോശം കാലാവസ്ഥയെ സൂചിപ്പി
ക്കുന്ന വാചകങ്ങൾ. പക്ഷേ, പിറ്റേ ദിവസത്തെ പത്രത്തിൽ
അച്ചടിച്ചു വന്നതിങ്ങനെയാണ്.

"Everest climbed (എവറസ്റ്റ് കീഴടക്കി)"

ജീവിതത്തിലെ സാഹചര്യങ്ങൾ പലപ്പോഴും പ്രതികൂല
മായി റിപ്പോർട്ട് ചെയ്തിട്ടുണ്ടാകാം. പക്ഷേ, യേശുവിലാ
ശ്രയിച്ചു ജീവിക്കുന്ന വ്യക്തിക്കു മുൻപിലുള്ള മലകളെ
തരണം ചെയ്തു മുന്നേറുവാൻ കഴിയും.

ഷാർലെറ്റ് പി. മാത്യു

കുറ്റബോധം (Guilt)

തന്റെ ലംഘനങ്ങളെ മറയ്ക്കുന്നവനു
ശുഭം വരികയില്ല;
അവയെ ഏറ്റു പറഞ്ഞ് ഉപേക്ഷിക്കുന്നവനോ
കരുണ ലഭിക്കും

(സദൃശവാക്യങ്ങൾ: 28:13)

He that coverth his sins shall not prosper.
But whose confessth and forsaketh them shall have mercy – KJV

You can't white wash your sins and get by with it;
you find mercy by admitting and leaving them (message)

പാപത്തെ ഏറ്റുപറഞ്ഞുപേക്ഷിക്കാതെ, അവയെ നിഷേധിക്കുകയോ, വെളിപ്പെടുത്താതെ മറച്ചുവെയ്ക്കുകയോ ചെയ്താൽ, ആത്മീയമായി ഒരു പുരോഗതിയും ഉണ്ടാകുകയില്ല. യഥാർത്ഥ അനുതാപത്തോടെ അടുത്തു വരുന്നവർക്കായി ദൈവം തന്റെ ക്ഷമയും കരുണയും ലഭ്യമാക്കുന്നുവെന്നാണ് ഇവിടെപ്പറയുന്നത്.

സദൃശവാക്യങ്ങളിൽ സുവിശേഷത്തോട് ഏറ്റവും അടുത്തു നില്ക്കുന്ന വാക്യങ്ങളിൽ ഒന്നാണിത്. ഈ വാക്യത്തിന്റെ ഒന്നാം ഭാഗത്ത് ലംഘനങ്ങളെ മറച്ചു വെയ്ക്കുന്ന കപടഭക്തിക്കാരന്റെ സ്വഭാവവും രണ്ടാം ഭാഗത്ത് അനുതാപത്തോടെ പാപമേറ്റുപറഞ്ഞു മാനസാന്തരപ്പെട്ട് ദൈവകരുണയാൽ കൃപയെ അവകാശമാക്കുന്ന ഭക്തനെയും കാണാം.

ഏറ്റുപറയാത്ത പാപവുമായി സഞ്ചരിക്കുന്നവർ സഹിക്കാനാവാത്ത ഭാരവുമായിട്ടാണ് സഞ്ചരിക്കുന്നത് (There is an unbearable load to carry with unconfessed sin). ഇങ്ങനെയുള്ളവർ അനുഭവിക്കുന്ന ആത്മീയവും മാനസീകവും വൈകാരികവും ശാരീരികവുമാകുന്ന വേദന പലപ്പോഴും കഠിനമാണ്.

സങ്കീർത്തനങ്ങൾ 32 : 3-4 വാക്യങ്ങളിൽ ദാവീദ് പറയുന്നു. ഞാൻ മിണ്ടാതെയിരുന്നപ്പോൾ നിത്യമായ ഞരക്കത്താൽ എന്റെ അസ്ഥികൾ ക്ഷയിച്ചുപോയി; രാവും പകലും നിന്റെ കൈ എന്റെ മേൽ ഭാരമായി രുന്നു; എന്റെ മജ്ജ വേനൽ ക്കാലത്തിൽ ഉഷ്ണത്താൽ എന്നപോലെ വറ്റിപ്പോയി.

ഇയ്യോബ് പറയുന്നതുപോലെ പലപ്പോഴും പാപം മനുഷ്യൻ മൂടി വെയ്ക്കുന്നതിനു കാരണം *'മഹാപുരുഷാരത്തെ ശങ്കിക്കുന്നതു കൊണ്ടും വംശക്കാരുടെ നിന്ദ നേരിടേണ്ടി വരുമെന്നതുകൊണ്ടുമാണ്'(ഇയ്യോബ് 31 : 33, 34).*

പക്ഷേ അകൃത്യം മറച്ചുവെയ്ക്കാതെ, ലംഘനം ദൈവത്തോട് ഏറ്റുപറഞ്ഞപ്പോൾ പാപത്തിന്റെ കുറ്റം ക്ഷമിച്ചു കിട്ടിയ ആശ്വാസം (സങ്കീർത്തനങ്ങൾ 32 : 5ൽ) ദാവീദ് രാജാവിന്റെ വാക്കുകളിൽ ദർശി ക്കുവാൻ കഴിയും.

പഴയനിയമത്തിന്റെ ഭാഷയിൽ പലപ്പോഴും പാപം മറച്ചുവെയ്ക്കാ നുള്ള (cover up) ഓപ്ഷനുകൾ ഉണ്ടായിരുന്നു. എബ്രായർ 10 : 10 മുതൽ 18 വരെയുള്ള വാക്യങ്ങളിൽ യേശുക്രിസ്തുവിന്റെ കാൽവറിയിലെ ഏകയാഗത്തിന്റെ പ്രത്യേകത വരച്ചു കാട്ടിയിരിക്കുന്നു. 1 യോഹ. 1:9-ൽ പറയുന്നു. *നമ്മുടെ പാപങ്ങളെ ഏറ്റു പറയുന്നു എങ്കിൽ അവൻ നമ്മോടു പാപങ്ങളെ ക്ഷമിച്ചു സകല അനീതിയും പോക്കി നമ്മെ ശുദ്ധീകരിപ്പാൻ തക്കവണ്ണം വിശ്വസ്തനും നീതിമാനും ആകുന്നു.* ചുരുക്കിപ്പറഞ്ഞാൽ If we confess our sins, they are not covered; they are cancelled. മനസ്സാക്ഷിയോടിടപെടുമ്പോൾ തിരിച്ചറിയുകയും ഏറ്റു പറകയും വേണം.

തിരിച്ചറിയേണ്ടുന്ന ചില വസ്തുതകൾ

1. **Confession is more than saying "I am sorry".**

   (കുറ്റമേറ്റു പറയുന്നത് "എന്നോടു ക്ഷമിക്കണം" എന്നു പറയുന്ന തിനും മേലെയാണ്).

   യഥാർത്ഥ കുറ്റസമ്മതം എന്നു പറയുന്നതിന്റെ അർത്ഥം – നാം ദൈവം കാണുന്നതുപോലെ ആ വിഷയത്തെ കാണുന്നുവെന്നാണ്. "കുറ്റബോധത്തിന്റെ ജയിലിൽ" നിന്നു പുറത്തു ചാടുവാൻ ഉത്തരവാദിത്വം ഏറ്റെടുത്തു ക്ഷമ ചോദിക്കുന്ന അവസ്ഥയാണിത്. അങ്ങനെ ചെയ്യുന്നില്ലെങ്കിൽ, നാം തന്നെ ആ ജയിൽ അടച്ചുപൂട്ടി, അതിന്റെ താക്കോൽ ദൂരേക്കു വലിച്ചെറിയുന്നതിനു തുല്യമാണ്.

2. **Confession does not seek a temporary fix** (താത്ക്കാലികമായ പരിഹാരത്തിനു വേണ്ടിയല്ല കുറ്റബോധത്തോടെ ഏറ്റുപറയുന്നത്).

   പാപം ചെയ്യുക.... കുറ്റബോധത്തോടെ ഏറ്റുപറയുക... പാപം ചെയ്യുക... കുറ്റബോധത്തോടെ ഏറ്റുപറയുക... പാപം ചെയ്യുക.... കുറ്റബോധത്തോടെ ഏറ്റുപറയുക... പാപം ചെയ്യുക.... സത്യത്തിൽ ഇതു ശരിയായ കാര്യമല്ല.

   ദൈവത്തിന്റെ സ്വരൂപത്തിലും സാദൃശ്യത്തിലും സൃഷ്ടിക്കപ്പെട്ട നാം പാപം ചെയ്യുമ്പോൾ, ആ സദൃശ്യത്തെ വികൃതമാക്കുകയാണ്. ദൈവം വെറുക്കുന്നതുപോലെ പാപത്തെ വെറുക്കുവാൻ നാം ആഗ്രഹിക്കുകയും പ്രാർത്ഥിക്കുകയും ശ്രമിക്കുകയും വേണം. ലൂക്കോസ് 13:3ൽ യേശു പറഞ്ഞു. *അല്ലല്ല, മാനസാന്തരപ്പെടാഞ്ഞാൽ നിങ്ങൾ എല്ലാവരും അങ്ങനെ തന്നെ നശിച്ചുപോകും.* പാപത്തെ ഏറ്റുപറഞ്ഞു ഉപേക്ഷിക്കുന്നവരായി നാം ജീവിക്കണം. ദൈവത്തിന്റെ കൃപയിൽ ആശ്രയിച്ച് ധൈര്യത്തോടെ പാപത്തിന്റെ പ്രവൃത്തികളിൽ നിന്നു നടന്നകലണം. അതിനെ ആവർത്തിക്കുന്ന, പരിപോഷിപ്പിക്കുന്ന ഘടകങ്ങളെ പൂർണ്ണമായും അകറ്റി നിർ ത്തണം.

   സ്വർഗ്ഗീയദർശനം പ്രാപിച്ചവർ ഇങ്ങനെ പ്രവർത്തിക്കുകയും പ്രസംഗിക്കുകയും വേണം. അപ്പോ. പ്രവൃ. 26: 19–20ൽ പൗലോസ് പറയുന്നു.

അതുകൊണ്ട് അഗ്രിപ്പാ രാജാവേ, ഞാൻ സ്വർഗ്ഗീയദർശനത്തിന് അനുസരണക്കേടു കാണിക്കാതെ ആദ്യം ദമാസ്ക്കോസിലും യെരുശലേമിലും യെഹൂദ്യദേശത്തെങ്ങും ഉള്ളവരോടും പിന്നെ ജാതികളോടും മാനസാന്തരപ്പെട്ട് ദൈവത്തിങ്കലേക്ക് തിരിഞ്ഞ് മാനസാന്തരത്തിന് യോഗ്യമായ പ്രവൃത്തികൾ ചെയ്യേണം എന്നു പ്രസംഗിച്ചു. മത്തായി 3 : 8-ൽ പറയുന്നു. മാനസാന്തരത്തിനു യോഗ്യമായ ഫലം കായ്പിൻ.

3. **Confession is a regular thing** (കുറ്റസമ്മതം എന്നു പറയുന്നത് നിരന്തരമായിച്ചെയ്യേണ്ടുന്ന കാര്യമാണ്)

രണ്ടാമതു പറഞ്ഞ കാര്യത്തിനു വിപരീതമായിത്തോന്നുമെങ്കിലും, സത്യത്തിൽ അങ്ങനെയല്ല. നമ്മൾ മനസ്സോടെ പാപം ചെയ്യുന്നി ല്ലെങ്കിലും, നമ്മളെല്ലാം പാപികളാണ്. ആരും പൂർണ്ണരല്ല. 'സിൻ ഫ്രീ സോണും' ലോകത്തിലില്ല. പക്ഷേ ഇതൊരു excuse ആയി എടുക്കേണ്ടുന്ന വസ്തുതയുമല്ല. ആയതിനാൽ പരാജയം സംഭവിക്കുമ്പോൾത്തന്നെ ദൈവത്തിന്റെ കരുണയ്ക്കായി പ്രാർ ത്ഥിക്കുക. മറച്ചുവെയ്ക്കുന്നത് കനം കൂട്ടുകയും ഭാരം വർദ്ധിപ്പി ക്കുകയും ചെയ്യും.

മാനസാന്തരത്തിന്റെ ഈ 'Process' മനസ്സിലാക്കാൻ, താഴെ വരച്ചിരിക്കുന്ന ചാർട്ട് സഹായിക്കും.

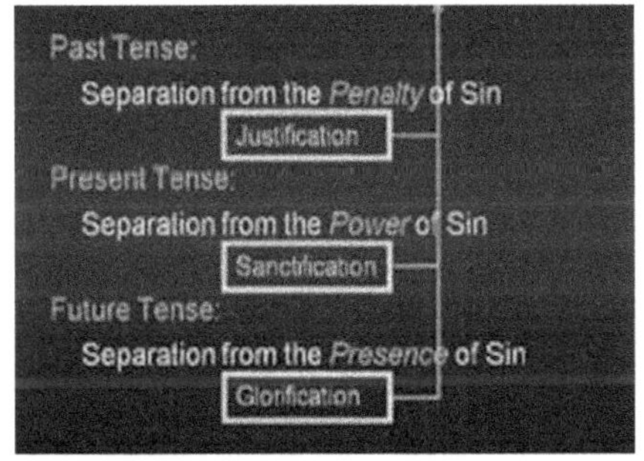

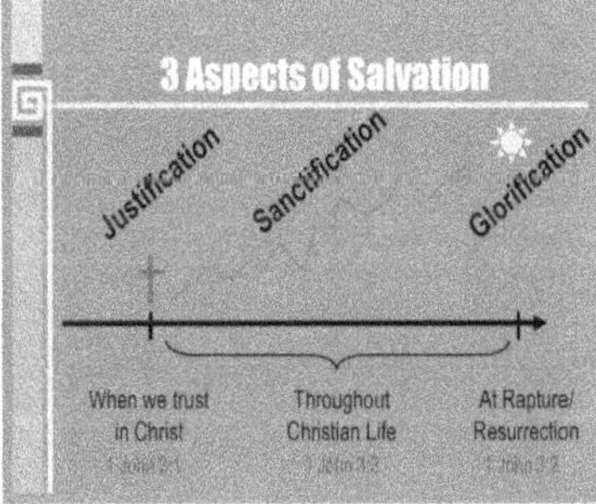

ശാസ്ത്രത്തിന്റെയും ചികിത്സയുടെയും ചരിത്രത്തിലെ സുപ്രധാന വഴിത്തിരിവാണ് റേഡിയത്തിന്റെ കണ്ടുപിടി ത്തം. റേഡിയോ തെറാപ്പിയുടെ ഉത്ഭവം മേരി ക്യൂറി യിൽനിന്നാണ്. രണ്ടുതവണ നോബൽ സമ്മാനം നേടിയ മേരി ക്യൂറി എന്ന ശാസ്ത്രജ്ഞയെ, മഹദ്‌വനിത എന്ന നിലയിലും ആദരിക്കുന്നു. ഒരു ഗ്രാം റേഡിയത്തിന് ലക്ഷ ങ്ങൾ വിലയുണ്ടായിരുന്ന കാലത്തും അതു വേർതിരി ക്കുന്ന വിദ്യ വിറ്റു കാശാക്കാതെ, ലോകനന്മയ്ക്കായി അവ രതു വിട്ടുകൊടുത്തു. വ്യക്തിക്കു ലഭിക്കുന്ന കോടികള ല്ല, സമൂഹത്തിനുണ്ടാകുന്ന നന്മയാണ് ഏതൊരു കണ്ടെ ത്തലിന്റെയും ആത്യന്തിക ലക്ഷ്യം എന്ന് അവർ ഉറച്ചു വിശ്വസിച്ചു.

"Success" മന്ത്രങ്ങളുടെയും തന്ത്രങ്ങളുടെയും ലോക ത്താണു നാം ജീവിക്കുന്നത്. Success ന് അമിത പ്രാധാന്യം കൊടുക്കുമ്പോൾ മൂല്യം നഷ്ടപ്പെട്ടവരായി ത്തീരരുത്. സ്വാർത്ഥത വെടിഞ്ഞ് ചുറ്റുമുള്ള സമൂഹ ത്തെക്കുറിച്ചു നാം ചിന്തിക്കേണം. പ്രശസ്തിക്കുവേണ്ടി യും, ടാക്സ് ലാഭിക്കുന്നതിനുവേണ്ടിയും അനീതികൾക്കു മറ പിടിക്കുന്നതിനുവേണ്ടിയും മാത്രം സൽപ്രവൃത്തികൾ ചെയ്യുന്നതു ഖേദകരമാണ്.

ഷാർലെറ്റ് പി. മാത്യു

അദ്ധ്യായം 29

മികച്ച നേതാക്കന്മാർ (Great Leaders)

ഒരിക്കൽ ഒരു കോൺഫറൻസിൽ എന്റെ സ്ഥാപനത്തിലെ മാനേ ജിങ്ങ് ഡയറക്ടർ പറഞ്ഞ വാചകങ്ങൾ ഇങ്ങനെയാണ്. Good people leave good companies not because of their salaries; but because of their reporting manager (നല്ല കമ്പനികളിൽ നിന്നു നല്ല ജോലിക്കാർ പോകുന്നതിന്റെ കാരണം മിക്കവാറും ശമ്പളം നിമിത്തമല്ല; പ്രത്യുത തൊട്ടു മുകളിലുള്ള മാനേജർ നിമിത്തമാണ്). ഏതു തലത്തിലുള്ള ലീഡേഴ്സും തിരിച്ചറിയേണ്ടുന്ന ഒരു പ്രധാനപ്പെട്ട വസ്തുതയാണിത്.

സദൃശവാക്യങ്ങൾ 29-ാം അദ്ധ്യായത്തിൽ പ്രധാനമായും വരച്ചു കാട്ടിയിരിക്കുന്നത് രാജാക്കന്മാർ, അഥവാ നേതാക്കന്മാർ തിരിച്ചറിയേ ണ്ടുന്ന ഉത്തരവാദിത്വങ്ങളാണ്. അഴിമതിയും കൈക്കൂലിയും മുഖസ്തു തികളും ഹിഡൻ അജണ്ടകളുമെല്ലാം കൊടികുത്തി വാഴുന്ന ഒരു കാലഘട്ടത്തിലാണ് നാം ജീവിക്കുന്നത്. ഈ സാഹചര്യങ്ങളുടെ നടു വിൽ, ഈ അദ്ധ്യായത്തിലെ മൂന്നു വാക്യങ്ങൾക്കു വളരെ പ്രസക്തി യുണ്ട്.

രാജാവ്/അധിപതി എന്ന പദം വരുന്ന ഈ അദ്ധ്യായത്തിലെ മൂന്നു വാക്യങ്ങൾ ശ്രദ്ധിക്കുക.

1. *രാജാവ് ന്യായപാലനത്താൽ രാജ്യത്തെ നിലനിർത്തുന്നു. നികുതി വർദ്ധിപ്പിക്കുന്നവനോ അതിനെ നശിപ്പിക്കുന്നു.*

സദൃശവാക്യങ്ങൾ 29: 4

2. *അധിപതി നുണ കേൾക്കാൻ തുടങ്ങിയാൽ അവന്റെ ഭൃത്യന്മാരൊ ക്കെയും ദുഷ്ടന്മാരാകും (29:12)*

3. *അഗതികൾക്കു വിശ്വസ്തതയോടെ ന്യായപാലനം ചെയ്യുന്ന രാജാവിന്റെ സിംഹാസനം എന്നേക്കും സ്ഥിരമായിരിക്കും. (29:14)*
സങ്കീർത്തനങ്ങൾ വായിക്കുമ്പോൾ, സാധാരണമായി ഒരു ലീഡറിന്റെ ബന്ധങ്ങളും വൈകാരികതലങ്ങളും കാണാനാവും.

അതേ സമയം സദൃശ്യവാക്യങ്ങൾ വരച്ചുകാട്ടുന്നത് ഒരു ലീഡറി നുവേണ്ടുന്ന പ്രമാണങ്ങളും മൂല്യങ്ങളും ജ്ഞാനവുമാണ്. ദൈവ മാണ് ആത്യന്തികമായി ജ്ഞാനത്തിന്റെ ഉറവിടമെന്ന് എല്ലാ കാലഘട്ടത്തിലും ലീഡേഴ്സ് തിരിച്ചറിയേണം. തീരുമാനങ്ങൾ ദൈവത്തിലാശ്രയിച്ചെടുക്കുന്ന നേതാക്കൾ കാലഘട്ടത്തിന്റെ ആവശ്യമാണ്. Competency cannot substitute for lack of characters (നല്ല കഴിവുകൾ ഒരിക്കലും നല്ല സ്വഭാവത്തിനു പകരമല്ല).

പലപ്പോഴും ഇന്നത്തെ സമൂഹത്തിൽ ദർശിക്കാവുന്ന പല കെണികളെയും ഈ അദ്ധ്യായത്തിൽ കാണാം.

◆ മുഖസ്തുതി (Flattery) 29:5
സ്വന്തം നേതാവ് എന്തു തെറ്റു ചെയ്താലും മണ്ടത്തരം കാണിച്ചാലും മുഖസ്തുതി മാത്രം പറയുന്ന 'വക്താക്കളെ' നമുക്കു കാണാം.

◆ ലംഘനങ്ങൾ (Wickedness) 29:6
അധാർമ്മികതയും അഴിമതിയും അരങ്ങു വാഴുന്നു.

◆ ഗർവ്വം (Pride) – 29:23
അധികാരത്തിന്റെ ശക്തിയുടെ ധാർഷ്ട്യം

◆ മാനുഷഭയം (29:25) Fear of man
ഭയത്തിന്റെ കോട്ടയ്ക്കകത്തു ജീവിക്കുന്നവർ. അധികാരങ്ങൾ ക്കെതിരെ ആരെയും ശബ്ദിക്കാൻ അനുവദിക്കാത്തവരായിത്തീരുന്നു.

◆ കോപം/കോപാഗ്നി കൊണ്ടു നടക്കുന്നവർ (Arrogance and temper) – 29:8, 9, 11, 20, 22
എതിർക്കുന്നവരെ വളഞ്ഞ് ആക്രമിക്കുന്ന ക്വട്ടേഷൻ സംഘങ്ങൾ

◆ അക്രമങ്ങൾ / പീഡനങ്ങൾ (Violent persecutions) 29:10, 27
നന്മ ചെയ്യുന്നവരെയും സ്നേഹിക്കുകയും കരുതുകയും ചെയ്യുന്ന വരെപ്പോലും പീഡിപ്പിക്കുന്ന ഗൂഡതന്ത്രങ്ങൾ.

◆ അച്ചടക്കമില്ലായ്മ (29:15, 17, 19, 21)
നിയന്ത്രിക്കാൻ ആരുമില്ലാതെ, വികാരങ്ങൾക്ക് വിവേകത്തെക്കാൾ പ്രാധാന്യം കൊടുക്കുന്നവർ.

ഈ സദൃശവാക്യങ്ങളിലെല്ലാം അടങ്ങിയിരിക്കുന്ന പ്രമാണ മെന്നു പറയുന്നത് സത്യസന്ധതയാണ്.

ഗവൺമെന്റുകളുടെയും സ്ഥാപനങ്ങളുടെയും ഏറ്റവും ഉന്നതമായ

സ്ഥാനം മുതൽ, താഴെത്തട്ടു വരെ സത്യസന്ധത എല്ലാവരുടെയും മുഖമുദ്രയായിരിക്കണം.

Transparency International Index ലിസ്റ്റ് പ്രസിദ്ധീകരിക്കാറുണ്ട്. ഓരോ രാജ്യത്തിലെയും അഴിമതിയെ അടിസ്ഥാനമാക്കി റേറ്റ് ചെയ്യുന്ന ലിസ്റ്റാണിത്. സത്യത്തിൽ ഏഷ്യൻ രാജ്യങ്ങളുടെ സ്ഥിതി ഞെട്ടിപ്പി ക്കുന്നതാണ്. അഴിമതി ഇല്ലാത്ത നേതാക്കന്മാർ രാജ്യങ്ങളിലും സ്ഥാപ നങ്ങളിലും കുടുംബങ്ങളിലും ഉണ്ടാകുവാനായി നാം പ്രാർത്ഥിക്കണം.

Like prince like people (യഥാരാജാ തഥാപ്രജ/രാജാവിനെപ്പോലെ യാണ് രാജ്യത്തിലെ ജനങ്ങളും) എന്നൊരു ചൊല്ലുണ്ട്. നല്ല മൂല്യങ്ങ ളുള്ള നേതാക്കന്മാർ തന്റെ ചുറ്റുമുള്ളവർക്കു മാതൃകയായിരിക്കും. Intentional misrepresentation strategy (അറിഞ്ഞുകൊണ്ട് തെറ്റിദ്ധ രിപ്പിക്കുന്ന തന്ത്രങ്ങൾ)-കളുടെ നടുവിൽ മികച്ച സ്വഭാവഗുണങ്ങളുള്ളവർ എഴുന്നേൽക്കണം.

'The Maxwell Leadership Bible'-ൽ, John C. Maxwell ഈ അദ്ധ്യായത്തെ അടിസ്ഥാനമാക്കി രേഖപ്പെടുത്തിയിട്ടുള്ള കാര്യങ്ങൾ താഴെപ്പറയുന്നു.

"ജനങ്ങൾ നേതാക്കളെ പ്രതിഫലിപ്പിക്കുന്നവരാണ്. അവരുടെ നേതാക്കളെക്കാൾ കൂടുതലൊന്നും ജനങ്ങളിൽ നിന്നു പ്രതീക്ഷിക്കരുത്. ഒരു നേതാവിന്റെ അനുയായികളിൽ നിന്ന് അടിസ്ഥാനപരമായി, അദ്ദേഹത്തിൽ നിന്നു വ്യത്യസ്തമായതൊന്നും പ്രതീക്ഷിക്കരുത്. നല്ല തും മോശപ്പെട്ടതുമായ ലീഡേഴ്സിന്റെ സ്വാധീനം സദൃശവാക്യങ്ങൾ 29-ൽ കാണാം.

1. Attitude മനോഭാവം 29:2

When good leaders rule, people rejoice; when the wicked reign, people groan (നല്ല നേതാക്കന്മാർ ഭരിക്കുമ്പോൾ ജനം സന്തോഷിക്കും. എന്നാൽ ദുഷ്ടന്മാർ വാഴുമ്പോൾ ജനം നിലവിളിക്കും)

2. Stability (സുസ്ഥിരത) 29:4

When moral leaders rule, they establish justice; compromising leaders tear things down (നല്ല മാതൃകയുള്ള നേതാക്കന്മാർ ഭരിക്കുമ്പോൾ, അവർ ന്യായം സ്ഥാപിക്കും; എന്നാൽ വിട്ടുവീഴ്ച ചെയ്യുന്നവർക്ക് കാര്യങ്ങൾ കൈവിട്ടുപോകും)

3. Compassion (അനുകമ്പ) 29:7

Good leaders express concern for the poor; bad leaders reflect no compassion for anyone (നല്ല നേതാക്കൾ ദരിദ്രരോട് അനുകമ്പ കാണിക്കും, മോശം നേതാക്കൾ ആരോടും അനുകമ്പ കാണിക്കുന്നില്ല).

4. Honesty (സത്യസന്ധത) 29:12

When leaders pay attention to lies, their staff begins to esteem the same deceptions (നേതാക്കന്മാർ വ്യാജത്തിന് ശ്രദ്ധ കൊടുക്കുമ്പോൾ തന്റെ കൂടെയുള്ളവരും അതേ ചതിക്കു പ്രാധാന്യം കൊടുക്കും).

5. Vision (ദർശനം) 29:18

Solid vision keeps everyone on track; Chaos reigns wherever the vision lapse (ഉറപ്പുള്ള ദർശനം സുഗമമായ പാതയിൽ ഏവരെയും നിർത്തും. ദർശനം നഷ്ടപ്പെട്ടാൽ അരാജകത്വം വാഴും).

ആയതിനാൽ അക്രമങ്ങളുടെയും പീഡനങ്ങളുടെയും ഗർവ്വിന്റെയും അഴിമതിയുടെയും പുറകെ പോകാതെ, അനുകമ്പയോടെ ന്യായ പാലനം ചെയ്യുന്ന, ദർശനത്തോടെ മുൻപോട്ടു പോകുന്ന സത്യസന്ധ രായ നേതാക്കന്മാർ എഴുന്നേല്ക്കാനായി പ്രാർത്ഥിക്കാം. അങ്ങനെയുള്ള നല്ല ലീഡേഴ്സായി നാം ഓരോരുത്തരും മാറുക.

ഏറ്റവും നന്നായി പല കാര്യങ്ങളും ചെയ്യുമ്പോൾ അതിന്റെ പ്രതിഫലമായി അഭിനന്ദനങ്ങളോ, ആദരവോ ലഭിക്കാതെ വരുമ്പോൾ നിരാശരും അസ്വസ്ഥരുമാകു ന്നരെ കാണാറുണ്ട്. ക്രിസ്തീയ ജീവിതത്തിൽ തിരിച്ചറി യേണ്ടതായ ഒരു യാഥാർത്ഥ്യം, പ്രതിഫലം തരുന്നത് ദൈവമാണ്, മനുഷ്യരല്ല. മനുഷ്യന്റെ മാനം മുഴുവൻ നേടിയശേഷം ദൈവത്തിന്റെ മുൻപാകെ ലഭിച്ചില്ലെങ്കിൽ ഒരു പ്രയോജനവുമില്ല.

ടെൻസിങ്ങും ഹിലറിയും എവറസ്റ്റ് കീഴടക്കിയ ചരിത്ര നിമിഷം ക്യാമറയിലാക്കിയതു ഹിലറിയാണ്. ആ ചിത്രം ചരിത്രമായി. വിചിത്രമെന്നു പറയട്ടെ, ഹിലറിയുടെ ഒരു ചിത്രംപോലും (സെൽഫിയില്ലാത്ത കാലഘട്ടം) ക്യാമറ യിൽ ഇല്ലായിരുന്നു. ടെൻസിങ്ങിനാകട്ടെ ക്യാമറ കൈ കാര്യം ചെയ്യാൻ അറിയുകയുമില്ലായിരുന്നു. എന്നാൽ അങ്ങനെയൊരു ചരിത്രമുഹൂർത്തത്തിന്റ ചിത്രം ലഭിക്കാ ത്തതിൽ ഹിലറിക്ക് ഒരു നഷ്ടബോധവുമില്ലായിരുന്നു. അതിനെക്കുറിച്ച് അദ്ദേഹം പിന്നീടു പറഞ്ഞതിങ്ങനെ യാണ്. "ഞാൻ അവിടെ എത്തി എന്ന് എനിക്കറിയാം. അത്രമാത്രം മതിയായിരുന്നു എനിക്ക്."

ചെവിയുള്ളവൻ കേൾക്കട്ടെ!

ഷാർലെറ്റ് പി. മാത്യു

അദ്ധ്യായം 30

സദൃശവാക്യങ്ങളിലെ ശിഷ്യന്റെ പ്രാർത്ഥന
(A disciple's prayer from Proverbs)

സദൃശവാക്യങ്ങൾ 30-ാം അദ്ധ്യായം 7 മുതൽ 9 വരെയുള്ള വാക്യങ്ങൾ

> രണ്ടു കാര്യം ഞാൻ നിന്നോട് അപേക്ഷിക്കുന്നു;
> ജീവപര്യന്തം അവ എനിക്കു നിഷേധിക്കരുതേ;
> വ്യാജവും ഭോഷ്കും എന്നോട് അകറ്റേണമേ
> ദാരിദ്ര്യവും സമ്പത്തും എനിക്കു തരാതെ
> നിത്യവൃത്തി തന്ന് എന്നെ പോഷിപ്പിക്കേണമെ.
> ഞാൻ തൃപ്തനായിത്തീർന്നിട്ട് യഹോവ ആർ
> എന്നു നിന്നെ നിഷേധിപ്പാനും
> ദരിദ്രനായിത്തീർന്നിട്ട് മോഷ്ടിച്ച് എന്റെ
> ദൈവത്തിന്റെ നാമത്തെ തീണ്ടിപ്പാനും
> സംഗതി വരരുതേ.

ആഴമേറിയ ആത്മഭാരത്തോടെയും സമർപ്പണത്തോടെയുമുള്ള പ്രാർത്ഥനാ വാചകങ്ങളാണിത്. ഈ വാക്കുകളെ, പുതിയ നിയമത്തിൽ കർത്താവു പഠിപ്പിച്ച (Lord's Prayer) പ്രാർത്ഥനയോട് ഉപമിക്കാവുന്ന താണ്. ബൈബിളിനെക്കാൾ, ബാങ്കിലെ പാസ്ബുക്കിനു പ്രാധാന്യം കൊടുക്കുന്ന പ്രസംഗക്കമ്പോളത്തിലാണു നാം ജീവിക്കുന്നത്. ഈ അദ്ധ്യായത്തിലെ ആദ്യത്തെ വാക്യം മുതൽ വായിക്കുമ്പോഴറിയാം, യഥാർത്ഥ ദർശനം പ്രാപിച്ച ഭക്തന്റെ വാക്കുകളാണിതെന്ന്. താഴ്മ യുടെയും സ്വയം നിയന്ത്രിക്കുന്നതിന്റെയും പ്രതിഫലനമായി പുറപ്പെട്ട പ്രാർത്ഥനയാണിത്.

ഈ അധ്യായം ധ്യാനിച്ചപ്പോൾ, നിരവധി പേരുകൾ തലക്കെട്ടായി എഴുതുവാനുള്ള പ്രേരണ എന്റെ മനസ്സിലുണ്ടായി. അവയിൽ ചിലത് ഇതാ:

- ഒരു യഥാർത്ഥ ക്രിസ്തുശിഷ്യന്റെ പ്രാർത്ഥന
- ദർശനം പ്രാപിച്ചവന്റെ പ്രാർത്ഥന
- ആഗൂറിന്റെ പ്രാർത്ഥന
- ഒരു സത്യാന്വേഷിയുടെ തിരിച്ചറിവുകളുടെ പ്രാർത്ഥന
- അക്കങ്ങളുടെ അധ്യായം (Chapter of numerics)
- യുക്തിയുള്ള ചോദ്യങ്ങളും - തിരിച്ചറിഞ്ഞ ഉത്തരങ്ങളും
- സദൃശവാക്യങ്ങളിലെ സ്വർഗ്ഗീയപ്രാർത്ഥന
- ആത്മഭാരമുള്ളവന്റെ കാഴ്ചപ്പാട്
- ദൈവത്തെക്കുറിച്ച് അറിവില്ലാത്ത മനുഷ്യന്റെയും - അറിവുള്ള മനുഷ്യന്റെയും വാക്കുകൾ
- ദാരിദ്ര്യവും സമ്പത്തും - എന്തിനുവേണ്ടി പ്രാർത്ഥിക്കണം
- ദൈവനിഷേധിയാകരുതെന്ന് ആഗ്രഹിക്കുന്നവന്റെ പ്രാർത്ഥന

ഒന്നാം വാക്യം തുടങ്ങുന്നതിങ്ങനെയാണ്. യാക്കേയുടെ മകനായ ആഗൂരിന്റെ വചനങ്ങൾ; ഒരു അരുളപ്പാട്. 'ആഗൂർ' - ആരാണെന്ന തിനെക്കുറിച്ച് വ്യത്യസ്ത അഭിപ്രായങ്ങൾ നിലവിലുണ്ട്.

ആഗൂർ എന്നത് ഒരു ഹീബ്രു പേരല്ലാത്തതുകൊണ്ട് യിസ്രായേല്യ നല്ലാത്ത ഒരു വ്യക്തിയാണെന്നാണ് ഒരു അഭിപ്രായം. അതു ശരിയാണെ ങ്കിൽ തിരിച്ചറിയേതായ ഒരു വസ്തുത - Wisdom is not exclusive for few people. It is open for all (പരിജ്ഞാനം പ്രാപിക്കുക എന്നത് ചിലരുടേതു മാത്രമായ കാര്യമല്ല. അത് എല്ലാവർക്കും വേണ്ടിയുള്ള താണ്).

യെഹൂദാതൽമൂദുകളനുസരിച്ച് ശലോമോന് ആറു വ്യത്യസ്ത പേരുകളുണ്ടെന്നും അതിലൊന്നാണ് ആഗൂർ എന്നായിരുന്നുവെന്നു മാണ് മറ്റൊരഭിപ്രായം. ആ ആറു പേരുകൾ വായിച്ചതിങ്ങനെയാണ് - ശലോമോൻ, യെദിദ്യാവ് (2 ശമുവേൽ 12:25), കൊഹലേത്ത്, യാക്കേ യുടെ മകൻ, ആഗൂർ, ലെമൂവേൽ.

ആ രീതിയിൽ ചിന്തിച്ചാൽ യുക്തികൊണ്ട് പല കാര്യങ്ങൾ ചിന്തിച്ച പ്പോൾ ചോദ്യങ്ങൾ ചോദിച്ചപ്പോൾ, ദൈവത്തിലൂടെ തിരിച്ചറിവിന്റെ ചിന്ത ലഭിച്ച, അരുളപ്പാടു പ്രാപിച്ച ഒരു ഭക്തന്റെ വാക്കുകളാണിത്.

Agur sees his utter bankruptcy (ആഗൂർ തന്റെ പാപ്പരത്വം തിരിച്ചറിഞ്ഞു).

ജോൺ ഫിലിപ്സ് എന്ന ചിന്തകൻ ആദ്യത്തെ 9 വാക്യങ്ങളെ പ്രതിപാദിച്ചിരിക്കുന്നത് ഇങ്ങനെയാണ്.

1. A look at his life (1 – 3)
   സ്വന്തം ജീവിതത്തോടുള്ള വീക്ഷണം

2. A look at his Lord (4)
   തന്റെ ദൈവത്തെക്കുറിച്ചുള്ള വീക്ഷണം

3. A look at one's Bible (5 – 6)
   ബൈബിളിനെക്കുറിച്ചുള്ള വീക്ഷണം

4. A look at one's bank book
   ബാങ്കിലെ പണത്തെക്കുറിച്ചുള്ള വീക്ഷണം

ആഗൂറിന്റെ അരുളപ്പാടുകളുടെ പ്രക്രിയ (process) ഒന്നു ശ്രദ്ധി ക്കേണ്ടതു തന്നെയാണ്.

❖ 2-ാം വാക്യം ആത്മീയ ഭാഷയിൽ ചിന്തിച്ചാൽ, ഒത്തിരി അധ്വാനി ച്ചിട്ടും കടക്കെണിയിലായ ഒരു സ്ഥാപനം പോലെ, ദൈവത്തിന്റെ സ്വരൂപത്തിലാണ് സൃഷ്ടിക്കപ്പെട്ടതെന്ന് തിരിച്ചറിയാത്തവരെപ്പോലെ ഇവിടെപ്പറയുന്നു. *ഞാൻ സകല മനുഷ്യരിലും മൃഗപ്രായനത്രെ.*

❖ 3-ാം വാക്യം – ആത്മീയമായും യുക്തിപരമായും (Spriritually & intellectually) ഇരുട്ടിൽ തപ്പിത്തടയുന്ന വ്യക്തിയുടെ വാക്കുകളാ ണിത്. *ഞാൻ ജ്ഞാനം അഭ്യസിച്ചിട്ടില്ല; പരിശുദ്ധനായവന്റെ പരിജ്ഞാനം എനിക്കില്ല.*

❖ 4-ാം വാക്യം – ദൈവത്തെ തിരിച്ചറിഞ്ഞവൻ ചോദിക്കുന്ന അഞ്ചു ചോദ്യങ്ങളാണിത്. സത്യത്തിൽ, ചോദ്യങ്ങളിൽ ഉത്തരവും മറഞ്ഞു കിടപ്പുണ്ട്.

1. സ്വർഗ്ഗത്തിൽ കയറുകയും ഇറങ്ങിവരികയും ചെയ്തവൻ ആര്?
   (ആര് എന്ന ചോദ്യം – ദൈവം എന്ന ഉത്തരം)

2. കാറ്റിനെ തന്റെ മുഷ്ടിയിൽ പിടിച്ചടക്കിയവനാര്?
   (ആര് എന്ന ചോദ്യം – ദൈവം എന്ന ഉത്തരം)

3. വെള്ളങ്ങളെ വസ്ത്രത്തിൽ കെട്ടിയവനാര്?
   (ആര് എന്ന ചോദ്യം – ദൈവം എന്ന ഉത്തരം)

4.   ഭൂമിയുടെ അറുതികളെയൊക്കെയും നിയമിച്ചവൻ ആര്?
     (ആര് എന്ന ചോദ്യം - ദൈവം എന്ന ഉത്തരം)

5.   അവന്റെ പേരെന്ത്? അവന്റെ മകന്റെ പേരെന്ത്? നിനക്കറിയാമോ?
     ഇയ്യോബ് 38 മുതൽ 40-ാം അധ്യായം വരെയും യെശയ്യാവ് 40:12-25
     വരെയുള്ള വാക്യങ്ങളിൽ കാണുന്നതുപോലെയുമുള്ള ചോദ്യങ്ങളാ
     ണിത്. ഇന്നത്തെ കാലഘട്ടത്തിൽ പരിശുദ്ധാത്മാവിന്റെ ശക്തിയാൽ
     ദൈവവചനത്തിന്റെ വെളിപ്പാടുകൾ, മറഞ്ഞിരുന്ന കാര്യങ്ങൾ കൂടുതൽ
     മനസ്സിലാക്കാൻ ഭാഗ്യം ലഭിച്ച നമുക്കറിയാം ഇതിന്റെ ഉത്തരം - യേശു
     ക്രിസ്തു. പഴയ നിയമത്തിലെ യഹോവയും ദൈവത്തെയും പുതിയ
     നിയമത്തിൽ അവതരിച്ച യേശുക്രിസ്തുവിനെയും ഇവിടെ നിഴലായി
     വരച്ചു കാണിച്ചിരിക്കുന്നു. സ്വർഗ്ഗീയദർശനം പ്രാപിക്കുമ്പോൾ, പൗലോ
     സിനെപ്പോലെ കാഴ്ചപ്പാടുകൾക്കു മാറ്റം വരും. *ക്രിസ്തുയേശു പാപി*
     കളെ രക്ഷിപ്പാൻ ലോകത്തിൽ വന്നു എന്നുള്ളതു വിശ്വാസ്യവും എല്ലാ
     വരും അംഗീകരിപ്പാൻ യോഗ്യവുമായ വചനം തന്നെ (1 തിമൊഥിയോസ്
     1:15) എല്ലാമെനിക്കറിയാം എന്ന ഭാവത്തിൽ നടക്കരുത്. താൻ വല്ലതും
     അറിയുന്നു എന്നു ഒരുത്തനു തോന്നുന്നു എങ്കിൽ, അറിയേണ്ടതു
     പോലെ അവൻ ഇന്നുവരെ ഒന്നും അറിഞ്ഞിട്ടില്ല.

     5-ാം വാക്യം - ദൈവത്തിന്റെ സകല വചനവും ശുദ്ധി ചെയ്തതാ
     കുന്നു. തന്നിലാശ്രയിക്കുന്നവർക്ക് അവൻ പരിച തന്നെ.

     മറ്റൊരു കൂട്ടർക്ക് അവകാശപ്പെടാൻ കഴിയാത്ത ധാരാളം പ്രത്യേകത
     കൾ ബൈബിളിനുണ്ട്. അവയിൽ ചിലത്

1. Its Purity (ഇതിന്റെ വിശുദ്ധി)

     വിശുദ്ധി എന്ന കാര്യം ജീവിത നിഘണ്ടുവിലില്ലാത്ത ആചാരങ്ങൾ
     മാത്രമുള്ള മതമനുഷ്യരാണ് നമുക്കു ചുറ്റുമുള്ളത്. വ്യക്തിപരമായ
     ജീവിതത്തിലും സാമൂഹികപരമായ ജീവിതത്തിലും വിശുദ്ധിയിലേക്കു
     നയിക്കാത്തതൊന്നും ദൈവവചനമല്ലായെന്നു പറയുവാനുള്ള
     ഉത്തരവാദിത്വം നമുക്കുണ്ട്.

2. Its Purpose (ഇതിന്റെ ലക്ഷ്യം)

     ദൈവശ്വാസീയമായ ദൈവവചനം രൂപാന്തരപ്പെടുത്തിയ ജനകോടി
     കളുടെ ജീവിതാനുഭവങ്ങളും അനുഭവങ്ങളും ചരിത്രവും ഈ ലക്ഷ്യ
     ത്തിന്റെ സാക്ഷ്യപത്രമാണ്.

❖ 6-ാം വാക്യം - സ്വന്തം യുക്തിക്കും വികാരത്തിനുമനുസരിച്ച് ഇതിനോടു കൂട്ടിയും കുറച്ചും ചേർക്കുന്ന കള്ളന്മാരുടെ ലിസ്റ്റ് വർദ്ധിച്ചിരിക്കുന്ന കാലഘട്ടത്തിലാണ് നാം ജീവിച്ചിരിക്കുന്നത്.

7, 8, 9 വാക്യങ്ങളിലെ പ്രാർത്ഥന

വ്യാജവും ഭോഷ്കും ദൈവനിന്ദയുമെല്ലാം പലപ്പോഴും സംഭവിക്കു ന്നത് Economic Extremes (ദാരിദ്ര്യത്തിന്റെയും സമ്പത്തിന്റെയും തലങ്ങൾ കൂടുമ്പോഴുള്ള സാഹചര്യം) സംഭവിക്കുമ്പോഴാണ്. സാമ്പത്തികജീവിതത്തിന്റെ ഈ രണ്ട് അസന്തുലിതാവസ്ഥകൾ മിക്കപ്പോഴും അപകടകരമാണ്. നിത്യവൃത്തി തരണമെന്നും ജീവപര്യ ന്തം അവ നിഷേധിക്കരുതേ എന്ന പ്രാർത്ഥനയുടെ അതേ അർത്ഥതല ത്തിൽ നിന്നുകൊണ്ടാണ് ഞങ്ങളെ പരീക്ഷയിൽ കടത്താതെ ദുഷ്ടങ്കൽ നിന്നു ഞങ്ങളെ വിടുവിക്കേണമേ (Do not lead us into temptation) എന്ന വാക്കുകൾ ഉരുവിടുന്നതെന്ന് ചിന്തിച്ചാൽ ശരി തന്നെയല്ലേ?

നമ്മുടെ request(അപേക്ഷ)കൾക്ക് ഒരു reason (കാരണം) ഉണ്ടാ യിരിക്കേണം. നമ്മുടെ "portion"(ഭാഗം) നെക്കുറിച്ച് ഒരു കമന്ററിയിൽ പറഞ്ഞിരിക്കുന്നതിങ്ങനെയാണ് - It is not meant simply what I need to sustain life for that day, but the allotment which God, in His wise soverignity, deems to bne correct for me (ലളിതമായി ഓരോ ദിവസ ത്തേക്കുമുള്ളത് തരേണമേ എന്നയർത്ഥമല്ല; പ്രത്യുത ദൈവത്തിന്റെ പരമാധികാരമുപയോഗിച്ച് എനിക്കുവേണ്ടി കരുതിയിട്ടുള്ളത് ശരിയായി മാത്രം തരേണമെന്നാണ്.

അപ്പസ്തോലനായ പൗലോസ് ഈ തൃപ്തിയുടെ മേഖലയെക്കുറിച്ചു പറഞ്ഞിട്ടുണ്ട്. *ബുദ്ധിമുട്ടു നിമിത്തമല്ല ഞാൻ പറയുന്നത്, ഉള്ള അവസ്ഥയിൽ അലംഭാവത്തോടിരിപ്പാൻ ഞാൻ പഠിച്ചിട്ടുണ്ട്. താഴ്ചയിൽ ഇരിക്കാനും സമൃദ്ധിയിൽ ഇരിക്കാനും എനിക്കു അറിയാം; തൃപ്തനായിരിക്കാനും വിശന്നിരിക്കാനും സമൃദ്ധിയിൽ ഇരിക്കാനും ബുദ്ധിമുട്ട് അനുഭവിക്കാനും എല്ലാം ഞാൻ ശീലിച്ചിരിക്കുന്നു. എന്നെ ശക്തനാക്കുന്നവൻ മുഖാന്തിരം ഞാൻ സകലത്തിനും മതിയാകുന്നു.* (ഫിലിപ്പിയർ 4:11-13)

ഈ പ്രാർത്ഥനയുടെ പിന്നിലുള്ള ചേതോവികാരം ഒന്നു മാത്രമേ യുള്ളൂ. 'യഹോവ ആര്' എന്നു ചോദിച്ചു ദൈവത്തെ നിഷേധിക്കരുത്; ദൈവത്തിന്റെ നാമത്തെ തീണ്ടിക്കാൻ സംഗതിവരരുത്. കാരണം,

സമൃദ്ധിയുടെ രണ്ടു ധ്രുവങ്ങളും പലപ്പോഴും പലർക്കും സുരക്ഷിതമല്ല. ദൈവീകമായ അനുഗ്രഹം വർദ്ധിക്കുമ്പോൾ, ദൈവത്തിൽ നിന്ന് അകന്നു നടക്കുന്ന സ്വാതന്ത്ര്യജീവിതം അത്യന്തം അപകടകരമാണ്.

പ്രശസ്തനായ ഒരു മലയാള കവി എഴുത്തിനെപ്പറ്റി പറഞ്ഞതിങ്ങനെയാണ്. "രണ്ടു തരം കൃഷിയുണ്ട്. ഒരു വിഭാഗം ഭൂമിയിൽ കൃഷി ചെയ്യും. മറ്റൊരു വിഭാഗം ചട്ടി യിലും. ഇതു രണ്ടും, രണ്ട് അനുഭവങ്ങളാണ് സമ്മാനി ക്കുക. ഭൂമിയിൽ കൃഷി ചെയ്യുന്നതു വേരിറങ്ങി നിൽക്കു ന്നവയാണ്. ജീവിതത്തിലേക്കും കാലത്തിലേക്കും പ്രകൃ തിയുടെ മാറ്റങ്ങൾ അറിഞ്ഞുകൊണ്ടുള്ള ജീവിതമാണിത്.

ദൈവസഭകൾ തിരിച്ചറിയേണ്ടതായ ഒരു കാര്യമുണ്ട്. ഞായറാഴ്ച ഭക്തരിലും കൺവെൻഷൻ ഭക്തരിലും മാത്രം ഫോക്കസ് ചെയ്തു ദൗത്യം അവസാനിപ്പിക്കരുത്. ചട്ടി യിൽ വളരുന്ന ചെടിപോലെ ബാഹ്യലോകത്തെപ്പറ്റി ചിന്തിക്കാതെ വിശ്വാസികൾ വളരുവാനും പാടില്ല. ആറ്റ രികത്തു നട്ടിരിക്കുന്നതു തക്കകാലത്തു ഫലം കായ്ക്കു ന്നതും ഇല വാടാത്തതുമായ വൃക്ഷംപോലെ ആയി ത്തീരുക.

ഷാർലെറ്റ് പി. മാത്യു

അദ്ധ്യായം 31

മിടുക്കിയായ ഭാര്യ (Excellent Wife)

സാമർത്ഥ്യമുള്ള ഭാര്യയെ ആർക്കു കിട്ടും!
അവളുടെ വില മുത്തുകളിലും ഏറും (സദൃശവാക്യങ്ങൾ 31:10)

Who can find a virtuous woman?
For her price is far above rubies (KJV)

A wife of noble character who can find?
She is worth far more than rubies (NIV)

♦ സദൃശവാക്യങ്ങൾ തുടങ്ങുന്നത് ഒരു അപ്പന്റെ ഉപദേശങ്ങളോടെ യാണെങ്കിൽ അവസാനിക്കുന്നത് ഒരു അമ്മയുടെ ഉപദേശങ്ങളോ ടെയാണ്.

♦ ബൈബിളിൽ ഒരു രാജ്ഞി എഴുതിയിട്ടുള്ള/പറഞ്ഞിട്ടുള്ള ഏക അരുളപ്പാടാണ് (Oracle) ഈ അദ്ധ്യായം.

♦ എബ്രായ തിരുവെഴുത്തിൽ 10 മുതൽ 31 വരെയുള്ള വാക്യങ്ങൾ അക്ഷരമാലാക്രമത്തിലുള്ള ഒരു പദ്യമായി രേഖപ്പെടുത്തിയിരിക്കുന്നു (പഠന ബൈബിൾ, ബൈബിൾ സൊസൈറ്റി ഓഫ് ഇൻഡ്യ)

ബില്ലിഗ്രഹാം ഒരിക്കൽ ഇങ്ങനെ പറഞ്ഞിട്ടുണ്ട്. ജീവിതാവസാനം വരെ ദാമ്പത്യജീവിതം മനോഹരമായി നിലനിർത്തുന്നതിന് ഭാര്യാഭർത്താക്കന്മാർ മൂന്നു കാര്യങ്ങൾ ലളിതമായി പിന്തുടർന്നാൽ മതി.

1. ഒരുമിച്ച് ദൈവത്തെ ആരാധിക്കുക
2. ഒരുമിച്ച് ദൈവവചനം ധ്യാനിക്കുക
3. ഒരുമിച്ച് പ്രാർത്ഥിക്കുക

ഈ മൂന്നുകാര്യത്തിലുമുള്ള ആത്മാർത്ഥത എല്ലാ വിവാഹ ജീവിത ത്തിലും ജ്ഞാനവും ദൈവീകസന്തോഷവും നിറയ്ക്കും.

സദൃശവാക്യങ്ങൾ 30-ാം അദ്ധ്യായം ഒരു Ideal life (ഉത്തമ

ജീവിതം) നെക്കുറിച്ചാണ് പറഞ്ഞിട്ടുള്ളതെങ്കിൽ 31-ാം അദ്ധ്യായം ഒരു Ideal wife (ഉത്തമയായ ഭാര്യ)നെക്കുറിച്ചാണ് പറഞ്ഞിരിക്കുന്നത്.

31-ാം അദ്ധ്യായത്തിന്റെ 10 മുതൽ 31 വരെയുള്ള വാക്യങ്ങൾ സാമർത്ഥ്യമുള്ള/ഉത്തമയായ ഭാര്യയെക്കുറിച്ചുള്ള ഒരു ഗാനമാണ്. ഇവിടത്തെ സാമർത്ഥ്യം അഥവാ virtuous എന്ന പദത്തിന്റെ അർത്ഥം more than purity (ശുദ്ധിയെക്കാൾ കൂടുതലുള്ള അവസ്ഥ) അഥവാ strong in all moral qualities (സകലവിധ സന്മാർഗ്ഗിക കാര്യങ്ങളിലും മികച്ചത്) എന്നതാണ്.

ആരോ പറഞ്ഞു ഈ വാക്യങ്ങൾ വലിയ അക്ഷരത്തിൽ എല്ലാ സ്കൂളുകളിലും കോടതികളിലും പാർലമെന്റുകളിലും ടെലിവിഷൻ സ്റ്റുഡിയോകളിലും ഓഫീസുകളിലും ബുക്ക് സ്റ്റോറുകളിലും ഭവനങ്ങളിലും എഴുതിവെക്കണം. വളരെ സത്യം നിറഞ്ഞ കാര്യം തന്നെയാണിത്.

പഴയനിയമത്തിൽ "ഉത്തമയായ സ്ത്രീ" എന്ന് പരാമർശിച്ചിട്ടുള്ളത് രൂത്തിനെക്കുറിച്ച് മാത്രമാണ്. അവിടെ ബോവസിന്റെ വാക്കുകൾ ഇങ്ങനെയാണ്. *നീ ഉത്തമസ്ത്രീ എന്ന് എന്റെ ജനമായ പട്ടണക്കാർക്ക് എല്ലാവർക്കും അറിയാം.*

ഉത്തമയായ സ്ത്രീയുടെ ജീവിതം മുഴുവനും ദൈവീക ഭയത്തിലും, സഹായ ആവശ്യമായവരോടുള്ള സഹാനുഭൂതിയിലും കുടുംബത്തോടുള്ള വിശ്വസ്തതയും സ്നേഹവും പ്രകടിപ്പിക്കുന്നതിലും അധിഷ്ഠിതമാണ്. 1 തിമൊഥെയോസ് 2:15ൽ പറയുന്നു. എന്നാൽ വിശ്വാസത്തിലും സ്നേഹത്തിലും വിശുദ്ധീകരണത്തിലും സുബോധത്തോടെ പാർക്കുന്നു എങ്കിൽ അവൾ മക്കളെ പ്രസവിച്ചു രക്ഷപ്രാപിക്കും.

ആർ കണ്ടെത്തും? എന്നത് അസാദ്ധ്യമെന്നതുപോലെ തോന്നുമെങ്കിലും, ഒരു ചോദ്യചിഹ്നം ആണെങ്കിലും രൂത്തിനെപ്പോലെയുള്ളവർ ഉണ്ടെന്നു തിരിച്ചറിയാതിരിക്കരുത്.

'ലീഡർഷിപ്പിനെ' കേന്ദ്രീകരിച്ചുകൊണ്ട് രചിച്ച "The Maxwell Leadership Bible"- ൽ "A woman of influence" ("സ്വാധീനമുള്ള സ്ത്രീ") എന്നു പറഞ്ഞുകൊണ്ട് 18 കാര്യങ്ങളാണ് ഈ ഭാഗത്തെക്കുറിച്ച് പറഞ്ഞിരിക്കുന്നത്.

Her Assets	അവളുടെ ആസ്തി
1. She is trust worthy	വിശ്വസിക്കാവുന്ന സ്ത്രീയാണ് *ഭർത്താവിന്റെ ഹൃദയം അവളെ വിശ്വസിക്കുന്നു (31:11a)*
2. She is a positive influence	ക്രിയാത്മകമാകുന്ന സ്വാധീന ശക്തിയുള്ള വ്യക്തിത്വം *അവൾ തന്റെ ആയുഷ്കാലമൊക്കെയും അവനു തിന്മയല്ല നന്മതന്നെ ചെയ്യുന്നു(31:12)*
3. She is a hard worker	കഠിനാദ്ധ്വാനത്തിനുടമയാണ്. *അവൾ ആട്ടുരോമവും ചണവും സമ്പാദിച്ചു താൽപര്യത്തോടെ കൈകൊണ്ടു വേല ചെയ്യുന്നു (31:13) അവൾ കച്ചവടക്കപ്പൽ പോലയാകുന്നു. ദൂരത്തുനിന്ന് ആഹാരം കൊണ്ടുവരുന്നു(31:14)*
4. She is a planner	*അവൾ കൃത്യമായ പദ്ധതികൾ ഉള്ള ആളാണ്. തന്റെ വീട്ടുകാരെച്ചൊല്ലി അവൾ ഹിമത്തെ പേടിക്കുന്നില്ല; അവളുടെ വീട്ടിലുള്ളവർക്കൊക്കെയും ചുവപ്പു കമ്പിളി ഉണ്ടല്ലോ (31:21)*
5. She is protective	സംരക്ഷണം നൽകുന്ന വ്യക്തിത്വ മാണ്. *വീട്ടുകാരുടെ പെരുമാറ്റം അവൾ സൂക്ഷിച്ചു നോക്കുന്നു; വെറുതെ ഇരുന്ന് അഹോവൃത്തി കഴിക്കുന്നില്ല (31:27)*

Her Achievements	അവളുടെ നേട്ടങ്ങൾ
1. She meets the needs of her home	അവൾ വീട്ടിലുള്ളവരുടെ ആവശ്യങ്ങൾ അറിയുന്ന ആളാണ്. *അവൾ നന്നാ രാവിലെ എഴുന്നേറ്റ്, വീട്ടിലുള്ളവർക്ക് ആഹാരവും വേലക്കാരത്തികൾക്ക് ഓഹരിയും കൊടുക്കുന്നു. (31:15)*
2. She invests for her household	കുടുംബത്തിനുവേണ്ടി നിക്ഷേപിക്കുന്നവളാണ്. *അവൾ ഒരു നിലത്തിന്മേൽ ദൃഷ്ടി വെച്ച് അതു മേടിക്കുന്നു. കൈനേട്ടം കൊണ്ട് അവൾ ഒരു മുന്തിരിത്തോട്ടം ഉണ്ടാക്കുന്നു (31:16)*
3. She keeps herself in shape	ആരോഗ്യം നന്നായി സൂക്ഷിക്കുന്ന ആൾ *അവൾ ബലം കൊണ്ട് അര മുറുക്കുകയും ഭുജങ്ങളെ ശക്തീകരിക്കയും ചെയ്യുന്നു (31:17)*
4. She helps her husband become successful	ഭർത്താവു വിജയിക്കുന്നതിനു വേണ്ടി സഹായിക്കുന്ന സ്ത്രീ *ദേശത്തിലെ മൂപ്പന്മാരോടു കൂടെ ഇരിക്കുമ്പോൾ അവളുടെ ഭർത്താവ് പട്ടണവാതിൽക്കൽ പ്രസിദ്ധനാകുന്നു. (31:23)*

Her Attitude	അവളുടെ മനോഭാവം
1. Delightful	ആനന്ദമുള്ളവൾ *അവൾ ആട്ടുരോമവും ചണവും സമ്പാദിച്ചു താൽപര്യത്തോടെ കൈകൊണ്ടു വേല ചെയ്യുന്നു. (31:17)*
2. Healthy	ആരോഗ്യകരമായ അവസ്ഥ *തന്റെ വ്യാപാരം ആദായമുള്ളതെന്ന് അവൾ ഗ്രഹിക്കുന്നു. അവളുടെ വിളക്ക് രാത്രിയിൽ കെട്ടുപോകുന്നതുമില്ല.*

3. Compassionate	അനുകമ്പയുള്ളവൾ *അവൾ തന്റെ കൈ എളിയവർക്കു തുറക്കുന്നു. ദരിദ്രന്മാരുടെ അടുക്കലേക്കു നീട്ടുന്നു (31:20)*
4. Unselfish	സ്വാർത്ഥതയില്ലാത്തവൾ *(31:20)*
5. Public	പൊതുവായ കാര്യം/രഹസ്യ മല്ലാത്ത കാര്യം *ബലവും മഹിമയുടെ അവളുടെ ഉടുപ്പ്; ഭാവികാലം ഓർത്ത് അവൾ പുഞ്ചിരിക്കു ന്നു (31:25).*

Her Applause	കൈയ്യടിച്ച് അഭിനന്ദിക്കുന്ന കാര്യങ്ങൾ
1. From her family	കുടുംബത്തിൽ നിന്ന് *അവളുടെ മക്കൾ എഴുന്നേറ്റ് അവളെ ഭാഗ്യവതി എന്നു പുകഴ്ത്തുന്നു. അവ ളുടെ ഭർത്താവും അവളെ പ്രശംസിക്കു ന്നത് (31:28)*
2. From her husband	ഭർത്താവിൽ നിന്ന് *അവളുടെ ഭർത്താവും അവളെ പ്രശംസി ക്കുന്നത്. അനേകം തരുണികൾ സാമർ ത്ഥ്യം കാണിച്ചിട്ടുണ്ട്. നീയോ അവരി ലില്ലാവരിലും ശ്രേഷ്ഠയായിരിക്കുന്നു. (31:28-29)*
3. From her God's word	ദൈവവചനത്തിൽ നിന്ന് *ലാവണ്യം വ്യാജവും സൗന്ദര്യം വ്യർത്ഥ വും ആകുന്നു. യഹോവ ഭക്തിയുള്ള സ്ത്രീയോ പ്രശംസിക്കപ്പെടും (31:30)*

4. From her works	ഔദ്യോഗിക മേഖലയിൽ നിന്ന്/ പ്രവൃത്തികളിൽ നിന്ന് *അവളുടെ കൈകളുടെ ഫലം അവൾക്കു കൊടുപ്പിൻ; അവളുടെ സ്വന്ത പ്രവൃത്തികൾ പട്ടണവാതിൽക്കൽ അവളെ പ്രശംസിക്കട്ടെ (31:31)*

പ്രീയപ്പെട്ടവരെ, വിവാഹം കഴിക്കാൻ പോകുന്ന, വിവാഹിതരായ സഹോദരിമാരെ, മിടുക്കിയായ, സാമർത്ഥ്യമുള്ള, ഉത്തമയായ സ്ത്രീയായി നിങ്ങൾ മാറുക. അതുപോലെ സഹോദരന്മാരെ നിങ്ങൾ ഉത്തമയായ ഭാര്യക്കുവേണ്ടി പ്രാർത്ഥിക്കുക, അതിനുള്ള സാഹചര്യം അവർക്കു സൃഷ്ടിച്ചുകൊടുക്കുക.

കാലവർഷം, ഞാറ്റുവേലകൾ എന്നിവയോടൊക്കെ കെട്ടു പിണഞ്ഞതായിരുന്നു നമ്മുടെ പൂർവികരുടെ ജീവിതവും കൃഷിരീതികളും. പണ്ട് ഡച്ചുകാർ ഇവിടെനിന്നും കുരു മുളകു കൊടി കടത്തിക്കൊണ്ടു പോയപ്പോൾ സാമൂതിരി രാജാവ് ഇങ്ങനെ പറഞ്ഞത്രേ: "അവർക്ക് കുരുമുളകല്ലേ കടത്താൻ പറ്റൂ. നമ്മുടെ തിരുവാതിര ഞാറ്റുവേല കൊണ്ടു പോകാനാവില്ലല്ലോ."

നിങ്ങൾ നീതിനിമിത്തം കഷ്ടം സഹിക്കേണ്ടിവരു മ്പോഴും, അഗ്നിശോധനകൾ സംഭവിക്കുമ്പോഴും നിങ്ങ ളുടെ നല്ല നടപ്പിനെ ദുഷിക്കുമ്പോഴും നാനാപരീക്ഷക ളാൽ ദുഃഖിക്കുമ്പോഴും ദൈവനാമം നിമിത്തം പലതും അപഹരിക്കപ്പെടുമ്പോഴും തിരിച്ചറിയുക; നമ്മുടെ ജീവ നുള്ള പ്രത്യാശയെ, സ്വർഗ്ഗത്തിൽ സൂക്ഷിച്ചിരിക്കുന്ന ക്ഷയം, മാലിന്യം, വാട്ടം എന്നിവ ഇല്ലാത്തതുമായ അവ കാശത്തെ അപഹരിക്കുവാൻ ആർക്കും കഴിയുകയില്ല.

ഷാർലെറ്റ് പി. മാത്യു

Bibliography

1. സത്യവേദ പുസ്തകം - ഫുൾ ലൈഫ് സ്റ്റഡി ബൈബിൾ

2. പഠന ബൈബിൾ - ബൈബിൾ സൊസൈറ്റി ഓഫ് ഇൻഡ്യ

3. സദൃശവാക്യങ്ങൾ - പ്രൊഫ. എ.റ്റി. ഉാത്തറ

4. Exploring Proverbs – Volume I – John Philips

5. Exploring Proverbs – Volume II – John Philips

6. Powerful Principles from Proverbs – Dr. David Jeremiah

7. The Wiersbe Bible Commentary – Old Testament – Warren W. Wiersbe

8. Proverbs for graduates – Brent D Earles

9. ഗോവണി - ഡോ. എബി. പി. മാത്യു

10. ചാൾസ് എച്ച്. സ്പർജന്റെ രചനകളിൽ നിന്നുള്ള 2200 ഉദ്ധരണികൾ - വിവർത്തനം: ജയ്മോഹൻ അതിരുങ്കൽ

11. 101 Bible Lessons - E.D. Chelladurai

12. The Kneeling Christian – An unknown Christian

13. The Disconnected Generation – Josh Mc Dowell

14. Better Everyday – R. Stanley

15. ഇന്നലെ ഇന്ന് നാളെ - ഫാ. റോബിൻ തെക്കേൽ

16. വാതിൽ - ഫാ ബോബി ജോസ് കട്ടികാട്

17. സ്മൈലി - സഖേർ

18. മൗനം - ഡാനി കപ്പൂച്ചിൻ

19. Destination Greatness – Gabriel Thomasraj

20. Making India Awesome – Chetan Bhagat

21. Christ & New Generation Youth – J.N. Manokaran

22. Proverbs – Study Guide – Paul Blackham

23. Proverbs – John A. Kitchen

24. The Maxwell Leadership Bible – John C. Maxwell

25. 30 days to Taming your Tongue – Deborah Smith Pegues

26. Counselling – How to Counsel Biblically – John Mac Arthur and The Masters College Faculty

27. All the men of the Bible – Herbert Lockyer

28. Who's who in the Bible – Philip comfort, Walter A. Elwell

29. ബാലരമ ഡൈജസ്റ്റ് – വിവിധ ലക്കങ്ങൾ

Scan this QR code for watching the promo video of Broyudae Subashithangal and Subscribe the YouTube channel